ഗ്രീൻ ബുക്സ്

എന്റെ കവിതകൾ

സുറാബ്

കാസർകോട് ജില്ലയിൽ നീലേശ്വരം സ്വദേശി.
1955 ഫെബ്രുവരി 14നു ജനനം.
ശരിയായ പേര്, അബൂബക്കർ അഹമ്മദ്.
ഉപ്പ: കുണ്ടംകടവത്ത് അഹമ്മദ്.
ഉമ്മ: നാലുപുരപ്പാട്ടിൽ ആയിഷ. (രണ്ടുപേരും ജീവിച്ചിരിപ്പില്ല)
കഴിഞ്ഞ നാൽപ്പതുവർഷം പ്രവാസത്തിലായിരുന്നു.
ഷാർജ ജലസേചനവകുപ്പിൽ.
ആനുകാലികങ്ങളിൽ കഥ, കവിത, നോവൽ,
ജീവിതം എഴുതുന്നു. മുപ്പതിലേറെ പുസ്തകങ്ങൾ.
കൃതികൾ: തബല, പൂക്കളോടുമാത്രം വർത്തമാനം പറയുന്നു,
അവിടെ മഴ പെയ്യാറില്ല, ബസാർ, പൊട്ടുന്നത്,
തെരെഞ്ഞെടുത്ത കവിതകൾ, രാവുനിറയെ ഒലിവുമരങ്ങൾ,
തെരെഞ്ഞെടുത്ത ഭ്രാന്തുകൾ, കാസർകോട്, പ (കവിത).
നിഴൽപ്പുര, ഓരോരോ വഴികൾ, ഒരിടത്ത് ഒരു
മരമുണ്ട്, ജീവിതം എടുത്തു വായിക്കുമ്പോൾ,
നഗരത്തിൽ സംഭവിക്കുന്നത്, അക്ക പുക്ക. (കഥ).
അഞ്ചില്ലം, പുതുമന, കല്ലിവല്ലി, നീ പോകുന്നിടം,
പത്തേമാരി, ഷാർജ, മാസ്തിഗുഡ്ഡ,
ഉപ്പയുടെ പ്രണയം, മകൻ എഴുതുന്നു (നോവൽ).
അറ, പടിഞ്ഞാറ്, കയറ്റം, മണൽനഗരം (തിരക്കഥ).
ഷയറിങ് അക്കമഡേഷൻ, പ്രവാസി എന്റെ പേര്,
തൊണ്ടയിൽ കുടുങ്ങിയ വാക്കുകൾ, മന്ദംപുറത്തിന്റെ
മന്ദസ്മിതങ്ങൾ, മടങ്ങിവന്നവന്റെ വർത്തമാനങ്ങൾ,
എന്നെ അഴിച്ചു വിടൂ (അനുഭവം).
പുരസ്കാരങ്ങൾ: കവിതയ്ക്കു മഹാകവി കുട്ടമത്ത് അവാർഡ്,
മലയാള മനോരമ യുവ അവാർഡ്, കഥയ്ക്ക് കമലാസുരയ്യ
അവാർഡ്, നോവലിന് കൈരളി ബുക്ക്സ് അവാർഡ്,
തിരക്കഥയ്ക്ക് ചിത്രഭൂമി സെവൻ ആർട്ട്സ് അവാർഡ്.
ഭാര്യ: ഖൈറുന്നിസ. മക്കൾ: സവാദ്, സജാദ്, ഫിദ.
വിലാസം: സുറാബ്, ബേക്കൽ ഫോർട്ട്, പി.ഒ. - 671316
മൊബൈൽ: 8281349064. ഇമെയിൽ: surab@ymail.com

ഗ്രീൻബുക്സ് പ്രസിദ്ധീകരിച്ച ഗ്രന്ഥകാരന്റെ ഇതര കൃതികൾ

കല്ലിവല്ലി

പ്രവാസി എന്റെ പേര്

കാസർകോട്

കവിത

എന്റെ കവിതകൾ

സുറാബ്

ഗ്രീൻ ബുക്സ്

green books private limited
gb building, civil lane road, ayyanthole,
thrissur- 680 003, kerala, ph: +91 487-2381066, 2381039
website: www.greenbooksindia.com
e-mail: info@greenbooksindia.com

malayalam
ente kavithakal
poem
by
surab

first published october 2020

cover design : mansoor cheruppa
cover photo : fidha saif

branches:
thrissur 0487-2422515
thiruvananthapuram 0471-2335301
calicut 0495 4854662
ernakulam 8589095302

isbn : 978-81-946820-4-2

GBPL/1159/2020

എന്നും കടങ്കഥകൾ
പറഞ്ഞിരുന്ന ഭൂതകാലത്തിന്
ഒന്നും വീട്ടി തീർക്കാനാവാത്ത
അതിന്റെ പൊലിമയ്ക്ക്

ഉള്ളടക്കം

വംശദേശസ്മരണകൾ

വി.സി. ശ്രീജൻ

ഒരു കാലത്ത് മലയാളത്തിൽ കവിതയെന്നാൽ പുരാണകഥകളുടെ പുനരാഖ്യാനമായിരുന്നു. പിന്നീട് അത് മതവുമായോ പുരാണവുമായോ ബന്ധമില്ലാത്ത ലൗകികവിഷയങ്ങളുടെ ഊർജ്ജസ്വലമായ പ്രതിപാദനമായി. കൂട്ടത്തിൽ കാല്പനികവും ഭാവനാത്മകവുമായ വിഷയങ്ങളും അവയെ വലം വെയ്ക്കുന്ന അതിവികാരങ്ങളും കടന്നുവന്നു. ഏറെ യാഥാർത്ഥ്യബോധവും അല്പം നർമ്മവും വിരുദ്ധോക്തിയും ന്യൂനോക്തിയും കൃത്യതയും വിനിമയം ചെയ്യുന്ന മറ്റൊരു ധാരകൂടി മലയാളകവിതയിൽ ഉണ്ടായിരുന്നു. അതാണ് ഇന്ന് സജീവമായി ഇരിക്കുന്നത്. ഈ ധാരയിൽ നർമ്മം കൂട്ടിയും കുറച്ചും രാഷ്ട്രീയം ചേർത്തും ചേർക്കാതെയും അവനവനെ മറച്ചും മറയ്ക്കാതെയും കവികൾ എഴുതിക്കൊണ്ടേയിരിക്കുന്നു. അന്യന്റെ അനുഭവം എന്താണ്, അവന്റെ മാനസികലോകം എങ്ങനെയിരിക്കുന്നു എന്ന് അറിയാൻ താത്പര്യമുള്ള വായനക്കാർ പല പ്രകാരത്തിലുമുള്ള ഈ കവിതകളിലേക്ക് ചെല്ലുന്നു. നിരൂപകരാകട്ടെ, കവിതയുടെ പ്രമേയത്തിലോ വിഷയത്തിലോ ഉള്ളടക്കത്തിലോ വികാരഭാവങ്ങളിലോ ഊന്നുന്നില്ല. മനുഷ്യജീവിതം എന്ന വാക്കിൽ അവർ ഇവയെല്ലാം സംഗ്രഹിക്കും. വെറും വായനക്കാരൻ എന്ന നിലയിൽ അവർ മറ്റെല്ലാരെയും പോലെ മനുഷ്യജീവിതം എന്ന വൈവിദ്ധ്യത്തെ ആദരിക്കുമെങ്കിലും നിരൂപകന്റെ സ്ഥാനത്തേക്ക് മാറുന്നതോടെ അവൻ കവി പ്രതിപാദിച്ച വിഷയത്തിനു പകരം പ്രതിപാദനവിധത്തിന്, രീതിക്ക് പ്രാധാന്യം കൊടുക്കുകയും അതനുസരിച്ച് കവിയെ വിലയിരുത്തുകയും ചെയ്യുന്നു.

സുറാബ് തന്റെ കവിതയിൽ തൊട്ടുപോകുന്ന വിഷയങ്ങൾ മുകളിൽ കാണിച്ച ജീവിതത്തിന്റെ വിവിധമായ അനുഭവങ്ങൾ തന്നെയാണ്. ഈ ജീവിതാനുഭവങ്ങൾ മിക്കവാറും പില്ക്കാലത്തെ ഓർമ്മകളുടെ രൂപത്തിൽ സുറാബിന്റെ കവിതകളിൽ പ്രത്യക്ഷപ്പെടുന്നു. ഓർമ്മകൾ പിറകോട്ടു പോകുന്തോറും കൂടുതൽ ഗൃഹാതുരത്വമുണർത്തുന്നു. കുട്ടിക്കാലം, രക്ഷിതാക്കൾ, സ്കൂൾ, ദേശം, ഉത്സവം, നേർച്ച, പുഴ, മഴ എന്നിങ്ങനെ അവ നീണ്ടുപോകാം. വിരുദ്ധോക്തിയും ആത്മപരിഹാസവും പല കവിതകളുടെയും അടിയിലൂടെ ഒഴുകിപ്പോകുന്നു. രണ്ടു പേർ ചുംബിക്കുമ്പോൾ ലോകം മാറുന്നു എന്നാണ് പറയുക. എന്നാൽ കവിതയിലെ വക്താവിന്റെ കാര്യത്തിലാകട്ടെ,

ഞാൻ നിന്നെ ചുംബിക്കുമ്പോൾ
ഞാൻ മാത്രം മാറുന്നു
നിന്റെ ആങ്ങളമാരുടെ തല്ലുകൊണ്ട്

എന്നിങ്ങനെ അതൊരു പരിഹാസവും വിരുദ്ധോക്തിയും ആയി മാറുന്നു. വിത്തിട്ടപ്പോൾ ആദ്യം മുള വന്നത് കവിതയായിരുന്നു;

പിന്നെ ഒട്ടും കാത്തില്ല
കണ്ടം നിറയെ കവിയരങ്ങായി

എന്നു പറയുമ്പോൾ തനിക്കു പ്രിയങ്കരമായ കവിതയെപ്പോലും പരിഹസിക്കാൻ കവി മടിക്കുന്നില്ല. അതേപോലെ

കോവണി കയറിപ്പോകുന്നത്
ഒരു കവിതയാണ്
മദ്യപിച്ചിട്ടുണ്ട്

എന്ന് എഴുതുമ്പോൾ കയറിപ്പോകുന്നത് കവിയെന്ന മനുഷ്യനല്ല, കാലിടറുന്ന കവിത തന്നെയാണ് എന്നു തോന്നിപ്പോകും. അതായത്, കവിത കവിയെ സൂചിപ്പിക്കുന്ന ഉപാദാനാലങ്കാരം മാത്രമായിരിക്കാതെ കവിയുടെ മനുഷ്യപ്രതിബിംബത്തെ പൂർണ്ണമായി മറച്ചുകൊണ്ട് അമൂർത്തമായ കവിത പിറന്ന പടി കോവണി കയറുന്നതായി അനുഭവപ്പെടും.

രാവിലെ എഴുതിത്തുടങ്ങിയ കവിക്ക്
ഉച്ചയാകുമ്പോഴേക്കും
ജ്ഞാനപീഠം വേണം

എന്നീ വരികളിലാകട്ടെ, ഗുണദോഷം കുറേക്കൂടി നിശിതമാണ്.

യാഥാർത്ഥ്യവുമായി ഒന്നിനൊന്ന് ഒത്തുപോകുന്ന ചില നിരീക്ഷണങ്ങൾ ഇതിൽ കാണാം. എന്നാൽ കേട്ടാൽ അത്യ സാധാരണമെന്നാവും തോന്നുക:

കണ്ണിന്നും മുഖത്തുതന്നെ
തലസ്ഥാനമോ ദില്ലി തന്നെ,

എന്നും, വിവാഹവേദിയിൽനിൽക്കുന്ന മകളോട് പിതാവ്

മകളേ, അറുപതുവർഷത്തെ കഠിനാദ്ധ്വാനമാണ്
ഇന്നത്തെ നിന്റെ ദിവസം

എന്നും,

എന്നിട്ടും താടിവെച്ച ഒരു മുഖ്യമന്ത്രിയും
നമ്മെ ഭരിക്കുക ഉണ്ടായില്ല

എന്നും, കാസർകോടിനെപ്പറ്റി

ഇവിടെ പലതരം ഭാഷയുണ്ട്
അറിഞ്ഞില്ലെങ്കിൽ കൂട്ടത്തിൽ ചേർക്കില്ല
ഒറ്റക്കോലമാക്കും, ഒറ്റക്കോലം

എന്നും വായിക്കുന്നേടത്ത് വളരെ സാധാരണമായ കാര്യങ്ങൾ അത്യന്തം വിചിത്രവും അസാധാരണവുമായി രൂപം മാറുന്നു.

'ശാകുന്തളം,' 'നളചരിതം,' 'കൃഷ്ണന്റെ യാത്രകൾ' എന്നിവ പഴങ്കഥകളുടെ പുതിയ പാഠങ്ങളാണ്. 'വായന'യിൽ ബഷീറിന്റെ ബാല്യകാലസഖി വായിച്ചതിന്റെ അനുഭവവും 'വായനയിൽ സംഭവിക്കുന്നതി'ൽ എം. ടി കഥാപാത്രങ്ങളുടെ പരിണാമസാധ്യതകളും 'ചാകര'യിലും 'കടലി'ലും 'ചെമ്മീൻ' വായനയുടെ നിഴലുകളും കാണുന്നു. ഇടശ്ശേരിയും വൈലോപ്പിള്ളിയും ആശാനും ഇടയ്ക്ക് സൂചനകളിലൂടെ കടന്നുപോകും.

'വടക്ക്,' 'കാസർകോട്,' 'കാഞ്ഞങ്ങാട്,' 'നീലേശ്വരം,' 'കാസ്രോട്ടെ പുള്ളോറ് അഥവാ കാസർകോട്ടെ ചെക്കന്മാർ,' 'കയ്യൂർമാല' കോഴിക്കോട് എന്നിവ പുതിയ സ്ഥലപുരാണങ്ങളും. ഇതിൽ 'കയ്യൂർമാല' സവിശേഷമായ ശ്രദ്ധയർഹിക്കുന്നു. മുഴുവനായല്ലെങ്കിലും മാലപ്പാട്ടിന്റെ ശൈലിയിലാണ് അത് എഴുതിയിട്ടുള്ളത്. അതിലെ,

കാര്യങ്കോട്ടച്ചുവും ഖാദറും കാലവും
ദേശം വിറപ്പിച്ച ചെങ്കൊടിയായോവർ

എന്ന ഈരടി, ഒരു പെരുമ്പറയുടെതെന്നപോലെ വേറിട്ട് മുഴങ്ങുന്നു.

മഴയെപ്പറ്റി പത്തിലേറെ കവിതകൾ ഈ സമാഹാരത്തിലുണ്ട്. മഴക്കവിതകൾ എന്ന് ഇവയെ വിളിക്കാം. ഇവയല്ലാതെ വേറെ കവിതകളിലും മഴ കടന്നു വരുന്നു. 'അവിടെ മഴ പെയ്യാറില്ല' എന്ന കവിതയിൽ മഴയില്ലായ്മയാണ് പ്രമേയം. വക്താവിന്റെ ജനനവും വളർച്ചയും ചരിത്രവുമെല്ലാം മഴയിൽ നനഞ്ഞു കുളിക്കുന്ന 'മഴ എന്റെ വീട്ടു പേരാണ്,' റെയിൻ റെയിൻ ഗോ എവേയിൽ അവസാനിക്കുന്ന 'മഴയ്ക്കു പിന്നിൽ,' തെയ്യംസ്മരണകളുടെ 'ഒരു മഴക്കാല കവിത,' മഴ എല്ലാറ്റിനെയും അതിനെത്തന്നെയും നനവിൽ പുതപ്പിക്കുന്ന 'മഴ പോകുന്നു,' ജീവിതം മുഴുവൻ പിന്തുടരുകയും കവിതയായി ചിതറി വീഴുകയും ചെയ്യുന്ന 'മഴക്കാലം,' കുടയും ചോറ്റുപാത്രവും മുതൽ കവിതയും പത്രാധിപരുടെ തിരസ്കാരക്കുറിപ്പുംവരെ മഴയിൽ നനയുന്ന 'ആരും അധികം മഴ നനയരുത്,' നീ എങ്ങോട്ടും പോകേണ്ട എന്നു പറയുന്ന 'കാലാവസ്ഥ,' വംശാനുഷ്ഠാനത്തിന്റെ താളഗതി പുനഃസൃഷ്ടിക്കുന്ന 'പുറപ്പാട്,' പ്രാദേശികഭാവങ്ങൾ പകർത്തുന്ന 'കാഞ്ഞങ്ങാട് മഴ പെയ്യുമ്പോൾ,' വഴിയെല്ലാം വഴുക്കലിക്കുമ്പോൾ ഓണത്തെക്കുറിച്ച് ഓർമ്മിക്കുന്ന 'മഴ മാറിയാൽ' ഇവയാണ് മഴക്കവിതകൾ. 'കോഴിക്കോട്' എന്ന കവിതയിലെ, 'കോർപ്പറേഷൻ സ്റ്റേഡിയത്തിൽ മഴയുടെ കിക്കോഫ്' എന്ന ഉജ്ജ്വലമായ ആ ഫീഫ മൺസൂൺ മെറ്റഫറും ശ്രദ്ധിക്കുക.

വംശദേശസ്മരണകൾ സുറാബിന്റെ കവിതയിലെ മുഖ്യ പ്രമേയങ്ങളിൽ ഒന്നാണ്. വംശീയ-ഉത്തരദേശം എന്നു പറയാവുന്ന ഒരു ഗതകാലത്തെ അദ്ദേഹത്തിന്റെ ചില കവിതകൾ സംബോധന ചെയ്യുന്നു. 'വടക്ക്,' 'പെണ്ണ്,' 'പുറപ്പാട്,' 'മല്ലന്റെ ദേശഭക്തിഗാനം,' 'കലശം' എന്നിവ ഈ വിഭാഗത്തിൽ പെടും.

സുറാബ് ഉപയോഗിക്കുന്ന ഒരു ശബ്ദം പലപ്പോഴും ദൂരത്തിരിക്കുന്ന മറ്റൊരു ശബ്ദത്തെ ഓർമ്മിക്കുകയോ ഇരട്ടിക്കുയോ ചെയ്യുന്നു. ചിലപ്പോൾ ശബ്ദങ്ങളും അക്ഷരക്കൂട്ടങ്ങളും ചേർന്ന് കവിത രചിക്കുന്നു. ഒരു വാക്ക് ദൂരത്തിരിക്കുന്ന മറ്റൊരു വാക്കിൽ സൃഷ്ടിക്കുന്ന ഭാവനയാണ് ഈ കവിതകൾ. തോരാതെ പെയ്യുന്ന മഴയെപ്പറ്റി, 'അടുപ്പുകളും പഠിപ്പുകളും മുടക്കി,' എന്നെഴുതുമ്പോൾ വായനക്കാർക്കു പരിചയമുള്ള 'പഠിപ്പുമുടക്കി'ൽനിന്ന് പരിചയമില്ലാത്ത 'അടുപ്പു മുടക്കി'ലേക്ക് ഒരു വിദൂരവിനിമയം നടക്കുന്നു.

മഴയിൽ വെള്ളം ചേർത്തവനെ
വെറുതെവിട്ടു
മഴ നനഞ്ഞവനെ തൂക്കിക്കൊന്നു

എന്ന മൂവടിയിൽ പാലിൽ വെള്ളം ചേർക്കുന്നവനിൽനിന്ന് മഴവെള്ളത്തിൽ വെള്ളം ചേർക്കുന്നവനിലേക്കും വെള്ളം ചേർക്കുന്ന കുറ്റത്തിൽനിന്ന് മഴ നനയുന്ന കുറ്റത്തിലേക്കും ഓരോ പ്രസാരണങ്ങൾ നടക്കുന്നു. 'മുടികൊണ്ട് കളിക്കരുത്/ മുടിഞ്ഞുപോകും' എന്നിടത്ത് 'തീകൊണ്ട് കളിക്കരുത്' എന്ന ശാസനയുമായാണ് വരികൾക്ക് സമ്പർക്കം. ഇതുപോലെ,

അച്ഛന്റെ കാല് വലുതാണ്
അമ്മയുടെ വർത്തമാനത്തിലെ കാലമാടൻ

എന്ന വരികളിൽ കാലമാടനിൽനിന്ന് കാലിലേക്ക് ഒരു ഗുപ്ത സന്ദേശം പോകുന്നു. ആസ്വാദനത്തിൽ പുതിയ കവിത ചവച്ചു നോക്കി രുചി അസാദ്ധ്യകയ്പാണെന്നു കണ്ട് 'തുപ്പിക്കളഞ്ഞാൽ വല്ല ദോഷവും ഉണ്ടാകുമോ' എന്നു പരിതപിക്കുന്നിടത്ത് കൈപ്പുള്ള മരുന്ന് മുതിർന്നവർ കാണാതെ തുപ്പിക്കളഞ്ഞ് അതിന്റെ പ്രത്യാഘാതത്തെ പേടിച്ചുനില്ക്കുന്ന കുട്ടിക്കാലം ഓർമ്മയിലെത്തുന്നു.

ഇന്നലെവരെ
വയ്യാവേലിയായിരുന്നു
ഓലപ്പുരയായിരുന്നു

എന്ന തുടക്കത്തിൽ, മൂന്നാമത്തെ വരിയിലെത്തുമ്പോൾ രണ്ടാമത്തെ വരിയിലെ വയ്യാവേലി ഓലപ്പുരയ്ക്കുചുറ്റും പോകുന്ന ഒരു തരം വേലിയായി രൂപം മാറുന്നു. വേലിയും വയ്യാവേലിയും തമ്മിലെ സംഭാഷണത്തിലാണ് ഈ മാറ്റം സംഭവിക്കുന്നത്. മറ്റൊരു കവിതയിലെ, 'പക്ഷികൾക്കും പാമ്പുകൾക്കും കുറത്തി വഴിപാടുന്നു' എന്ന വരിയിലും ഇതുപോലെ വഴിയും വഴിപാടും തമ്മിൽ അദൃശ്യസമ്പർക്കങ്ങൾ നടക്കുന്നു. ആകെ ഗതികെട്ട് പുല്ലു തിന്നേണ്ടിവന്ന പഴഞ്ചൊല്ലിലെ പുലിയുടെ കഥാശേഷമാണ് 'മൃഗം.' കവിയുടെ പുരപ്പുറത്ത് പുല്ലു വളരുന്നതിനാൽ അയാൾ തന്റെ പുലിയെ അങ്ങോട്ടു മാറ്റിക്കെട്ടി. പുലിയുടെയല്ല, കവിയുടെ ഗതികേടുകൊണ്ടാണ് അങ്ങനെ ചെയ്യേണ്ടി വന്നത്. അർത്ഥത്തിന്റെ തലത്തിൽ എങ്ങനെയാണ് ഈ അസംബന്ധകവിത വിശദീകരിക്കുക? അതിനും ശബ്ദസാമ്യങ്ങളെ ആശ്രയിക്കണം. പുലിയും പുല്ലും

തമ്മിലെ ശബ്ദസാമ്യം, പുലി പുല്ലു തിന്നുമെന്ന പഴഞ്ചൊല്ലിന്റെ സാക്ഷ്യം, കേവല മൃഗമായാൽ മനുഷ്യനും പുല്ലുതിന്നാമെന്ന അനുമാനം, പുരപ്പുറത്തു വളരുന്ന പുല്ലിന്റെ സാക്ഷ്യം, പുരയും പുല്ലും തമ്മിലെ പ്രാസബന്ധം ഇതെല്ലാമാണ് ഈ കവിതയിലെ അസംബന്ധത്തിന് അർത്ഥം നല്കുന്നത്. പുരപ്പുറത്തു പുല്ലുതിന്നു കഴിയുന്ന പുലിയുടെ അതേ യുക്തിയാണ് പിൻവാതിലിലൂടെ ഇറങ്ങിപ്പോകുന്ന വീടിനും('വാതിലുകളില്ലാത്ത വീട്') മറ്റൊരാളുമായി ഇറങ്ങിപ്പോകുന്ന വീടിനും ('ഒരു വീട് നടന്നു പോകുന്നു').

പുളിപ്പിക്കുന്നവൻ
പുളിച്ചു തികട്ടുന്നവൻ
ഇങ്ങനെ ഏറെയുണ്ട്
പുളിയുടെ നാനാർത്ഥങ്ങൾ

എന്നീ വരികളിൽ പുളി എന്ന വാക്കും അതിന്റെ ഏകാർത്ഥവും നാനാദിശകളിലേക്ക് പിരിഞ്ഞുപോകുന്നതായി കാണാം. 'പ' എന്ന കവിതയിലാകട്ടെ 'പ' എന്ന അക്ഷരം മിന്നിമറയുന്ന വാക്കുകളിലൂടെ ഒരു യാത്ര ചെയ്യുന്നു. 'ലൈബ്രറി'യിൽ 'മാവിന് എറിയുമ്പോൾ പ്ലാവിന് കൊള്ളുന്നത്' നമ്മൾ തെറ്റിദ്ധരിച്ചതു പോലെ ഏറിന്റെ ലക്ഷ്യം തെറ്റുന്നതുകൊണ്ടല്ല, മറിച്ച് 'ഭൂമിയുടെ മറ്റൊരു ആകർഷണം'കൊണ്ടാണ് എന്നു നാം വായിക്കുന്നു.

ഒരു കൊലപാതകത്തെക്കുറിച്ച്,
കഴുത്തിനൊരു വെട്ട്
പിന്നെ നിലവിളിയും തുന്നിക്കെട്ടും

എന്നെഴുതുമ്പോൾ വെട്ടിന്റെ രോഷവും നിലവിളിയുടെ പേടിയും കഴിഞ്ഞ് അവയ്ക്കെല്ലാം അപ്പുറം ആശുപത്രിയിൽ നടക്കുന്ന തുന്നിക്കെട്ടിലേക്കുള്ള ദൂരവും കാലതാമസവും നമ്മെ ഞെട്ടിക്കുന്നു. ഇതേപോലെയാണ് അമ്മാവന്റെ മകളെ പ്പറ്റിയുള്ള രണ്ടു വരികൾ:

സ്നേഹം വിശ്വസിച്ചു ചതിവു പറ്റിയതാണ്
ഇപ്പോൾ അസ്ഥിത്തറയിലെ വിളക്ക്

ഇവിടെ കാമുകന്റെ ചതിക്കും അസ്ഥിത്തറയ്ക്കും ഇടയിൽ കിടക്കുന്നു കാതങ്ങൾ, യോജനകൾ.

വിലാപങ്ങളോ അതിവികാരങ്ങളോ സുറാബിന്റെ കവിതകളിൽ കാണുകയില്ല. വികാരങ്ങളെ കൃത്യമായ ഒരു നിരപ്പിൽ നിർത്തിയ ശേഷം വീണ്ടും അതിൽനിന്ന് ഒരുപടി താഴ്ത്തി

നിർത്തിയിട്ട് ഉച്ചരിക്കുന്ന ന്യൂനോക്തിയാണ് ഈ കവിതകളിൽ ഏറെയും. സ്നേഹം വഴിഞ്ഞൊഴുകുന്ന കുടുംബം എന്ന മിഥ്യാസങ്കല്പത്തിന്റെ അടിക്കല്ലിളക്കുന്ന ഒരു കവിതയും ഇതിലുണ്ട്, 'നൊസ്സ്'. യാഥാർത്ഥ്യബോധ്യത്തിൽ കവിതയിലെ നൊസ്സൻ പറയുന്നു, ഭ്രാന്തു വരാതിരിക്കണമെങ്കിൽ കുടുംബത്തെ സ്നേഹിക്കാതിരിക്കണം എന്ന്, യുവത്വം പണയം വെച്ച് ജീവിതം അന്യർക്ക് നുള്ളിക്കൊടുക്കരുതെന്ന്. നിങ്ങൾ നിങ്ങളെ തിരിച്ചറിയുകയും പെങ്ങളെ അവിശ്വസിക്കുകയും വേണം; തറവാട്ടുഭരണം അളിയനാണ്. മരുമക്കളെ തീറ്റാതിരിക്കുക, തീറ്റിയാൽ അടികിട്ടുമെന്ന് ഉറപ്പാണ്. പെണ്ണുകെട്ടാതിരിക്കുക. കെട്ടിയാൽ സ്നേഹം, നിങ്ങൾ എപ്പോഴെങ്കിലും അതെനിക്കു തന്നിട്ടുണ്ടോ എന്നു ചോദിച്ചുകൊണ്ടിരിക്കും. അതൊഴിവാക്കാൻ, ഞാൻ നിന്റെ നിഴൽ, നീ എന്റെ പാതി എന്ന് ആദ്യമേ അങ്ങോട്ടു പറഞ്ഞു കൊണ്ടിരിക്കുക. പിന്നെ മിണ്ടാതിരുന്നുകൊള്ളും.

മനസ്സിൽ തിങ്ങിനിറയുന്ന ആശയങ്ങളും വികാരങ്ങളും അർത്ഥങ്ങളും പ്രാണവേദനയോടെ വേട്ടയാടിപ്പിടിക്കുന്ന വാക്കുകളും താളങ്ങളും ഈ കവിതകളിൽ കാണുകയില്ല. പകരം അക്ഷരക്കൂട്ടങ്ങൾ ആവർത്തിക്കുന്നതിലൂടെ പുതുതായി അർത്ഥത്തിൽ വന്നു ചേരുന്ന പരിണാമങ്ങൾ വായനക്കാർക്ക് കാണാനാകും. കൃത്രിമമായി ഉണ്ടാക്കുന്ന ശബ്ദസാമ്യം മാത്രമല്ല പ്രാസം, ശബ്ദസാമ്യം സൃഷ്ടിക്കുന്ന അർത്ഥസാമ്യങ്ങൾ കൂടിയാണ്. വിചാരിക്കാതെ പ്രത്യക്ഷമാവുന്ന അർത്ഥസാദൃശ്യങ്ങളിലൂടെ സുറാബ് വായനക്കാരെ വഴി നടത്തുന്നു. ചില സാമ്യങ്ങൾ അടുത്തുള്ളവയാണ്, മറ്റുള്ളവ ദൂരത്തുനിന്നും വരുന്നവയും.

കുട്ടിക്കാലത്തിന്റെ അപ്രസന്നചിത്രങ്ങൾ ഈ കവിതകളിൽ എമ്പാടും നിഴൽ വീഴ്ത്തിയിരിക്കുന്നു. എന്നാൽ ദുഃഖം മാത്രമല്ല അല്പമാത്രമായ സന്തോഷങ്ങളും അവിടവിടെ കാണും. 'അച്ഛൻ വരുന്നു,' 'ഓടയിൽനിന്ന്,' 'അടയാളം,' 'ജനറൽ കമ്പാർട്ട്മെന്റിലെ കച്ചവടക്കാരൻ' എന്നിവ ഉദാഹരണങ്ങൾ. 'ഓടയിൽനിന്ന്' എന്ന കവിതയിൽ വലിയൊരു ടാങ്കർലോറി പോലെ ഭൂമി കുലുക്കിക്കൊണ്ട് അച്ഛൻ വരുന്നതും വിശപ്പിന്റെയും വിയർപ്പിന്റെയും ഇടയിൽ അമ്മ സൈഡ് കൊടുക്കുന്നതും കൃപാകരമായ പെരുമയുടെ ഒരു സമൂർത്തചിത്രമാണ്. 'അച്ഛൻ വരുന്നു' എന്ന കവിതയിൽ ഒന്നും നൽകാനില്ലാത്ത, ഭാര്യയേയും മകനെയും എന്നോ ഉപേ

ക്ഷിച്ച് വർഷങ്ങൾക്കു ശേഷം തിരിച്ചുവരുന്ന നിസ്വനായ അച്ഛനാണ്, 'അടയാള്'ത്തിൽ ചെരിപ്പ് ഉപേക്ഷിച്ചുപോയ കാലമാടനായ അച്ഛനും.

ദേശത്തിന് രണ്ടുതലമുറക്കാലംകൊണ്ട് വന്നു ചേർന്ന മാറ്റത്തെ കവി നോക്കിക്കാണുന്നത് പ്രവാസിയുടെ അനുഭവങ്ങളിലൂടെയാണെന്നു തോന്നാം. 'തീ' എന്ന കവിതയിൽ തിരിച്ചുവന്നപ്പോൾ ദേശം ചെരിഞ്ഞുനടക്കുന്നു എന്ന് കവിക്കു തോന്നുന്നത് അതുകൊണ്ടാണ്. എന്നാൽ 'പ്രവാസി' എന്ന കവിതയിൽ ദേശമല്ല പ്രവാസിയാണ് ചെരിഞ്ഞു നടക്കുന്നത്. 'ചെരിവ്' എന്ന കവിതയിലാകട്ടെ വീടിനാണ് ചെരിവ്.

സ്ത്രീയുടെ സന്തുഷ്ടവും അസന്തുഷ്ടവുമായ അനേകം അനുഭവങ്ങൾ ഈ കവിതകളിലുണ്ട്. 'സ്ത്രീപുരാണം,' 'ആമിന,' 'വായന,' 'ഐശുമ്മ ഒരു പഴങ്കഥ,' 'ചിത്രം' എന്നീ കവിതകൾ കാണുക. സ്ത്രീയുടെ ജീവിതത്തിൽ എപ്പോഴും ഏതു രൂപത്തിലും അപകടം കടന്നുവരും. അമ്മട്ടിൽ സംഭവിക്കാവുന്ന ഒരു അപകടത്തിന്റെ തൊട്ടുമുമ്പിൽ അവസാനിക്കുന്ന കവിതയാണ് 'കൂട്.' ഏട്ടന്റെ ചങ്ങാതിയാണെന്നു പറഞ്ഞ് ഒരാൾ മുറ്റത്തു നില്ക്കുന്നു. വാതിൽ തുറന്നാൽ ആൾ അകത്തു കയറും; തുറന്നില്ലെങ്കിൽ ഏട്ടനോടെന്തു പറയും? ആ നേരം ഭഗവാൻ ഒരു ദൃഷ്ടാന്തം അവൾക്കായി കാട്ടുന്നു: ആകാശത്ത് വട്ടമിട്ടു പറക്കുകയാണ് പരുന്ത്. താഴെ കോഴിയും കുഞ്ഞുങ്ങളും. ഒരു ബലാൽക്കാരത്തിന്റെയും കൊലയുടെയും തൊട്ടുമുമ്പത്തെ നിമിഷങ്ങളിലെ ഭീകരമായ നിശ്ശബ്ദത പകർത്തിയതു പോലിരിക്കുന്നു ഈ കവിത. 'മകളേ, അറുപതു വർഷത്തെ കഠിനാദ്ധ്വാനമാണ്/ഇന്നത്തെ നിന്റെ ദിവസം' എന്നു ചിന്തിക്കുന്ന പിതാവിനെ ഒരു കവിതയിൽ നമ്മൾ കണ്ടതാണ്. അവന്റെ പരഭാഗമിതാ, 'കമ്പോളം' എന്ന കവിതയിൽ:

> പത്തൊമ്പതു കൊല്ലം
> പൊന്നു പോലെ നോക്കിയ ആൾ
> ഇരുപതാമത്തെ കൊല്ലം
> മൊത്തമായും തൂക്കി വിറ്റു
> ഇപ്പോൾ അവൾ
> ചെമ്പുകച്ചവടക്കാരന്റെ കൂടെയാണ്.

സ്ഥിരം ബസ്സുയാത്ര ചെയ്യുകയായിരുന്ന ഒരു യുവതിയുടെ ഗർഭത്തിന്റെ ഉത്തരവാദി തിരശ്ശീലയ്ക്കപ്പുറം മറഞ്ഞു

നിൽക്കുകയാണ് 'വിസിൽ' എന്ന കവിതയിൽ. ആൾ ആരെന്നു യുവതി പറയുന്നതേയില്ല. ബസ്സുയാത്രയ്ക്കിടയിൽ മുഴങ്ങിയ വിസിലൊച്ചകൾ കളിക്കളത്തിൽ റഫറിയുടെ വിസിലുകളിൽ ഇടകലരുകയും കളിക്കാരും കാമുകരും ആശയക്കുഴപ്പത്തിൽ പെട്ടുപോവുകയും ചെയ്യുന്നു. അപ്പോഴാണ് കവിയുടെ ആത്മഗതം: ഏതു വിസിലാണ് അവളുടെ അടിവയറ്റിൽ വളരുന്നത്?

പല നേരങ്ങളിൽ പല വിധത്തിൽ ആൾക്കൂട്ടങ്ങൾ രൂപം കൊള്ളുന്നതിന്റെ കവിതയാണ് 'ആൾക്കൂട്ടം.' ആൾക്കൂട്ടം പിരിഞ്ഞു പോയിട്ടും ആളുകൾ അവിടവിടെ വേർതിരിഞ്ഞു നില്ക്കുന്നതാണ് കവിതയുടെ അവസാനത്തെ ഈരടിയിൽ. അത്, പിറ്റേ ദിവസം ഹർത്താൽ ആയിരിക്കും എന്നതിന്റെ അടയാളമായിരിക്കുമെന്ന് കവി. അധികമാരും ശ്രദ്ധിച്ചിട്ടില്ലാത്ത ഒരു കാര്യമാണ് ഇത്. ഇതുപോലെ രണ്ടു കളിക്കാർ തമ്മിൽ കാണുമ്പോൾ അവർ കളിയെക്കുറിച്ച് ഒന്നും പറയുന്നില്ല എന്ന 'കളി'യിലെ നിരീക്ഷണം. ഇതും ശരിയോ എന്ന് എനിക്ക് അറിവില്ല. എന്നാലും അതങ്ങനെ ആയിരിക്കും എന്നു ഞാൻ ഭാവന ചെയ്യുന്നു.

കവിതയ്ക്ക് അങ്ങാടിയിൽ ഇടമില്ല. എന്നാൽ തൂക്കുക, തൂക്കിവില്ക്കുക, തൂക്കിലേറ്റുക എന്നീ സമാനപദങ്ങളിലൂടെയും തൂക്കുകയും വില്ക്കുകയും ചെയ്യുന്ന സാധനങ്ങളുടെ വിവിധഗന്ധങ്ങൾ ലയിച്ച് ഒരൊറ്റ ഗന്ധമാകുന്നതിലൂടെയും 'ബസാർ' എന്ന കവിത ജനിക്കുന്നു. പണ്ട് ബസാറിന്റെ സ്ഥാനത്ത് ഒരു അനാദിപ്പീടിക മാത്രമായിരുന്നു. ഇന്ന് അതിന്റെ പൊളിഞ്ഞ ഓടുതറയിൽ നായ ചുരുണ്ടുകിടന്നുറങ്ങുന്നു. പണ്ടത്തെ അനാദിപ്പീടികയിൽ എടുത്താൽ പൊങ്ങാത്ത, സഞ്ചിയിൽ കുത്തിനിറച്ച് ഏറ്റിക്കൊണ്ടു പോകേണ്ട ബാല്യമായിരുന്നു. പുതിയ ബസാറിന് തറവിലയും നികുതിയും വ്യാപാരിസംഘടനകളും ഉണ്ട്. പുതിയ വ്യാപാരികൾ കൂട്ടഹർത്താലിനു കൂട്ടു പോയിരിക്കുകയാണ്. അവർ വിലപേശുകയാണ്. അന്തിമമായി ഈ ബസാർ മറ്റെന്തിനേക്കാൾ ഭാരങ്ങൾ ചുമലിൽ ഏറ്റുകയും ഇറക്കുകയും ചെയ്തുകൊണ്ട് ചുമൽ തേയുന്നവരുടെ ഒരു ആവാസവ്യവസ്ഥയാണ്.

മന്ത്രവാദവും ആവാഹനവും ഉച്ചാടനവും അനുഷ്ഠാനവും മലയാളജീവിതവും ഇടകലർന്ന ഒരാകാശത്തിൽ സങ്കല്പിക്കുന്ന ബ്രാഹ്മഭാവനയാണ് 'കാമസൂത്രം' എന്ന

കവിത; ഈ സമാഹാരത്തിലെ ഏറ്റവും മികച്ച സൃഷ്ടികളിൽ ഒന്ന്.

സഹനങ്ങളിലൂടെയും പീഡനങ്ങളിലൂടെയും കടന്നു പോന്ന ഭൂതകാലമാണ് പല കവിതകളുടെയും പ്രചോദനം. എന്നതുകൊണ്ട് സുറാബ് വർത്തമാനത്തിലെ പുതിയ പീഡിതരെ കാണുന്നില്ല എന്നില്ല. തലമുറകളിലൂടെ സമ്പത്തിന്റെ തുംഗപദത്തിൽ വിവിധഭാവങ്ങളിൽ ഇരുന്നരുളിയ വമ്പന്മാർ തോളിൽ മാറാപ്പു കേറിയ മാരണങ്ങളായത് 'അവനവൻ കടമ്പ'യിൽ നമുക്കു വായിക്കാം. അന്നത്തെ പീഡിതരുടെ ഇന്നത്തെ പിൻഗാമികൾക്ക് അന്നത്തെ യെശമാന്മാരുടെ ഇന്നത്തെ തലമുറ അശ്രീകരമായി മാറിയിരിക്കുന്നു. 'മാരണങ്ങൾ' എന്നാണ് ഇന്ന് അവരെ വിളിക്കുന്നത്.

കവിതയെക്കുറിച്ചു താൻ വെച്ചുപുലർത്തുന്ന വിശ്വാസങ്ങളും ചില തരം കവിതകളോട് തനിക്കുള്ള പ്രതിഷേധവും പ്രതിഫലിപ്പിക്കുന്ന ഏതാനും കവിതകളും ഇതിലുണ്ട്. 'രണ്ട് വായനകൾ', 'പൂരിപ്പിക്കൽ', 'അഞ്ച്', 'ഉപമയം', 'മഹൽ' എന്നീ കവിതകളിൽ വായനയിലൂടെ നിർമ്മിതമാവുന്ന പുതിയ ഭാഗധേയങ്ങളുടെ സൂചനകൾ കാണാം. ചിലതരം കവിതകളോടുള്ള എതിർപ്പുകൾ 'കോവണി', 'കൃഷി', 'കോളം', 'സാമൂഹ്യം', 'ദർശനം', 'പഠനം' എന്നീ കവിതകളിലും കാണാം.

താൻ വ്യാകരണമില്ലാത്ത കവി എന്ന് സുറാബ് 'മഹൽ' എന്ന കവിതയിൽ സ്വയം താഴ്ത്തിപ്പറയുന്നതുപോലെ തോന്നി. വൈക്കം മുഹമ്മദ് ബഷീറിനെപ്പറ്റി എം എൻ വിജയൻ പറഞ്ഞതിനെ ഓർമ്മിപ്പിക്കുന്ന ഈ സംസാരം ശരിയല്ല. സുറാബിന്റെ കവിതയിൽ വ്യാകരണവും വൃത്തവും താളവും അലങ്കാരവും ഇവ കൂടാതെ മറ്റെന്തെങ്കിലുമാണ് വേണ്ടതെന്നാൽ അവയും വേണ്ടിടത്ത് വേണ്ടതു പോലെ ഉണ്ട്. ■

വായന

ഞാനിന്നൊരു കവിത വായിച്ചു
കാകളിയും കേകയുമില്ലാത്ത കവിത.

ജീവിക്കാൻവേണ്ടി നാടുവിട്ടുപോയ ഭർത്താവ്
രാപലുകളുടെ തീക്കണ്ണേറ്റുവാങ്ങി
ഏതോ നഗരത്തിൽ എന്നോ കനലായ്
ഏതോ നിറമായ്, കരിക്കട്ടയായ്, ചാമ്പലായ്.

തീരാത്ത സ്വപ്നങ്ങളുടെ ആഴക്കിണറിൽ
ജീവിതവും പട്ടിണിയും പകുത്ത്
പടവിറങ്ങിവന്നു കൈനീട്ടിയ മറ്റൊരു പുരുഷന്
ദാഹജലമായ്, അവൾ മറ്റൊരു മണവാട്ടിയായ്...

ഒടുവിൽ ആണ്ടറുതിയുടെ അവസാന നാളിലൊന്ന്
മഴ തിമിർത്താടിയ കാലവർഷക്കുളിരിൽ
ഒരു കാല് നഷ്ടപ്പെട്ട് അർദ്ധരാത്രിപോലെ
ആദ്യഭർത്താവ് തിരിച്ചെത്തുന്നിടം കവിത തീരുന്നു.

ഇപ്പോൾ
മൂന്നുകാലുകളുള്ള രണ്ടു പുരുഷന്മാർക്കിടയിൽ
അവൾ തനിച്ച്...
അവൾ തനിച്ച്... ■

കുടിയൊഴിപ്പിക്കൽ

ഞാനിവിടെ ഒരു പൂ വെച്ചിരുന്നു
എവിടെയാണത്?
"അത് ചെങ്കൊടിയായി മാഷേ..."

ഞാനിവിടെ ഒരു പുസ്തകം വെച്ചിരുന്നു
എവിടെയാണത്?
"അത് ലൈംഗികത്തൊഴിലാളികളുടെ-
കിടപ്പറയിലാണു മാഷേ..."

ഞാനിവിടെ ഒരു ഹൃദയം വെച്ചിരുന്നു
എവിടെയാണത്?
"അതിന്നലെ എല്ലാവരും കൂടി കത്തിച്ചു മാഷേ..."

ഞാനിറങ്ങുന്നു,
എന്റെ വടി എവിടെ?
തുളസിയും തുമ്പയും
കുടയും കണ്ണടയും എവിടെ? ■

വായനയിൽ സംഭവിക്കുന്നത്

ഒരു ദിവസം തന്റെ കഥാപാത്രങ്ങളെ കാണാൻ
എം.ടി ഗ്രാമത്തിലേക്കു പോയി.
തുലാവർഷമാണ്
അങ്ങിങ്ങ് ഇടിയും മഴയുമുണ്ട്
എം.ടി കുടയെടുക്കാൻ മറന്നിരുന്നു
നടവരമ്പിലൂടെ കുട്ട്യേടത്തി കുടയുമായി വരുന്നു
വന്നപാടെ അവൾ പറയുന്നു;
'ഞാൻ വല്ലാതെ നനഞ്ഞുപോയി...'

കാറ്റിനും മഴയ്ക്കും ശക്തികൂടി
പെട്ടെന്നൊരലർച്ച
തിരിഞ്ഞു നോക്കിയപ്പോൾ വേലായുധനാണ്
ഇരുട്ടിന്റെ ആത്മാവിലെ വേലായുധൻ
അവൻ ചങ്ങല കിലുക്കുന്നു;
'കെട്ടഴിച്ചു വിടൂ, എനിക്ക് ഭ്രാന്തില്ല...
ഈ ദേശത്തിനാണ് മുഴുഭ്രാന്ത്...'
അന്നു രാത്രി എം.ടി
കാഥികന്റെ പണിപ്പുരയിലായിരുന്നു
പുസ്തകം തുറന്നപ്പോൾ ആരോ വന്നു പറഞ്ഞു
'കുട്ട്യേടത്തി ആത്മഹത്യ ചെയ്തതല്ല,
അവളെ കൊന്നതാണ്...'

എഴുതുമ്പോഴല്ല
വായിക്കുമ്പോഴാണ് പലതും സംഭവിക്കുന്നത്.
ഓപ്പോൾ പിഴച്ചതും
വിമല (മഞ്ഞ്) കാമുകനെ വഞ്ചിച്ചതും
ഗോവിന്ദൻകുട്ടി (അസുരവിത്ത്) നാടുവിട്ടുപോയതും
ഇനിയും പലരും വിളിച്ചുപറയും.

കൊടി മാറും ഗ്രാമം മാറും
മരം മുറിക്കും
മലയും പുഴയും അപ്രത്യക്ഷമാകും
കഥാപാത്രങ്ങൾക്കും മാറ്റം സംഭവിക്കും.

മഴ മാറി
ഗ്രാമത്തിൽ വീണ്ടും വെയിലുദിച്ചു
നഗരത്തിലേക്കുള്ള മടക്കയാത്രയിൽ
പിറകിൽ നിർമ്മാല്യം തൊഴുത പെണ്ണും
അതിനു പിറകിൽ കോമരം തുള്ളുന്ന വെളിച്ചപ്പാടും.
അത് വായനയുടെ ഐതിഹ്യമാണ്. ■

ഒരു വീട് നടന്നുപോകുന്നു

എങ്ങോട്ടാണെന്നറിയില്ല
അതൊരു വീടാണ്
അത്, നടന്നുപോകുന്നു
ചെമ്പകം, മരതകം, മാണിക്യം, മന്ദാരം.
ഇവരൊക്കെയാണ്
ആ വീട്ടിൽ ആദ്യം താമസിച്ചവർ
അവരൊക്കെ ഒഴിഞ്ഞുപോയിരിക്കുന്നു.
ഇപ്പോൾ ഇരുട്ടും ഭ്രാന്തും എലികളും പൂച്ചകളും.

ഇടയ്ക്കു കയറിവരുന്നു, വെയിൽ
ഇടയ്ക്കു ഇറങ്ങിപ്പോകുന്നു നിഴൽ.
പുരപ്പുറത്തു മുരിങ്ങമരമുണ്ട്
കൊഴിഞ്ഞു വീണ മുരിങ്ങപ്പൂക്കളും.
ദൂരെനിന്നു നോക്കുന്നവർക്ക്
ഇതൊരു മഞ്ഞുമലയാണ്
അതിനപ്പുറം ശത്രുരാജ്യവും.
യുദ്ധമില്ല, സമാധാനമില്ല.
നായ്ക്കൾക്കും പൂച്ചകൾക്കും
ഒരേ നയം, ഒരേ നിലം.

ഇതുവരെ റിയലെസ്റ്റേറ്റൊന്നും കടന്നുവന്നിട്ടില്ല
ആയിടെയാണ് ഒരു ദിവസം
ഒരു വഴിപോക്കൻ പ്രത്യക്ഷപ്പെട്ടത്.
അയാളുടെ കയ്യിൽ ഒരു കെട്ടു കടലാസുകളുണ്ട്
അതൊരു കൈയ്യെഴുത്തുപ്രതിയാണ്.
എന്താണ് അതിലുള്ളത്?

ആധാരമോ, അടിയാധാരമോ?
ഉപനിഷത്തോ, പുരാണമോ?
എന്തായാലും ജീവിതം അതിലുണ്ടായില്ല
അതുകൊണ്ടാണ് അയാളോടൊപ്പം
ആ വീട് ഇറങ്ങിപ്പോയത്.
ഒളിച്ചോടുന്ന കമിതാക്കളെപ്പോലെ,
അമ്മയെ ഉപേക്ഷിക്കുന്ന മക്കളെപ്പോലെ,
ആകാശത്തിലേക്ക്, കാർമേഘത്തിലേക്ക്. ■

കള്ളുഷാപ്പിലേക്കുള്ള വഴി

നേരെപോയി
വളഞ്ഞുപുളഞ്ഞു വരുന്നതാണ്
ആ വഴി.
അച്ഛൻ നേരത്തെപോകും
വീട്ടുകാര്യവും നാട്ടുകാര്യവും തർക്കിച്ചു
അവിടെ ഇരിക്കും.
അന്തിയാകുമ്പോൾ
തലയിലെ കെട്ടഴിച്ചു അരയിൽചുറ്റി
ആടിയാടിവന്നു
അമ്മയുടെ മടിയിൽ ഛർദ്ദിക്കും.

എന്നാൽ അമ്മാമൻ നേരെ മറിച്ചാണ്.
അമ്മായിയുടെ മുടിക്കെട്ടു പിടിച്ചുവലിച്ചു
തറവാടിനെയും താന്തോന്നിത്തരങ്ങളെയും
തെറി പറഞ്ഞു
മുറ്റമടിക്കുന്ന ചൂലുകൊണ്ട് മുഖത്തടിച്ചു
കോളാമ്പിയിൽ കാറിത്തുപ്പി
അതുമെടുത്ത്
നേരെ ഒരു പോക്കാണ്.
ഇനിയൊന്നും വിൽക്കാനില്ല.

തറവാടിനു വില പറഞ്ഞു
അഡ്വാൻസു വാങ്ങി കുടി തുടങ്ങിയ ഞാൻ,
ഇപ്പോൾ അച്ഛനോളം വലുതായി.
എന്നിട്ടും അമ്മാമൻ പറയുന്നു;
എനിക്കു കള്ളുഷാപ്പിലേക്കുള്ള വഴി
നേരെ അറിയില്ലെന്ന്.

നേരെ പോകാനറിയാഞ്ഞിട്ടല്ല
വളഞ്ഞും പുളഞ്ഞും പോയി വരുന്നതാണല്ലോ
ആ വഴി.

ഇപ്പോൾ ആ വഴിയിൽ
അച്ഛൻ ഒരോർമ്മയാണ്.
പിന്നീട് കേബിളിടാൻ വന്ന
തമിഴന്മാരാണ്
കാണാതായ അമ്മാമനെ കണ്ടെത്തിയത്.
പൊലീസും ജയിലും
പിന്നീട് ജീവിതത്തിൽ കലർന്ന
വലിയ സംഭവം.

അതുപറഞ്ഞു ഇന്ന് ആരും
ആ വഴി പോകാറില്ല.
അവിടെ ഇപ്പോൾ കള്ളുഷാപ്പുമില്ല.
എന്നിട്ടും അവിടെ എത്തുമ്പോൾ
തലയ്ക്കകത്തൊരു വെളിപാട്.
ഒരല്പം മദ്യം ബോധത്തെ ഉണർത്തും
അധികമായാൽ കൈവിട്ടുപോയ ജീവിതത്തെയും. ■

നാലു വിരലുകൾ

കാലം

അറവുകാരൻ ആട്ടിടയനോട് പറഞ്ഞത്
ഞാനെങ്ങനെ നിന്നോട് പറയും-?
അവർ വിലപേശിയതും വിരുന്നൊരുക്കിയതും
പുതുവസ്ത്രം തന്നതും പുകയില തീറ്റിച്ചതും
ഞാനെങ്ങനെ നിന്നോട് പറയും?
അറവുകാരൻ ആട്ടിടയനോട് പറഞ്ഞത്
നമുക്കിടയിലെ രക്തപ്പുഴകളെക്കുറിച്ചാണെന്ന്
ഞാനെങ്ങനെ നിന്നോട് പറയും?

ചിത്ര

ഇന്നു തീവണ്ടി വന്നുനിൽക്കുന്നത്
അടുക്കളയിലാണ്.
യാത്രക്കാർ ഇറങ്ങിപ്പോകുന്നത്
വിറകിൻ കൂമ്പാരത്തിലേക്കും
അടുപ്പൊരു
മനസ്സാണ്, ജീവിതമാണ്, ചിതയാണ്
എല്ലാം കത്തുന്നു
എല്ലാം കത്തിത്തീരുന്നു
ഞാൻ യാത്ര പോകുന്നത്
ആരുടെ ചിതയിലേക്കാണ്?
ആരുടെ ശ്മശാനത്തിലേക്കാണ്?

വാർത്തകൾ

എനിക്ക് ചുറ്റും വാർത്തകൾ
നിനക്ക് ചുറ്റും വാതിലുകൾ.

പതിനാറ്, പതിനേഴ്, പതിനെട്ട്
ഇപ്പോൾ അസ്തമയമാണ്.
പത്രക്കാരനും പാൽക്കാരിയും പിണക്കമാണ്.
കോങ്കണ്ണിനും നരച്ച മുടിക്കും നികുതിയില്ല.
വിശപ്പടക്കാൻ ആരോഗ്യകേന്ദ്രത്തിൽ നിന്നും
പുഴുങ്ങിയ രോഗാണുക്കൾ.
ആശുപത്രിയിലെ രോഗി മരിച്ചനിലയിൽ
അവളുടെ കിണ്ണം, പുതപ്പ് ഇന്നെനിക്ക്.
മോർച്ചറിയിലെ ശവങ്ങൾക്കിടയിൽ
ഞാൻ മലർന്ന് കിടക്കുന്നു.
എനിക്ക് ചുറ്റും വാതിലുകൾ അടയുന്നു.
എനിക്ക് ചുറ്റും വാർത്തകൾ വിങ്ങുന്നു.

യാത്ര

പള്ളിയിൽ നിന്നും മണവറയിലേക്കൊരു ഘോഷയാത്ര
മണവറയിൽനിന്നും പള്ളിയിലേക്കൊരു വിലാപയാത്ര.
ഉദയവും അസ്തമയവും
ചോദ്യവും ഉത്തരവും
എന്റെ ഹൃദയത്തിലെ എല്ലാ കുരിശുകളും
ഇന്നെന്നോടു കുമ്പസാരിക്കുന്നു
വാചകം ഞാൻ തിരുത്തുന്നില്ല.
വാക്കുകൾ ഞാൻ മാറ്റിപ്പറയുന്നില്ല.
“പുതിയ വീടും പഴയ ആധാരവും”
ആധാരത്തിലൂടെ ചങ്ങലകൾ നീണ്ടുപോകുമ്പോൾ
മണവറയിലെ മെഴുകുതിരികൾ ഉരുകുന്നു.
പനിക്കുന്ന ഓർമ്മകളുമായി ഞാൻ തിരിച്ചുപോകുന്നു
ഉദയം പൂക്കുന്ന ആകാശത്തേക്ക്
മറ്റൊരു ഘോഷയാത്രയിലൂടെ
മറ്റൊരു വിലാപയാത്രയിലൂടെ. ■

ഒരു ശിശിരകാല കവിത

ഇത് ശിശിരം.
അകത്തും പുറത്തും ശീതകാലത്തിന്റെ സൂര്യൻ.
മൈമൂന ഇനിയും ഉണർന്നിട്ടില്ല
അവൾ പനിച്ചു കിടപ്പാണ്.

ഇത് ശിശിരം.
പുതപ്പും പൂക്കളും കൊണ്ടുവന്നവർ തീയിട്ട് കായുന്നു.
മൈമൂന ഇനിയും ഉണർന്നിട്ടില്ല
അവൾ പനിച്ചു കിടപ്പാണ്.

ഇപ്പോൾ രാത്രി.
മഞ്ഞും മലഞ്ചരിവും രാക്കുളിരും.
മൈമൂന എന്തോ പറയുന്നു.
അവൾക്ക് പനി ഏറുന്നു.

ഇത് ശിശിരം.
താഴ്വരയിൽ വെയിലിറങ്ങുന്നു.
ഇലകളിൽ ശസ്ത്രക്രിയ.
മൈമൂന കരയുന്നു
പനി പൂക്കൾക്കും കിളികൾക്കും.

തുറന്നിട്ട വാതിൽ
ഇത് മൈമൂനയുടെ ബാല്യം,
പണി തീരാത്ത മുറി
ഇത് മൈമൂനയുടെ മണിയറ.
മൈമൂന
ചിരിയണഞ്ഞ പെണ്ണ്

പൊട്ടിച്ചെടുത്ത പൂവ്
നിലാവിന്റെ അനിയത്തി.

ഇരുട്ടും ഇടവഴിയും
മനസ്സിൽ നിന്നും
അവളുടെ മണിയറയിലേക്കുള്ള ദൂരം.
ഇപ്പോൾ
എല്ലാ വാതിലുകളും തുറന്നു കിടക്കുന്നു
അവളുടെ ബാല്യം പോലെ
അവളുടെ ആകാശം പോലെ.

മൈമൂന ഇനിയും ഉണർന്നിട്ടില്ല
അവൾ പനിച്ചുതന്നെ കിടക്കുന്നു
പനി ആകാശത്തോളം പടർന്നിരിക്കുന്നു.
അവൾക്കൊന്നും ഓർമ്മയില്ല
അവൾ ഉറങ്ങുക തന്നെയാണ്.

പുതപ്പും പൂക്കളും കൊണ്ടുവന്നവർ
തിരിച്ചു പോകുന്നു
മറ്റൊരു ശിശിരത്തിലേക്ക്
മറ്റൊരു മൗനത്തിലേക്ക്.
മുഷിഞ്ഞ ആകാശത്തുനിന്നും
ശീതകാലത്തിന്റെ സൂര്യൻ താണിറങ്ങുന്നു
ഒരായുസ്സിന്റെ അസ്തമനം പോലെ
ആഴത്തിലേക്ക്
ഇരുട്ടിലേക്ക്. ■

പിറ്റേദിവസം

പിറ്റേദിവസം
അവളെനിക്കു കത്തെഴുതി.
ഇനി വരുമ്പോൾ
എനിക്കു നിങ്ങളോടൊപ്പം രാത്രിയാവണം.
അതിൽ മണമുള്ള മുഹൂർത്തങ്ങളും
മധുരമുള്ള കിനാവുകളും
തുന്നിവെക്കണം.
പിറ്റേദിവസം
അവളെനിക്കു കത്തെഴുതി.
ഇനി വരുമ്പോൾ
നിങ്ങളോടൊപ്പം കണ്ണാടിയാവണം.
അതിൽ മഷിയെഴുതിയ ഞരമ്പുകളും
മൈലാഞ്ചിയിട്ട കുപ്പിവളകളും
സൂക്ഷിച്ചുവെക്കണം.
പിറ്റേദിവസം
അവളെനിക്കു കത്തെഴുതി.
ഇപ്പോൾ പൂർണ്ണമായും
ഞാൻ നിങ്ങളുടെ പൂന്തോട്ടമാണ്
അതിൽ വിരിയുന്ന വർണ്ണങ്ങളും
തേടിവരുന്ന പൂമ്പാറ്റകളും
നമ്മുടേതു മാത്രം.
പിറ്റേദിവസം
അവളെനിക്കു കത്തെഴുതി.
പിറകുവശത്തെ വാതിലിലൂടെ
ഞാനിപ്പോൾ കൊഴിയുകയാണ്.
അതിൽ തുന്നിയെടുത്ത സ്വപ്നങ്ങളും
സമർപ്പിച്ച വികാരങ്ങളും

അനാഥമാകുന്നു.
പിറ്റേദിവസം
അവളെനിക്കു കത്തെഴുതി.
ഇനി നിങ്ങൾ വരരുത്.
കണ്ണാടിയും കടലും
ഇപ്പോൾ മറ്റൊരാളുടേതാണ്.
അതിൽ വസന്തം
പുതിയ ചമയങ്ങളണിയുന്നു.

പിറ്റേദിവസം
അയാൾ തനിച്ചായ്
രാത്രിയായ്.
പിന്നീടുള്ള രാത്രികളിൽ
പുറംതള്ളപ്പെട്ടവരുടെ
കോളനിയിൽ
അയാളും പ്രച്ഛന്നമായ്
മറ്റൊരു കോമാളിയായ്. ■

താടി

കുഞ്ഞയമ്മദിനു താടിയുണ്ട്
അയാളൊരു വിശ്വാസിയാണ്.
മാർക്സ്, എംഗൽസ്, ലെനിൻ
ഇവരൊക്കെ താടി വെച്ചവരായിരുന്നു
വിപ്ലവകാരികളായിരുന്നു.

പഴയ ബ്ലാക്ക് ആന്റ് വൈറ്റിലും
പുതിയ ഡിജിറ്റലിലും താടിയുള്ളവരുണ്ട്.
അക്കൂട്ടത്തിൽ പി.എ.ബക്കറും ജോൺ അബ്രഹാമും
അരവിന്ദനും പദ്മരാജനും കനത്ത താടിക്കാരാണ്.
ഇപ്പോൾ കെ.ഇ.എന്നിനുമുണ്ട് ഒരു ചെറിയ താടി.
താടിയിൽ മതവും മാനവികതയും
വിപ്ലവവും പ്രണയവും കടന്നുവരുന്നു.
എന്നിട്ടും താടിവെച്ച ഒരു മുഖ്യമന്ത്രിയും
നമ്മെ ഭരിക്കുക ഉണ്ടായില്ല.

ജീവിതത്തിൽ ഒരിക്കലെങ്കിലും
താടി വെക്കാത്തവർ ഉണ്ടാവില്ല.
സ്വന്തം മുഖത്ത് ചായമിടാത്തവരും.
ആധുനികതയിൽ വെട്ടി
ആധുനികോത്തര ബ്യൂട്ടീഷ്യന്മാരായി.

പറഞ്ഞുവരുന്നത് ചരിത്രത്തിൽ
കവികളും മഹർഷിവര്യരും
പണ്ടേ ബാർബറെ പേടിയുള്ളവരായിരുന്നു.
അന്നു തൊട്ടേ ഷേവു ചെയ്യുന്നതിൽ
നമ്മൾ പിറകിലായി, മടിയന്മാരായി,
അങ്ങനെ നമ്മളിൽ മുനിമാർ ഏറെയുണ്ടായി.

അവസാനകാലത്ത് ബാർബറിനും
താടി ഉണ്ടായിരുന്നു.

താടി അലങ്കാരമാണ്
അഴിക്കാൻ പറ്റാത്ത മൂടുപടം.
നിഷേധിക്കുമ്പോഴും, തീ പിടിക്കുമ്പോഴും
അവനവൻ കാണാത്ത പൊയ്മുഖം
കെടാത്ത ജീവിതം, അവകാശം. ■

മൂലധനം

ചെരിപ്പു മുറിച്ചു കാലുവലുതാക്കുന്നവനു
ഞാനെന്റെ കോട്ടും കാലുറയും ഊരിക്കൊടുത്തു.
പകരം എനിക്കു കിട്ടിയതാണ് ഈ മൂലധനം.

ഞാനിപ്പോൾ കോട്ടില്ലാതെ
മഴയും വെയിലും കൊണ്ട് പെരുവഴിയിൽ.
എന്നാലും മൂലധനം വായിക്കുന്നുണ്ട്.

ഇപ്പോൾ അവൻ
കാലുമുറിച്ചു ചെരിപ്പു വലുതാക്കുന്നു.
കോട്ടിട്ടാൽ എന്തുമാവാമെന്നുള്ള അതിമോഹം.

വർഗ്ഗശത്രുവിനെ ഞാനിപ്പോൾ തിരിച്ചറിയുന്നു
വിശക്കുന്നവനു പതിരാണു കൂലി.
പിന്നീടു മൂലധനം വായിച്ചു തീർത്തത്
തൊഴിലിന്റെ ഒരു ദിവസത്തെ വേതനം കൊണ്ടാണ്
അതികഠിനമായ വേദനകൊണ്ടാണ്. ■

അച്ഛൻ വരുന്നു

അമ്മേ, അച്ഛൻ വരുന്നു,
വിളക്കണച്ചുറങ്ങാനമ്മ പുതപ്പെടുക്കുന്നു?
സന്ധ്യയുടെ കവിളിൽ
നീരുവെച്ചയിരുട്ടിനെ കക്ഷത്തിലാക്കി,
അമ്മേ, അച്ഛൻ വരുന്നു.
മാഞ്ഞു പോയ മഹാത്ഭുതങ്ങളുടെ
മരവിച്ച മനസ്സുമേന്തി,
അമ്മേ, അച്ഛൻ വരുന്നു.
കുന്നിൻപുറത്തു മരിച്ചുവീണ
നിലാവിന്റെ കാലടിതേടി,
അമ്മേ, അച്ഛൻ വരുന്നു.
രാവിന്റെ നാഭിയിലി-
ഴഞ്ഞു കേറിയ പാമ്പിനെത്തേടി,
അമ്മേ, അച്ഛൻ വരുന്നു.

നാളെയെച്ചൊല്ലി പിറു-
പിറുക്കാത്തരൊച്ഛൻ
ആരുടേയോ നുണക്കുഴിയുടെ
ആഴംപേറുന്നൊരച്ഛൻ
ജനിച്ചപ്പോൾത്തന്നെ
വയസ്സനായിപ്പോയൊരച്ഛൻ,
ഭൂമിയിലിപ്പോൾ മാത്രം
'ബുദ്ധ'നായിപ്പിറന്നൊരച്ഛൻ,
എന്റച്ഛൻ,
മായാജാലക്കാരന്റെ
ഒഴിഞ്ഞ കൊട്ടപോലെ,
അമ്മേ, അച്ഛൻ വരുന്നു. ■

ഐശുമ്മ ഒരു പഴങ്കഥ

ഒന്ന്

കോഴിക്കഥയിൽ കോഴി കുടുങ്ങിയപ്പോഴാണു
ഐശുമ്മയ്ക്ക് കോഴിക്കറി നഷ്ടമായത്.
അതുവരെ പുറംപോക്കിലായിരുന്നു.
ഇപ്പോൾ ഒഴിഞ്ഞ കോഴിക്കൂട്ടിലാണ്.
ഇതിനേയും കുടിയേറ്റം എന്നു പറയാം.
എന്നാലും മുട്ടയോ കോഴിയോ
ആദ്യം കിട്ടിയതെന്നു
ഐശുമ്മയ്ക്കും പറയാനാവില്ല.

രണ്ട്

അടുത്തത്
ഐശുമ്മ നായിനെപ്പോറ്റിയതാണ്.
പാത്തുമ്മാന്റെ ആട് പാലും സൂപ്പും തന്നപ്പോൾ
ഐശുമ്മാന്റെ നായ
എളുപ്പം പരലോകത്തിലേക്ക് വഴികാട്ടി കൊടുത്തു.
പറഞ്ഞിട്ടൊന്നും കാര്യമില്ല,
ഒരു പെണ്ണിനും ഒറ്റയ്ക്ക് ജീവിക്കാനാവില്ല
കാവൽനായയും ചിലപ്പോൾ കടിക്കും.

മൂന്ന്

പാത്തുമ്മാന്റെ ആട് ഐശുമ്മ വായിച്ചിട്ടില്ല,
കോഴിയെപ്പോറ്റാനും നായിനെപ്പോറ്റാനുമല്ലാതെ
അവർക്ക് മറ്റൊന്നും അറിയില്ല.
കോഴി കൂകി
എന്നിട്ടും ഐശുമ്മ ഉണർന്നതേയില്ല.

അതെങ്ങനെയാ?
നായിനെപ്പോറ്റിയ ശിക്ഷ
നായി തന്നെ നടപ്പാക്കിയ സ്ഥിതിക്ക്.
അതിൽപ്പിന്നെയാണ് 'നായിന്റെ മോൻ' വിളി
മലയാളത്തിൽ വ്യാപകമായത്. ■

തിരഞ്ഞെടുത്ത ഭ്രാന്തുകൾ

രണ്ടുതരം ഭ്രാന്തുകൾ ഒന്നിക്കുമ്പോൾ
വീട്ടിനുള്ളിൽ ഭൂകമ്പം ഉണ്ടാകുന്നു.
അഴിക്കുള്ളിൽ പെണ്ണ് കരയുന്നു
അവൾക്കു ഭ്രാന്താണ്, ചങ്ങലയിലാണ്.

നാട്ടിൽ പലതരം ഭ്രാന്തുകൾ പടരുന്നു
തെക്കുനിന്ന് കുഞ്ഞായൻ വരുന്നു
വടക്കുനിന്ന് മങ്ങാട്ടച്ചനും.
അവർ അമ്പലക്കാരോടും പള്ളിക്കാരോടും
ഫലിതം പറയുന്നു.
അവരുടെ കളിതമാശകൾ കേട്ടു വഴിപോക്കർ ചിരിക്കുന്നു.
'ഇവന്മാർക്ക് ഭ്രാന്താണ്, കണ്ടു നിൽക്കുന്ന നമ്മൾക്കും...'

കാമുകി വഴങ്ങാത്തതിനു സ്നേഹം ഉപേക്ഷിച്ചതാണ്
അയാളുടെ ഭ്രാന്ത്.
അഭിനയം അതിന്റെ പരിസമാപ്തിയിലെത്തുമ്പോൾ
പകൽ വിഷം കുടിക്കുന്നു, രാത്രി വേഷം മാറുന്നു.
പിന്നീട് സാക്ഷിമൊഴിയിൽ തുരുമ്പെടുത്തതാണ്
നായികയുടെ ചങ്ങല.

പാറുവമ്മയ്ക്കുമുണ്ട് ഒരുപാട് ഭ്രാന്തുകൾ.
കാണാതായ മകളെ കിണറ്റിലും കണ്ടില്ല
പടിപ്പുരയിൽ മഴ ചിന്നിച്ചിതറുന്നു
അകത്തുമുഴുവൻ ചോർച്ചയാണ്, നിലവിളിയാണ്.

കദീസുവിന്റെ ഭ്രാന്ത് കെട്ടിയോൻ ഒഴിവാക്കിയത്.
എന്നിട്ടയാൾ എങ്ങോട്ടു പോയി? ആരെ കെട്ടി?
അതൊന്നും അവൾക്കറിയില്ല.

അറിയാവുന്നത്,
'വിരുന്നുവരും വിരുന്നുവരും
പത്താം മാസത്തിൽ... പത്താം മാസത്തിൽ...'

ഇവിടം ഭ്രാന്താലയമാണെന്നു
ഒരിക്കൽകൂടി വിളിച്ചുപറയാൻ
ഞാനൊരു വിവേകാനന്ദനല്ല.
സ്വാമിയും ആയിട്ടില്ല.
ഇതൊന്നും ആകാൻ പറ്റാത്തതാണ്
എന്റെ ഭ്രാന്ത്. ■

ഒന്ന്, രണ്ട്, മൂന്ന്

ഒന്ന്

അരവണ്ണം - 32 ഇഞ്ച്
കൈ - 22 ഇഞ്ച്
കഴുത്ത് - 14 ഇഞ്ച്
ഇറക്കം - 27 ഇഞ്ച്
അളവെടുത്തു തീരും മുമ്പേ
തുണിക്കുള്ളിൽ ഒളിപ്പിച്ച കത്തി
അയാൾ പുറത്തെടുത്തിരുന്നു.
എന്നിട്ടു പറയുവാ;
'അയഞ്ഞ വേഷം കെട്ടി മതിയായി
ഇതാണു പുതിയ ആവിഷ്കാരം...'

രണ്ട്

ഇന്നലെ വന്നില്ല, ഇന്നും വന്നില്ല
നാളെയെങ്കിലും വരുമോ?
വാതിൽ തുറന്നുവെച്ചതുപോലെ
വിളക്കു കത്തുന്നുണ്ട്, അരി
പതച്ചു മറിഞ്ഞു അടുപ്പ് കെട്ടിരിക്കുന്നു.
പാതവക്കിൽ ജനം തുറിച്ചു നോക്കുന്നു
ഘാതകൻ വരുന്നുണ്ട് എന്ന മുന്നറിയിപ്പോടെ,
പൊലീസ്, പുലിവാല്, കോടതി, വിധി...
അവൾ വന്നു തൊട്ടു വിളിച്ചപ്പോഴാണ്
ഞെട്ടി ഉണർന്നത്, വിധി അറിഞ്ഞത്.

മൂന്ന്

പതാക താഴ്ത്തിക്കെട്ടി
മടങ്ങിപ്പോകുന്നു.

ഇന്ന്, തെരുവിൽ ഹർത്താലാണ്
ചോര വീണു കുതിർന്ന നിലവിളിയാണ്.

'പിന്നെ വരാം,
കതക് ചാരിയാൽ മതി
അകത്തുനിന്നും കൊളുത്തിടേണ്ട
വരാം, വേഗം...'

എന്നാൽ, വന്നില്ലൊരിക്കലും
വന്നതോ?
ആണ്ടറുതിയുടെ കൊടിയടയാളമായി
രണ്ടു പൊലീസുകാർ.
തൊണ്ടി മുതലായി
അവരെന്നെ കൊണ്ടുപോയി.
വിചാരണ, തെളിവെടുപ്പ്, കോടതി.
ഒടുക്കം, നരച്ചു നരച്ചു
ഞാനൊരു വെളുത്ത സ്മാരകമായി. ■

കലശം

നാളെ ചന്തയ്ക്കു പോണം
ചിരുതേനെ കൂട്ടണം
ഓക്ക് വേണ്ടത് മേങ്ങണം
ചെട്ട്യോന്റെ കോറത്തുണിയും
വെറ്റിലടയ്ക്ക, ചപ്പ്, ചുണ്ണാമ്പ്
പുളി, ഒണക്ക്, ചട്ടി, കലം...

തീർന്നില്ല,
തൊട്ടിലാടണം
സർക്കസ് കാണണം
കുപ്പിവള മേങ്ങണം
കുഞ്ഞ്യോക്ക് കൊട, പുത്തകം
പെൻസല്, ടബ്ബറ്...

ഇക്കൊല്ലം മയേക്കു മുമ്പേ
പൊര പൊതയ്ക്കണം
പോയേല് കുളിക്കണം
ഞണ്ടിനെ പിടിക്കണം
പുളിയിട്ടു വെക്കണം
കിട്ടന്റെ പീട്യേന്ന്
അവ്ലും മലരും, കായ്യും വെല്ലോം
കോരന്റെ റാക്കും അയ്യയ്യയ്യയ്യാ...

തെയ്യം കെട്ടണം
തെരുവത്തൂടെ പായണം
ഓറെ പേടിപ്പിക്കണം
കെട്ടിലിട്ടോളെ അയിച്ചു വിടണം

ഓക്കും എനക്കും പനി വന്ന കാലം
ഓർത്തോർത്തിരിക്കണം...

ചൂട്ട കത്തിക്കണം
കഞ്ഞി കുടിക്കാൻ
മാവിൻ ചപ്പില പറിക്കണം
വരമ്പത്തൂടെ നടക്കണം
ആകാശം കാണണം
തെങ്ങിലിരിക്കുന്നോനെ
പച്ചോലപാമ്പാക്കണം
വാക്കുകൊണ്ടരിയുന്നോനെ
പ്രാകണം, പ്രാകിപ്പുലരണം...

തീർന്നില്ല,
തീരുന്ന ചക്കിപ്പൂവിന്
തീരാത്ത കാലത്തിന്റെ വരം
എനക്കും എന്റോക്കും
ജീവിക്കാൻ രണ്ടു വായക്കന്ന്,
ഇത്തിരി മണ്ണ്... ■

ട്രെയിൻ

ട്രെയിൻ ഇപ്പോഴും ചൂളം വിളിക്കുന്നു
കരിയും പുകയും ഇല്ലാതായിട്ടും
നെഞ്ചിടിപ്പും കിതപ്പുമായി
ആകാശം നോക്കി പാളം വിറപ്പിക്കുന്നു.

കുട്ടിക്കാലത്ത് കൂകൂകൂകൂ തീവണ്ടി
മുതിർന്നപ്പോഴും കൂകൽ
ഒരു ഇതിവൃത്തമായി തുടരുന്നു.
അന്നും തള്ളിയിട്ടാൽ
കാൽ തെറ്റി വീണതെന്നു പറയും.

നിർത്തിയിട്ട സ്റ്റേഷനിലൊന്നും
ആരും ഇറങ്ങുന്നില്ല.
വയറ്റത്തടിച്ചു പാടുന്നവർ മാത്രം
കമ്പാർട്ടുമെന്റു മാറിക്കയറുന്നു.

ജനറലിലും റിസർവേഷനിലും
ഉറങ്ങുന്നവരും ഉറങ്ങാത്തവരും
എല്ലാവർക്കും 'ശുഭയാത്ര...'
പച്ചയും ചുകപ്പും മാറി മാറി കത്തുന്നു.

പാളം മുറിച്ചു കടക്കുന്നവർ
പാലത്തിൽ കുടുങ്ങിയവരോടു പറയുന്നു;
'തീവണ്ടി പലതും സഹിക്കുന്നു,
യാത്രക്കാരെ ലക്ഷ്യത്തിലെത്തിക്കുന്നു,
മറ്റു പലരെ, മറ്റു പലയിടത്തും...'

വയറ്റത്തടിച്ചു പാടുന്നവനും
മുല്ലപ്പൂചൂടിയ പെണ്ണും
പോക്കറ്റടിക്കാരനും കച്ചവടക്കാരനും
ഞാനും എന്റെ ടിക്കറ്റും
ഒരേ ബോഗിയിൽ, ഒരേ പാളത്തിൽ.

മഹാനഗരത്തിലെ ഏതോ സ്റ്റേഷനിലാണ്
ഇപ്പോൾ വണ്ടി.
ഇത്, ഏതു സ്റ്റേഷനാണ്?
ഞാൻ കയറിയത് ഏതു വണ്ടിയിലാണ്? ■

കാമസൂത്രം

ഈറനുടുത്തു വരിക
ഇറയത്ത് കത്തിച്ചുവെക്കുമീ-
കരിന്തിരി വെട്ടത്തിൽ
കൈകൂപ്പി നിൽക്കുക
കൈവളകളൂരുക
തിരിയൂതിക്കെടുത്തുക
പിന്നെ ചാണകത്തറയിൽ
നിലം ചേർന്നു നനഞ്ഞൊട്ടുക.

തുളസി പൂക്കുന്നു
കരളിൽ കന്യകയുടെ താളം
കിണ്ടിയിൽ വെള്ളം നിറയ്ക്കുക
മന്ത്രജലം കൊണ്ട് ദേഹം നനയ്ക്കുക
മുറുക്കിക്കെട്ടിയ ചരടഴിക്കുക
വെറ്റില മുറുക്കുക
മുത്തി മുത്തി ചുവപ്പിക്കുക.

തൊടിയിൽക്കിടന്നെന്റെ പുള്ളിപ്പശു
കിനാവു കാണുന്നു
കറവു വറ്റും മുമ്പ്
ആരാന്റെ പറമ്പിലേക്കഴിച്ചു വിടുക
പാലും വെള്ളവും പുതിയ കിനാക്കളും
പഴകിയ തൊട്ടിയിൽ
മുറ്റത്തു കലക്കിവെക്കുക
മുടിയഴിച്ചിടുക.

മുറ്റം മെതിക്കുക
അടുപ്പിൽ പാൽക്കഞ്ഞിയും കാമവും

തിളപ്പിക്കുക
മുറവിളിയില്ലാതെ
മൂക്കുതൊടാതെ
വീർത്ത വയറുഴിഞ്ഞ്
മൂക്കുത്തിയഴിക്കുക
നഗ്നമാണിവിടെ വേദം
നഗ്നമാണിവിടെ സത്യം
പരിത്രാണായ സാധുനാം...

ഉടുത്തതിൽ പാതി ചോര
ഉടുക്കുന്നതിൽ പാതി ചേറ്
ഉടയാടകൾ മാറ്റി
കടിഞ്ഞൂൽ വേദനയോടെ
ചേറും ചോരയുമുണക്കുക
നാണം മറയ്ക്കാൻ
രേഖയില്ലാകൈപ്പത്തി
നിനക്കു ദക്ഷിണ
ഇതിൽ ധനരേഖയു-
മായുർരേഖയും വരച്ച്
ശാന്തമായി കഴിയുക
നീലാകാശം നിനക്കു മേലെ.

രാവസ്തമിക്കുന്നു
വാത്സ്യായനൻ എഴുതുന്നു.
മാഞ്ഞുമാഞ്ഞു പോകും നിലാവിൽ
നക്ഷത്രങ്ങളുടെ ബീജം
അരക്കെട്ടിൽ നിന്നും കൈമാറ്റുക
തണുത്ത തടാകത്തിൽ മുങ്ങുക
ഈറൻ മാറ്റുക
എന്നെ മറക്കുക. ■

മഞ്ഞ്

എല്ലായിടത്തും മഞ്ഞാണ്
മഞ്ഞിലെ വിമലയാണ്
മേഘങ്ങളുടെ മനസ്സ്
വിമലയ്ക്ക്.
പെട്ടെന്നു കറുക്കുന്നു
പെട്ടെന്നു തെളിയുന്നു
അവൾ സ്നേഹിച്ചു.
സ്നേഹം മഞ്ഞായ്,
മലയായ്, മലയാളമായ്.
എന്നിട്ടും
അടുത്ത മഞ്ഞിനുമുമ്പേ
അവൾ വിധവയായ്.

2

പാറവളപ്പിൽ അന്തോണിയാണ്
പിന്നീട് വിമലയ്ക്കുവന്ന ആലോചന
തെറ്റില്ല
ഒത്തപുരുഷൻ
പത്തുപേരുടെ കരുത്ത്
ആരോരുമില്ലാത്തവൻ.
ഒടുവിൽ, അവൾ
വിമല ആന്റണിയായ്.
ഇതെങ്ങനെ ശരിയാവും?
തെറ്റിനും ശരികൾക്കുമിടയിൽ
വിമല അമ്മയായ്.

അന്വേഷണങ്ങൾ വഴുമുട്ടിപ്പോയ
ഒരു ഞായറാഴ്ച
ആരോടും പറയാതെ
അന്തോണി അപ്രത്യക്ഷനായ്.
പിന്നീട് അവളുടെ ജീവിതം
മഞ്ഞുമൂടപ്പെട്ട
പുകപടലം പോലെ-
കാഴ്ചക്കാർക്കൊരു കല്യാണം പോലെ.

3

വിമല
കറുത്തപെണ്ണ്
കരയാനറിയാത്തവള്
കരിമുകില്.
നീറുന്ന ആകാശത്ത്
അവൾ കുറിച്ചുവെച്ചു;
"കാഴ്ച, അതിദൂരത്തോളമില്ല
മനസും അങ്ങനെ തന്നെ
ജീവിതം ഏറുപോലെ
വീട് ഉടുവസ്ത്രംപോലെ
നോക്ക്,
ഈ വലിയ ശ്മശാനത്തിൽ
ഞാനെന്റെ ജീവനുള്ള മനസ്സ്
കുഴിച്ചിടുന്നു....!
എല്ലാ പ്രണയകാലത്തിലെയും
കാറ്റാടി മരങ്ങൾക്കിടയിൽ,
എല്ലാ പ്രണയിനികളുടെയും
ഹൃദയവ്യഥകൾക്കിടയിൽ..." ■

പ്രിയപ്പെട്ട ഖൈറുന്നിസായ്ക്ക്

ഓറഞ്ച് ചോദിക്കുന്ന
നമ്മുടെ മൂത്തമകൾക്ക് കൊടുക്കാൻ
ഇന്നെന്റെ കൈയിൽ ഈ കവിത മാത്രം.
പക്ഷേ,
പെരുവഴി അവസാനിക്കുന്നിടം
കവിത ആവശ്യപ്പെട്ടുകൊണ്ട്
പഴയ കാമുകി മതിലുകെട്ടുന്നു.

കവിതയിലുള്ളത് ഭാര്യയും ഭർത്താവുമാണ്.
അവരുടെ
കളിതമാശകളാണ്
കണ്ണീരാണ്
ജീവിതമാണ്.

പോയകാലത്ത് ഒന്നും ഉണ്ടാക്കാനാവാത്ത
പോയത്തക്കാരനായ ഒരു കെട്ട്യോനായ്
ഒന്നും അറിയാത്തോനായ്
നാലുകെട്ടിന്റെ ഉള്ളറയിൽ
ദാരിദ്ര്യവും ഭ്രാന്തും ഭക്ഷിച്ച്
മനസ്സിൽ ചങ്ങല കരഞ്ഞപ്പോൾ
ആദ്യത്തെ കവിത ഉണ്ടായി.

നേരം ഒരുപാടായ്
കാമുകി മതിലുപൊളിച്ചു മടങ്ങിപ്പോയ്.
ഇപ്പോൾ
ഞാനും മകളും നമ്മുടെ കാലടിപ്പാടുകളും.
മനസ്സിൽ മഴ പെയ്യുകയാണ്
സ്വപ്നങ്ങളെല്ലാം മഴക്കാലത്തിലേക്കു മടങ്ങുകയാണ്.

നമ്മുടെ വാഴത്തോട്ടത്തിൽ
മഴവെള്ളം കെട്ടിക്കിടക്കുന്നതായ്
ഞാനിന്നലെയും കിനാവു കണ്ടു.
എന്റെ കിനാവുകളത്രയും ഭ്രാന്താണെന്നു പറഞ്ഞ്
നീ പൊട്ടിച്ചിരിച്ചതായും ഞാൻ കിനാവു കണ്ടു.
കിനാവു നിറയെ മുള്ളൻ പന്നികൾ.
എന്തുചെയ്യാൻ?
നീ പറയും പോലെ
എനിക്കു നഗരത്തിന്റെ സ്വഭാവമാണല്ലോ?

ഗ്രാമത്തിൽനിന്നും വന്ന നിന്റെ കൂട്ടുകാരിയെ
ഞാനീയ്യിടെ ഇവിടെവെച്ചു കണ്ടു.
നിന്റെ പനിനീർച്ചെടികളെല്ലാം
സ്ഥലം മാറ്റിക്കുഴിച്ചിട്ട വിവരം
അവൾ പറഞ്ഞു.
അയൽക്കാരെ വെറുക്കരുത്
അവരാണു നമ്മുടെ അതിർത്തികൾ.
ശരിയല്ലേ?
ഇനിയും നിന്റെ പിണക്കം തീർന്നില്ലേ?

നീയിപ്പോൾ
അടുപ്പിൽ തിളപ്പിച്ചെടുക്കുന്നതെന്താണ്
രോഗമോ ഹൃദയമോ പൂക്കാലമോ?
ഉപ്പുകലർന്ന ഞാറ്റുവേലപ്പാട്ടിൽ
നക്ഷത്രങ്ങളും കല്ലുകളും.
നക്ഷത്രങ്ങൾ ചേറി, കല്ലുകൾ പെറുക്കി
ഈ രാത്രിയും ഞാനിങ്ങനെ.
വയ്യ
ഏകാന്തതയെ ഞാൻ വെറുത്തു തുടങ്ങിയിരിക്കുന്നു.
എന്റെ രാവുകളും നോവുകളും പേക്കിനാവുകളാകുന്നു.
കിടക്ക വിരിയും തലയിണയും അനാഥമാകുന്നു.
നിലവിളികൾ ആകാശമാകുന്നു.
ഇതിൽപ്പരം ഞാനെന്തു പറയാൻ?
കണ്ണ് വേദനിക്കുന്നു
അതുകൊണ്ട് വായനയില്ല
അതാണ് ഏറ്റവും വലിയ വേദന.
എന്റെ വിശേഷം ഇത്രയും.
ഇതു നിനക്ക്
പ്രിയപ്പെട്ട ഖൈറുന്നിസായ്ക്ക്. ■

നല്ല അയൽക്കാർ

മരുഭൂമി തിളയ്ക്കുന്നു
ഒപ്പം എന്റെ കവിതയും
ഇത് സാധാരണക്കാരന്റെ കവിത
ഉപജീവനത്തിന്റെ പുറം പോക്ക്.
ഇവിടെ ഞാനും നീയും
ഉപരിപഠനം പൂർത്തിയാക്കുന്നു
നല്ല വായനക്കാരായി, നല്ല അയൽക്കാരായി.

വാതിലിൽ മുട്ടുന്നു
പുസ്തകം തുറന്നുവെച്ചിരിക്കുന്നത്
മറ്റൊരു അയൽക്കാരനാണ്
വികലാംഗനാണ്.
ആർക്കോ വേണ്ടിയുള്ള പോരാട്ടത്തിൽ
കാലുകൾ മുറിച്ചു കൊടുത്തവൻ
അയാൾക്കും ഇപ്പോൾ നാടില്ല, വീടില്ല.

യുദ്ധഭൂമിയിൽ ചരിത്രം വാഴ്ത്തപ്പെടുന്നു.
ഒറ്റുകാർക്കും പറ്റുകാർക്കും ഇടയിൽ
ഉപ്പുകാറ്റിനും പത്തേമാരിക്കും ഇടയിൽ
ഒട്ടകം വിമാനയാത്രയ്ക്കായി പുറപ്പെടുന്നു
കോട്ടയിലെ കണ്ണാടി മുഴുവനും
മുന്തിരിയും കരിഞ്ഞുണങ്ങിയ ഈന്തപ്പനകളും
മണൽപ്പാതയിൽ മണ്ണുമാന്തിയും ഖബറുകളും.

കുടിലുകൾ ശിഥിലങ്ങളാകുന്നു
നബീസ്ത്തയും സ്വദേശത്തേക്കു മടങ്ങി
മണലിൽ അവരുടെ തമ്പും ആട്ടിൻകൂടായി.

അപ്പുറം കടലേഴും കടന്നു പറന്നെത്തുന്ന ഡ്രാഫ്റ്റിൽ
മോഹങ്ങളുടെ ചിറകാകാശം
മൺകുടിലിൽ ചിരാതിന്റെ നാട്ടറിവ്.

ചിരുതമ്മയുടെ പാട്ടിൽ കരിന്തിരിയും കാക്കപ്പൂവും.
ഗ്രഹണം ആകാശത്തുവെച്ചുതന്നെ നടക്കുന്നു
അങ്ങനെയാണു ഭൂമിയിലുള്ളവരുടെ വിശ്വാസം.
പതിവുപോലെ സൂര്യചന്ദ്രഗ്രഹണങ്ങൾ
നമ്മുടെ ഉൾക്കാഴ്ചയിൽ നിന്നും മറയുന്നു.
“ഇനിയൊന്നും സംഭവിക്കില്ല....”
പറയുന്നത് മറ്റൊരു അയൽക്കാരനാണ്.
അയാളും വികലാംഗനാണ്.

ഉച്ചയുറക്കം കഴിഞ്ഞെത്തുന്ന പ്രാവുകൾക്ക്
അരിയും ഗോതമ്പും എറിഞ്ഞു കൊടുക്കുക
പറവകളെ ലാളിക്കുക, ശുശ്രൂഷിക്കുക
നഷ്ടപ്പെടുന്ന തൂവലുകൾക്കു മരുന്നു പുരട്ടുക
ഇതിൽപ്പരം നല്ല ഒരയൽക്കാരനു
പിന്നെന്താണു ബാക്കിയുള്ളത്-?
പിന്നെന്താണു വായിക്കാനുള്ളത്-? ■

സ്ത്രീപുരാണം

മേടത്തിൽ വന്നങ്ങു മേലുതന്നു
മേനിയിൽ വർണപ്പൂ ചൊരിഞ്ഞു
കുംഭത്തിൽ കുഞ്ഞുപിറന്നു പിന്നെ
കുഞ്ഞിളം കാലിൽ തള പണിതു

കർക്കടകത്തിൽ കരിമഷിയും
കണ്ണേറുകാലങ്ങൾ കൈവഴിയും
പെണ്ണുവളർന്നു പുരനിറഞ്ഞു
ഉത്സവനാളിൻ കൊടിയുയർന്നു.

കന്നിക്കുളിരിന്റെ പൈതങ്ങളേ
കണ്ണോടു കാക്കൂ നീ ഭൂതങ്ങളേ
താലിയും മാലയും തൈലങ്ങളും
താലോലമാടുന്ന വൃശ്ചികവും.

തളിരിട്ട പൂവിട്ട പൂന്തിങ്കളേ
ധനുമാസരാവിൻ ഞൊറിയഴകേ
നീയെന്തറിഞ്ഞു നിലയറിഞ്ഞു
ഇടവപ്പാതി വിശാരങ്ങള്

ചിങ്ങത്തിലാദ്യത്തെ ചേലചുറ്റ്
ചിത്തിരനക്ഷത്ര മാലചാർത്ത്
ചെങ്കതിർ വാഴയിലവിരുന്ന്
ചെട്ടിച്ചിമാരുടെ വായ്മരുന്ന്.

താളത്തിലോരോ വിളക്കണഞ്ഞു
ചേലൊത്ത് പെണ്ണിന്റെ ചോപ്പഴിഞ്ഞു.
ചന്തത്തിൽ മുങ്ങിക്കുളിച്ചുനിന്നു
ചോര പൊടിഞ്ഞു നിലമറിഞ്ഞു.

മകരത്തിൽ മീൻചുട്ടു ചോറുരുള
മിഥുനത്തിൽ ചാട്ടവാറിൻ പൊരുള്
അയലത്തെ പെണ്ണു തിരണ്ടപ്പോഴും
അങ്ങേത്തലയ്ക്കൽ വെടിമരുന്ന്.

മീനം കറുത്തു കനത്തുവന്നു
മഴവില്ലു മാഞ്ഞു മനം കൊഴിഞ്ഞു
മുടിനാരുപാലം കടന്നുപോയി
മുല്ലപ്പൂമൂക്കുത്തി മുങ്ങിപ്പോയി.

ചുട്ടതും വെച്ചതും കാക്ക കൊത്തി
ചുരുട്ടിവെച്ചതും കട്ടോണ്ടുപോയി
അങ്ങാടി തോറ്റാൽ അമ്മയോട്
അമ്മായി തോറ്റാലും അമ്മയോട്. ■

ശീലങ്ങൾ

എനിക്കു കുഞ്ഞിരാമനെ അറിയില്ല
അയാളുടെ മകൾ കുഞ്ഞിപ്പെണ്ണിനെ അറിയും.

എനിക്കു വെള്ളിക്കൽ ഫാർമസ്യൂട്ടിക്കൽസ് അറിയില്ല
അവരുടെ 'വീര്യം' കൂടിയ മരുന്നിനെക്കുറിച്ച് അറിയും.

എനിക്കു അമലയേയും മഹേഷേട്ടനേയും അറിയില്ല
അവർ കുങ്കുമം സീരിയലിലെ കഥാപാത്രങ്ങളാണെന്നറിയും.

എനിക്കു കൈനോട്ടക്കാരനെ അറിയില്ല
അയാളുടെ തത്ത ഏതുനേരവും തടവിലാണെന്നറിയും.

എനിക്കു മദ്യപാന ശീലമില്ല
മദ്യപാനികളുടെ ശീലത്തെപ്പറ്റി നന്നായി അറിയും.

എനിക്കു ചീട്ടുകളി അറിയില്ല
തുറുപ്പാണ് എല്ലാത്തിന്റെയും പരാജയമാണെന്നറിയും.

എനിക്കു എന്നെക്കുറിച്ച് ഒന്നും അറിയില്ല
ഏറെക്കാലം ചവിട്ടിത്തേഞ്ഞ ഒരു വള്ളിച്ചെരിപ്പാണെന്നറിയും. ■

ആമിന

ഇന്ന്
ആമിനയുടെ കല്യാണമാണ്.
പൂമുല്ലപ്പന്തലും കെസ്സുപാട്ടും നക്ഷത്രങ്ങളും
അവൾ തട്ടത്തിനുള്ളിലൂടെ കാണുന്നു.
രാജമല്ലിയും പനിനീരും
അവളുടെ പൂന്തോട്ടത്തിൽ വിരിഞ്ഞിരിക്കുന്നു.

ആമിന
മറ്റാരും കാണാതെ മണിയറയിലേക്കു പോകുന്നു
വിരിക്കുള്ളിൽ അത്തറും മുത്തങ്ങളും നിറയുന്നു
അലിക്കത്തും അരഞ്ഞാണവും അഴിയുന്നു
ആയിരത്തൊന്നു രാവുകൾ പൂക്കുന്നു.

പൂക്കൾക്കും പുതുമകൾക്കും ഇടയിൽ
ആമിന പൊട്ടിച്ചിരിക്കുന്നു.
പട്ടുറുമാലും തൊപ്പിയും അവൾക്കു സമ്മാനം
പുതുമാരനും കൈകൊട്ടിപ്പാട്ടും
അവളുടെ മൈലാഞ്ചിക്കൈയിൽ.
തൊപ്പിയും തലയണയും അവൾ മറക്കുന്നു.
ആമിന വാതിലടയ്ക്കുന്നു,
ഇനിയാരും വരാനില്ല.

ആമിന
പോയകാലത്തിന്റെ കാലപ്പഴക്കംപോലെ
വരുംകാലത്തിന്റെ പോഴത്തം പോലെ
മഞ്ഞും മൗലൂദും* നീണ്ട രാവുകളും.

---

* നബിദിനം കുറിക്കുന്ന പാട്ട്

"അസ്സലാമു അലൈക്കും..."
ആരോ വഴി തെറ്റി വരുന്നു
ആമിന വാതിൽ തുറക്കുന്നു
ഒരു മണിയോർഡറും മൂന്നു മൊഴികളും.
പൊടുന്നനെ.
അവളുടെ നെഞ്ചിൽ കുത്ത്റാത്തിബ്[1]
ആമിനയും അനാഥയാകുന്നു.

ആമിന
പുതിയ നൂലുകൊണ്ട്
പഴയ കുപ്പായത്തിന്റെ ഇഴ തുന്നിക്കൂട്ടുന്നു.
അവളുടെ ആകാശത്ത് ഒരൊറ്റ നക്ഷത്രംമാത്രം.
അവളുടെ ഏകാന്തതയിൽ
ഏതോ ദഫ്സംഘം ആടിപ്പാടി വരുന്നു.
നേർച്ചയും കോഴിയും വരും രാവുകളിൽ
സക്കാത്തും[2] വിധവയും രാപ്രസംഗത്തിൽ
ഉപേക്ഷിക്കപ്പെട്ട പെണ്ണ് ഇശലുകളിൽ.
അവൾ എഴുന്നേൽക്കുന്നു
ജാലകവിരിക്കപ്പുറം, മാമലകൾക്കപ്പുറം
ആകാശത്തിനുമപ്പുറം
അവളുടെ കസവുതട്ടം
പറന്നു പറന്നു പോകുന്നു.
ദഫ് സംഘം മുറ്റത്ത് ചുവടുവെക്കുന്നു.
സുപ്രയും[3] തളികയും അവൾ എടുത്തു വെക്കുന്നു.

ആമിനയുടെ മണിയറയിൽ
അരപ്പട്ടയും ചുമയും.
നാലാംകെട്ടുകാരന്റെ ഒപ്പന
അവളെ ചിരിപ്പിക്കുന്നു.
അവളുടെ പൂന്തോട്ടത്തിൽ
പതിന്നാലാം രാവും പനിനീരും കൊഴിയുന്നു.
അവളുടെ മണിയറയ്ക്കു മുകളിൽ
അയാളുപേക്ഷിച്ചുപോയ കാലൻകുട തൂങ്ങുന്നു.

1. ഒരു നേർച്ച
2. ദാനം
3. മേശവിരി

ആമിന കിനാവു കാണാറേയില്ല.
എങ്കിലും ചന്ദനത്തിരിയും മയ്യത്തുകട്ടിലും
അവളുടെ നിറഞ്ഞ രാവുകളിൽ

ആമിന
കുരുത്തംകെട്ട പെണ്ണ്
മുറ്റത്തിരുന്ന് തനിയെ കൊത്തങ്കല്ല് കളിക്കുന്നു.
കണ്ണൻ ചിരട്ടയിൽ ബിരിയാണിവച്ച് കളിക്കുന്നു.
അയലത്തെ കേശവനൊത്ത്
പുതുപെണ്ണും പുതുമാപ്പിളയും കളിക്കുന്നു.
ആരുമറിയാതെ, ആരേയുമറിയിക്കാതെ
വെള്ളപ്പട്ടു പുതച്ച് അവൾ മിണ്ടാതെ കിടക്കുന്നു.
അവൾ കളിമറക്കുന്നു.
ആമിന പോയകാലത്തിന്റെ പോഴത്തം പോലെ-
വരും കാലത്തിന്റെ തീവെളിച്ചം പോലെ. ■

കൃഷി

വിത്തിട്ടപ്പോൾ
ആദ്യം മുളവന്നത് കവിതയായിരുന്നു
പിന്നെ ഒട്ടും കാത്തില്ല
കണ്ടം നിറയെ കവിയരങ്ങായി.

അങ്ങനെയിരിക്കെ
അടുത്ത വയലിൽ കഥ വിളഞ്ഞു
പിന്നെ അരിയായി ചോറായി
അടിപിടിയായി.

ഇതിൽ മനംമടുത്ത കർഷകൻ
കണ്ടം നികത്തി തൈവെച്ചു
കുലവന്നു കുളിരുവന്നു
വഴിമുടക്കാൻ ആളു വന്നു.

പിന്നെ ഒട്ടും കാത്തില്ല
അവരോടു
തന്റെ ആദ്യകവിത തിരുത്തി
അയാൾ പറഞ്ഞു:

കവിയും കർഷകനും
ഒരുപോലെയാണ്
അതിൽ വളവും വെള്ളവും
ഒരു ഉപാധിമാത്രം.
കടവും ചാണകവും
സൂക്ഷിച്ചു ഉപയോഗിക്കണം
കാലാവസ്ഥ നന്നെങ്കിൽ
ചങ്ങാതി വേണ്ട... ■

മുത്തലിബിന്റെ ആൽബം

മുന്തിരിക്കുലകളും മുലകളും
എനിക്കെന്തിന്?
തുരുമ്പിച്ച നിലാവും നിന്റെ നക്ഷത്രങ്ങളും
എനിക്കെന്തിന്?
തലപ്പാവും മഞ്ഞപ്പൂക്കളും
എനിക്കെന്തിന്?
നനഞ്ഞ ഹുക്കയും നിന്റെ കാലടികളും
എനിക്കെന്തിന്?

ഇന്ന്
വീഞ്ഞും വീണയും
ഒലീവിലയിൽ നിറയുന്നില്ല.
കൗമാരത്തിന്റെ കളകളം പാടി
പൂന്തോട്ടത്തിൽ കമിതാക്കളുമില്ല.
ഇലകൊഴിയുന്ന ഓരോ മനസ്സിലും
നാവുകൾ വളരുന്നു.
മൈലാഞ്ചിയുടെ മണവുമായി
ഈ കാറ്റ് എങ്ങുനിന്നാണ്!
ഗസലുകളും ചിലങ്കകളും
പതയുന്ന മണ്ണിൽ
മുളപൊട്ടുന്ന ബദാംകായയിൽ
ഉഷ്ണത്തിന്റെ വേരുകൾ.
ഞാൻ മടങ്ങിപ്പോകുന്നു
എന്റെ രാത്രിയിലേക്ക്
എന്റെ വീണയിലേക്ക്.

അസ്തമയവും അരിപ്രാവുകളും
എനിക്കെന്തിന്?

മഴവില്ലും സന്ധ്യകളും
എനിക്കെന്തിന്?
കരിനാക്കും ചങ്ങലകളും
എനിക്കെന്തിന്?
എന്നെ സൂക്ഷിക്കാനൊരു കണ്ണാടിയും
എനിക്കെന്തിന്?

ഇന്ന്
രണ്ടുശവകുടീരങ്ങൾക്കിടയിൽ
വാളുപോലെ
എന്നിൽ നിന്നും കോട്ടയിലേക്കും
കോട്ടയിൽ നിന്ന് എന്നിലേക്കും
ഞാൻ നടക്കുന്നു.
ഹായ്, ഹായ്,
ഉണക്കാനിട്ട വസ്ത്രത്തോടൊപ്പം
ഞാൻ ഉണങ്ങുന്നു.

പുകയും വെടിയുമേറ്റ പാദുകം
എനിക്കെന്തിന്?
കണ്ണീരും ചോരയും നിറഞ്ഞ ചഷകം
എനിക്കെന്തിന്?
കറുത്ത ആകാശവും ചിറകറ്റ സ്വപ്നങ്ങളും
എനിക്കെന്തിന്?
കസവുനൂലും കൈവേലകളും
എനിക്കെന്തിന്?
വസൂരി പകർത്തുന്നൊരീ പനിനീരും
എനിക്കെന്തിന്?
ഇന്ന്
തിരമാലകൾക്കുമേലെ
കപ്പലുകൾ ചിതറിക്കിടക്കുന്നു.
വേലിയേറ്റത്തിന്റെ കണ്ണിൽ
മുറ്റത്തു കൊത്തിപ്പെറുക്കുന്ന
കോഴിക്കുഞ്ഞും ഞാനും.
മണ്ണൊലിപ്പും മാറാരോഗവും
എന്റെ അടിവയറ്റിൽ.
മേഘങ്ങൾ പൊതിയുന്നത്
എന്റെ ഓർമകളെയാണ്.

ഞാൻ വളരുന്നത്.
എന്റെ കല്ലറയിലാണ്.

അതിരുകൾ മുറിയുന്നു
രാത്രികൾ നീളുന്നു
ഖബറുകൾ ഓതുന്നു
കറുപ്പും വെളുപ്പും
പഞ്ഞിയും പനിനീരും
എന്നിലേക്ക് വീഴുന്നു. ■

കണ്ണട

കണ്ണടയെക്കുറിച്ച് പലരും പറഞ്ഞു
അക്കൂട്ടത്തിൽ
ഇടശ്ശേരിയുടെ കണ്ണടയാണ് എനിക്കിഷ്ടം
ഭൂതവും വർത്തമാനവും തെളിഞ്ഞ
വലിയൊരു ആകാശക്കണ്ണട.

കണ്ണട കാഴ്ച മാത്രമല്ല
ജീവിതവും ദർശനവുമാണ്.
തീർച്ചയായും
കവിയേക്കാൾ വലുത് കവിതയാണ്
കവിതയിൽ വരഞ്ഞുവെച്ച കണ്ണടയാണ്.

പരമ്പരയായി കണ്ണടവെക്കുന്ന കുടുംബമാണ്
എന്റേത്.
അതുകൊണ്ടാണ് ഭാഗം വന്നപ്പോൾ
എനിക്കും കണ്ണട കൈവന്നത്.
പത്തറുപതു കൊല്ലക്കാലം
ലോകം കണ്ട കണ്ണ്
അതിലൂടെ ഞാനിപ്പോൾ വളരുന്നു.

കണ്ണടയിൽ ജീവിതം ചെറുതാണെന്ന്
അച്ഛൻ പറയാറുണ്ട്.
എന്നിട്ടും തറവാട്ടു മുറ്റത്ത്
നിറയെ കണ്ണടവെച്ച തെയ്യങ്ങൾ.
ആരാന്റെ പറമ്പിലെ നോക്കുകുത്തിക്കും
ഇപ്പോൾ കണ്ണടയുണ്ട്.

ബീച്ചിൽ ഇംഗ്ലീഷ് കണ്ണടയും
ഹിജഡക്കോളനിയിൽ

സ്വർണ്ണക്കണ്ണടകളും ഇറക്കുമതി ചെയ്യപ്പെടുന്നു.
കച്ചവട കേന്ദ്രത്തിന്റെ കണ്ണാണ് കണ്ണട.
ലോകത്ത് എല്ലാവർക്കും ഉപയോഗമുള്ളത്.

കാലവർഷക്കെടുതിയിൽ ആകാശം
കണ്ണട അഴിച്ചുവെക്കുന്നു.
ഭൂമിയുടെ താഴ്ചയിലേക്ക്
ഒരിരുണ്ട പാതാളം.

ഭാവി കൈവിട്ടുപോയ താഴ്വരയിൽ
വിവർത്തനം ചെയ്യപ്പെട്ട കണ്ണട.
എടുത്തുനോക്കിയപ്പോൾ
രണ്ടുകാലുകളും ഗുരുതരം.
ചലനമില്ല.

ഒരു കണ്ണ് കുത്തിപ്പൊട്ടിച്ചതുപോലെ
മറുകണ്ണ് രാത്രിയാണ്
ആർക്കും വായിച്ചെടുക്കാൻ പറ്റാത്ത
അർദ്ധരാത്രി.
നെറ്റിയിൽ തീഗോളം
മരണമില്ലാത്ത കണ്ണടയുടെ പുനഃപ്രകാശനം. ■

അവകാശി

കല്ല് പറഞ്ഞു:
ഞാനാണ് ഈ വീടിന്റെ നിലനിൽപ്പ്.

കമ്പി പറഞ്ഞു:
ഞാനാണ് ഈ വീടിന്റെ ശക്തി.

മരം പറഞ്ഞു:
ഞാനാണ് ഈ വീടിന്റെ താങ്ങ്.

ഓട് പറഞ്ഞു:
ഞാനാണ് ഈ വീടിന്റെ തണൽ.

ഒടുവിൽ ക്ഷമകെട്ട്
അയാൾ പുതിയ വീടും വിൽപ്പനയ്ക്കു വച്ചു. ■

വെയിൽ

ഇറയത്തും ഇടനാഴിയിലും
വെയിൽ ശാന്തമാണ്.
ബഹളത്തിലും നിശ്ശബ്ദതയിലും
വെയിൽ ഒരേ നയം പുലർത്തുന്നു.

വെയിലിനു പല മനസ്സാണ്
വെയിലിനു പല നിറമാണ്.
ചിലപ്പോൾ കവിത പോലെ
ചിലപ്പോൾ ചിത്രം പോലെ.

എല്ലായിടത്തും വെയിലാണ്
ശത്രുക്കളുടെ കാലടികളാണ്
സകല തുറകളിലും ഇപ്പോൾ
വെയിലിനു വേദനയാണ്.

ഭൂമിശാസ്ത്രത്തിൽ
വെയിൽ കഠിനാധ്വാനിയാണ്
പാഠപുസ്തകത്തിൽ
വകതിരിവില്ലാത്ത മിത്രവും.

ഇന്ത്യക്കാർ വെയിലത്തു കുട പിടിക്കുന്നു
പാശ്ചാത്യർ വെയിലിൽ നഗ്നരാവുന്നു.
അവർ ഫാക്ടറികളിൽ നിർമിക്കപ്പെടുന്നു.
പായ്ക്കറ്റുകളിൽ വിൽക്കപ്പെടുന്നു.

സെമിത്തേരിയിലും കാറ്റാടിമരങ്ങളിലും
വെയിൽ സാന്ത്വനത്തിന്റെ നിറദീപം
കളിസ്ഥലത്തും കല്യാണവീടുകളിലും
ഊമയായ നവവധുവും.

വെയിൽ പച്ചക്കറിത്തോട്ടങ്ങളിൽ വിശ്രമിക്കുന്നു
പച്ചോലപ്പറമ്പുകളിൽ നൃത്തം വെയ്ക്കുന്നു
വെയിൽ തിളച്ചുമറിയുന്ന ആൾക്കൂട്ടമാണ്
അർദ്ധരാത്രികളുടെ തീക്കണ്ണാണ്. ■

നളചരിതം

ദമയന്തിയേയും അവളുടെ അരയന്നത്തേയും
നളൻ ഇന്നലെ പൊരിച്ചു തിന്നു.
ആട്ടക്കഥ ആടിത്തീർത്തവൾക്ക്
രണ്ടു സേറ് മണല്.
സൗഗന്ധികങ്ങളിൽ
പ്രണയത്തിന്റെ കൊടുങ്കാറ്റ്
അവളുടെ വാർനെറ്റിയിൽ
ചോര പൊടിഞ്ഞ സിന്ദൂരം.

നളൻ ഇന്നൊരു
പുതിയ കഥ എഴുതിത്തീർത്തു
ദമയന്തി ഒട്ടുമുക്കാലും നഗ്നയാണ്
ഇതിൽ അരയന്നമില്ല
അഭിനയിക്കാനുമൊന്നുമില്ല
അതുകൊണ്ട് കത്തെഴുത്തും കാത്തിരിപ്പും
ഒട്ടും വേണ്ടി വന്നില്ല.

പൂക്കൈത പൂക്കും പോലെ
മൂവന്തിച്ചോപ്പാണവൾക്ക്
മുല്ലപ്പൂ അഴകാണവൾക്ക്
തുമ്പപ്പൂ ചിരിയാണവൾക്ക്
കരിമഷിക്കണ്ണാണവൾക്ക്
പുന്നെല്ലിൻ കരുത്താണവൾക്ക്
ഇതിൽപ്പരം ദമയന്തിക്കെന്തുവേണം?

പ്രണയത്തിനൊരു പുതിയ കാവ്യം
മാമ്പൂവിൻ മണമുണ്ടവൾക്ക്
മാന്തോലും മാറുമുണ്ടവൾക്ക്
പറഞ്ഞിട്ടെന്ത്?
മടിയിലിരിക്കാൻ മടികാണിച്ച്

അപ്പുറത്തെ സിംഹക്കൂടിനെ
ആരാധിക്കുന്നു.
എന്നെ കൂട്ടിലടക്കാനുള്ള പുതിയ വിദ്യ.

ഇതുവരെ ഉണ്ണായിവാര്യരുടെ പാട്ട്
ഇനി വാരി ഉണ്ണുന്നവന്റെ കൂത്ത്
ഒടുവിൽ നളനെ തൂക്കിക്കൊല്ലാനുള്ള
വിധി കൽപ്പന.
ഞാനും കൊടുത്തു ഒരൊപ്പ്
നാളെ എനിക്കുമൊരവധി കിട്ടുമല്ലോ
പക്ഷേ ദമയന്തി തൂങ്ങിച്ചത്തതാണെന്ന്
അവളുടെ അച്ഛൻ തറപ്പിച്ചു പറയുന്നു.
തുന്നപ്പണിക്കു പോയിരുന്നു
അവിവാഹിതയായിരുന്നു
ആയിടെയാണ് സ്വർണക്കടക്കാരൻ
കണ്ണുകൊണ്ടവൾക്കൊരു
അരഞ്ഞാണം പണിതത്
കേസിനുള്ള പ്രധാന വഴിത്തിരിവ്
ആട്ടക്കഥയിലിങ്ങനെയാകുമെന്ന്
ആരറിഞ്ഞു?

കോടതിയിലിന്നൊരു ലേലം വിളി
അരയന്നം ലേലത്തിനെടുത്ത്
ഏലയ്ക്കാ വായിലിട്ട്
ചുമലിൽ നിന്നും മുണ്ടെടുത്തു കുടഞ്ഞ്
നളൻ വിളിച്ചു പറയുന്നു;
“മസാല കുറച്ചധികം വേണ്ടി വരും”
ആട്ടക്കഥയുടെ പരിസമാപ്തിയിലേക്ക്
രണ്ടു സേറ് മണലുകൂടി. ■

രാവുനിറയെ ഒലിവുമരങ്ങൾ

മണൽ തിളക്കുന്നു.
ഓരോ ഈത്തപ്പഴവും
കുരു പുറത്തേക്ക് തുപ്പുന്നു

ഇടിഞ്ഞുവീണ കൊട്ടാരം
യുദ്ധത്തടവുകാർ ഒളിച്ചിരുന്ന സ്ഥലം
സകല കല്ലിനുമുണ്ട് കോട്ടയുടെ മുഖം
ഈ കല്ലുകൊണ്ടാണ്
ഞാനിന്നലെ അടുപ്പുകൂട്ടിയത്
ചോര തിളപ്പിച്ചത്.

പീരങ്കിക്കു മുകളിലുണ്ട് കെട്ടുപോയ ഹുക്ക
ഏതോ പട്ടാളക്കാരൻ ഉപേക്ഷിച്ചത്.
താഴെ, പ്രാവുകളുടെ കുറുകലുകൾ

രാവുനിറയെ ഒലിവുമരങ്ങൾ
അവ നിലാവിലേക്ക് കൈ ചൂണ്ടുന്നു.
അടച്ചുവച്ച ഗഹ്‌വ[1]യും തിളച്ചുമറിയുന്നു

ചുമലുനൊന്ത കന്തൂറ[2]യിൽ
മണ്ണുമാന്തിക്കപ്പലും കരിന്തേളും.
ഒന്നു കുഴിക്കുമ്പോൾ മറ്റൊന്നു കടിക്കുന്നു

ദഫ്കൊട്ടിൽ കവിതയുടെ ചവർപ്പ്
ഒമർഖയാം ഇപ്പോൾ കാവ്യസദസ്സുകളിലില്ല
ആ മേളത്തിനും അർബുദം ബാധിച്ചിരിക്കുന്നു.

---

1. അറബിക്കാപ്പി
2. നീളക്കുപ്പായം

പിന്നെയുള്ളത് മരുഭൂമിയാണ്
ഒട്ടകങ്ങളും കാലടികളുമാണ്
കാലക്രമേണ അവയും
പെട്രോളിൽ തന്നെ ഓടും.

ഓരോ ചുവടും കടന്നുവെയ്ക്കുമ്പോൾ,
ഖബറുകൾ തേങ്ങുന്നു.
ചിതറിപ്പോയ ദസ്ബി[3]യിലുണ്ട്
തലയോടും കബന്ധങ്ങളും

മണലാരണ്യത്തിൽ ചൂടും തണുപ്പുംമാത്രം
നിലവിളികളും നിസ്സഹായതകളുംമാത്രം
മസ്ജിദുകൾ ഓതുന്നത്,
വേഴാമ്പലുകൾക്കുവേണ്ടിയാണ്.
ബദാം പൂക്കുന്നത്,
അതിന്റെ അടിവേരുകൾക്കും. ■

---

* ജപമാല

ടൈലർ

പുതിയ കുപ്പായത്തിനു അളവെടുക്കവേ
ടൈലർ പറഞ്ഞു, "ഒരു മാറ്റവുമില്ല..."
മാറ്റം അനിവാര്യമാകാത്തത്
കുപ്പായത്തിന്റെ കുഴപ്പമാവാം
അല്ലെങ്കിൽ കാലത്തിന്റെ.

കത്രിക്കുമ്പോൾ തർക്കം പാടില്ല.
അതുകൊണ്ടു ഇക്കുറി
കീശവയ്ക്കാൻ തന്നെ തീരുമാനിച്ചു.
'ഓഹോ, കീശയൊക്കെ വേണമെന്നു
തോന്നിത്തുടങ്ങിയോ...?'
ടൈലർ വീണ്ടും പറഞ്ഞു ചിരിക്കുന്നു.

മെലിഞ്ഞ കുപ്പായം
കുടുക്കു പൊട്ടിയ ബാല്യം
സൂചിയും നൂലുമായി
പിറകെ വരുന്ന ഓർമകൾ
ഇപ്പോൾ വഴിവിട്ടു
കുപ്പായം കാറ്റിൽ പറക്കുന്നു.
മറ്റൊരു നോക്കുകുത്തിയുടെ ഉയരത്തിൽ.

കുപ്പായത്തിന്റെ കൈമടക്കിൽ
ഒളിപ്പിച്ചുവെച്ചത് മാഷിന്റെ കണ്ണിൽപ്പെട്ടപ്പോൾ
കണക്കു തെറ്റിച്ചതിന്റെ ബഹളമായിരുന്നു.
കണക്കിനു കിട്ടിയതിന്റെ പൂരമായിരുന്നു.
ഒടുവിൽ പൂജ്യത്തിൽ നിർത്തി
മാഷ് കുപ്പായമഴിപ്പിച്ചു ഗാന്ധിജിയാക്കി.

"നെന്റെ കുപ്പായത്തിനു എന്തിനിത്ര നെറം...?"
വിപ്ലവം മതിയാക്കി
തയ്യൽ ചവിട്ടുന്ന കുഞ്ഞമ്പുവേട്ടൻ വിറച്ചു.
നിറംകെട്ട കാലത്തിന്റെ അപഹാസ്യമായ വിറയൽ
കുഞ്ഞമ്പുവേട്ടൻ കുപ്പായമിടാറില്ല.
ജീവിതം ബഹിഷ്കരിച്ച
പോയത്തക്കാരനായ കുഞ്ഞമ്പുവേട്ടൻ.
കുപ്പായത്തിന്റെ ഉള്ളുകള്ളികളിൽ
അയാളും നഗ്നനാണ്
അപരിഷ്കൃതനായ കോമാളിയാണ്.

പുറത്തെ അയയിൽ
ഒരു തടിയൻ ഖദറ് കുപ്പായം
അകത്തെ വട്ടമേശയിൽ
ഒരു കാലൻ കസവുകുപ്പായം.
കുപ്പായങ്ങൾ പരസ്പരം
ഇങ്ങനെ ഒട്ടിച്ചേരുമ്പോൾ
അർദ്ധരാത്രിയിൽ തനിയെ
ചർക്കകൾ കരഞ്ഞുകൊണ്ടിരിക്കുന്നു.

വീണ്ടും ഉഷ്ണത്തിനു ശമനമായി
കുപ്പായമില്ലാത്ത മെലിഞ്ഞ ഒരു ആൾരൂപം
ഇന്ദ്രപ്രസ്ഥവും കൊണാട്ടുപ്ലെയിസും കടന്നു.
ബഹളത്തിൽ നിന്നും പതുക്കെ
ഇടവഴിയിലേക്കിറങ്ങിപ്പോകുന്നു.
പതീത പാവന സീതാറാമിലേക്ക്. ■

മഹൽ

എന്റെ കവിതപോലെ തന്നെ
എന്റെ വർത്തമാനവും
അതിനു വ്യാകരണമില്ല.

പൊള്ളുന്ന വെയിലും
പുരനിറഞ്ഞ പെങ്ങളും.

ഇനി പെങ്ങളെ കെട്ടിക്കാൻ
എന്നെക്കൊണ്ടാവില്ല.
ഇക്കൊല്ലം കെട്ടിച്ചാൽ
അടുത്ത കൊല്ലമാവുമ്പോഴേക്കും
ഞാൻ തന്നെ അലയണം
അവനോട് 'മൊഴിവാങ്ങാൻ.'

ഇവിടെ ബന്ധങ്ങൾ
എളുപ്പം അയഞ്ഞുപോകുന്നു.
അതിനാൽ ഇന്നെന്റെ തറവാട്
ആശുപത്രിയിലേക്ക് മാറ്റിയിരിക്കുന്നു.
ഉമ്മയ്ക്ക് മാനസികം
പെങ്ങൾക്ക് ശാരീരികം.

ഞങ്ങൾ കിനാവു കാണാറില്ല.
പഴയ കടങ്ങളും കതിരുകളും പറഞ്ഞ്
പതിവായി വീട്ടുമുറ്റത്ത്
മെതിയടികൾ, ശകാരങ്ങൾ, കാറിത്തുപ്പൽ.
മാത്രമല്ല,
തറവാടിന്റെ നാലതിരുകളും
അവർ വന്ന് കുത്തിക്കിളയ്ക്കുന്നു.
പണ്ടേതോ കാലത്ത് ആരോ കുഴിച്ചിട്ട
നേർച്ചപ്പെട്ടികൾ മാന്തിയെടുക്കാൻ.

ഇത് സ്വന്തമാക്കാനുള്ള
പുതിയ മോഹങ്ങളുമായ്
എല്ലാ രാക്കിനാവുകളും ഉഴിഞ്ഞ്
നാലു മൂലയോടുകൾക്കും കീഴെ
ഞങ്ങളും കെട്ടിത്തൂക്കി
മന്ത്രിച്ച കുപ്പികൾ.
ഞങ്ങൾ വിശ്വാസികളാണ്.
ആരാന്റെ വാക്കെടുത്തെറിയുന്ന
അന്ധവിശ്വാസികൾ.

പണ്ടെപ്പൊഴൊ
ബർമയിൽനിന്നു സിലോണിലേക്കും
അവിടന്ന് സിങ്കപ്പൂരിലേക്കും
പിന്നീട് ഖബറിലേക്കും പോയ വാപ്പ.
വാപ്പ നീണ്ട യാത്രികനായിരുന്നു.
ലോകം കണ്ട സഞ്ചാരി.
ഈ നെട്ടോട്ടത്തിനിടയിൽ
ഉമ്മയ്ക്ക് കൈവന്ന ഭാഗ്യമാണ്
ഞങ്ങൾ മൂന്നു മക്കളും
വാപ്പാന്റെ കുറെ ബങ്കീസകളും.
പിന്നീട്, മുല്ല നട്ടതും മതിലുവെച്ചതും
ഞാൻ തന്നെയാണ്.
അതെന്റെ അവകാശമാണ്
തറവാട്ടിൽ മൂത്തവനായി പിറക്കുന്ന
ഓരോരുത്തരുടേയും തലവിധി.
ഇപ്പോൾ മതിലിടിയുന്നു
മനസ്സിടിയുന്നു
വെയിലും പെങ്ങളും
ഒന്നിച്ചിറങ്ങുന്നു
സങ്കടത്തിന്റെ കണ്ണാടിയിൽ
ചുമലു നോവുന്നു.

എന്റെ കവിതപോലെ തന്നെ
എന്റെ വർത്തമാനവും
എന്റെ വർത്തമാനം പോലെ തന്നെ
എന്റെ ജീവിതവും.
അതിന് വ്യാകരണമില്ല
വ്യവസ്ഥയില്ല. ■

ഒരു കഥാകൃത്താവാൻ എന്തൊക്കെ വേണം?

ഒരു കഥാകൃത്താവാൻ എന്തൊക്കെ വേണം?
ആദ്യം പരമാനന്ദസ്വാമിയെ വന്ദിക്കണം.
അതും അതികാലത്ത്.
അപ്പോൾ സ്വാമി കുളപ്പടവിലായിരിക്കും,
ഈറനായിരിക്കും, നഗ്നനായിരിക്കും.
ഇതിലൊന്നും നാണിക്കേണ്ട ഒരു കാര്യവുമില്ല.
അല്ലെങ്കിൽ കുളം എത്ര കണ്ടതാണ്.
സ്വാമി എത്ര അനുഭവിച്ചതാണ്.

പിന്നീടു കുളിച്ച് എഴുത്തിനിരിക്കുക
ഇതിനു സന്ധ്യാനേരമാണു നല്ലത്.
സൂര്യൻ മായുമ്പോൾ, ചക്രവാളം ചുവക്കുമ്പോൾ
അത് പൂർത്തിയാക്കുക.
വീണ്ടും വായിക്കുക, തിരുത്തുക, പകർത്തുക.
പിറ്റേന്നു അതികാലത്ത് കുളപ്പടവിലേക്കു പോവുക.
സ്വാമി പറയുന്ന പത്രാധിപരെ കാണുക.

ആദ്യത്തെ അച്ചടിയിൽത്തന്നെ
താങ്കളൊരു വലിയ കഥാകൃത്തായി.
(ഹാവൂ, വയറു നിറഞ്ഞു
ഇനിയെന്തിനൊരു പ്രകാശനം?)
പിന്നീടു ശ്രദ്ധിക്കേണ്ടതും പാലിക്കേണ്ടതും
ഇപ്രകാരം;
സ്വാമിയെ എന്നും പുകഴ്ത്തുക
തന്റെ സമകാലികരെ നിരന്തരം ചവിട്ടിയരയ്ക്കുക
സകല പത്രത്തിലും പോയി ദാരിദ്ര്യം പറഞ്ഞുകരയുക

കത്തി കഠാരി, ഏണി കോണി
താമരനൂൽ, സൈക്കിൾ, നെറ്റിപ്പട്ടം
എന്നിവയിൽനിന്നു മോചിതനാവുക
കാൽപ്പനികം, പ്രണയാതുരം, മഴ, മധുരം
സംഗീതം, മഞ്ചാടിക്കുരു എന്നിവയെ വാഴ്ത്തുക
കാമശാസ്ത്രം കരിക്കൊഴിച്ചു കുലുക്കുക
ഇടയ്ക്കു കഥയിലും ചേർക്കുക
അവതാരികയും കടബാധ്യതയും കൈയൊഴിയുക
കണ്ണാടി നോക്കുക, കാർക്കിച്ചു തുപ്പുക.

മതി, ഇത്രയും മതി
ഈ പാതയിലൊരു വിളക്കുമരം ഉയരാൻ
അതിന്റെ ശോഭയിൽ അക്ഷരങ്ങൾ പുൽകാൻ... ■

ആറ് കല്പനകൾ

തീവണ്ടി

വിള്ളലുകൾക്കു മുകളിലൂടെയാണ്
കടന്നുപോകുന്നത്
നെഞ്ചിടിപ്പും കിതപ്പും അവശേഷിപ്പിച്ചുകൊണ്ട്.

ദൂരെ,
പാളങ്ങളിൽ കുടുംബങ്ങൾ തിങ്ങിപ്പാർക്കുമ്പോൾ
പ്ലാറ്റ്ഫോമിൽ കൂകു കൂകു തീവണ്ടി.
ഇതിനിടയിൽ ഗെയ്റ്റടയ്ക്കാൻ
അയാൾ മറന്നുപോയി.
വണ്ടി കടന്നുപോയപ്പോൾ, ജീവിക്കാനും.

ഇപ്പോൾ സിഗ്നലുകൾ
സമയം തെറ്റിച്ചുകൊണ്ടു
തനിയെ കണ്ണടയ്ക്കുന്നു.

നടത്തം

കോലാട്, ചെമ്മരിയാട്, മുട്ടനാട്, മാറാട്
മതി.
കുഞ്ഞാടുകൾക്കു കശാപ്പുശാലയായി
ആട്ടിടയനും തൊഴുത്തും.
ഇനി,
പുല്ലു തിന്നും, പിണ്ണാക്കു തിന്നും
കഴുത്തിനു കയറിടും,
അറവുശാലയിലേക്കു നടക്കും.

ഓട്ടം

വീണ്ടും ആമയും മുയലും
പന്തയം വെയ്ക്കുന്നു.

ഇക്കുറിയും ആമ തന്നെ ജയിക്കുമെന്നു
പഴങ്കഥകൾ.
അതിനു മുയല് ഉറങ്ങിയിട്ടുവേണ്ടേ?
"അപ്പപ്പ്... അപ്പപ്പ്... അപ്പപ്പ്..."
ആരു കയ്യടിച്ചാലും എത്ര ചാടിയാലും
ഇഴയുന്നത് ആമയാണ്, ഓടുന്നത് മുയലും.
മറ്റൊരു പന്തയത്തിലേക്ക്
മറ്റൊരു ആഴത്തിലേക്ക്.

കാകളി

കാകളി ഒരു കളിയല്ല
എന്നിട്ടും
പല കവികളും
കാകളിയിൽ നൂണു പോകുന്നു.
കവിതകൾ ലേലം വിളിക്കുന്നു.

തീറ്റ

അപ്പുറത്ത്
കോള കുടിക്കുന്നു
ബിയറ് കുടിക്കുന്നു
ചോര കുടിക്കുന്നു.

ഇപ്പുറത്ത്
മദ്യം കഴിക്കുന്നു
ഭക്ഷണം കഴിക്കുന്നു
കല്യാണം കഴിക്കുന്നു.

നടുക്ക്
പൊരിച്ചു തിന്നുന്നു
കരിച്ചു തിന്നുന്നു
അരിഞ്ഞു തിന്നുന്നു.

കടം

വധു സ്വർണക്കടയിലും
വരൻ പലചരക്കുകടയിലും.
ഹണിമൂണിനുശേഷം
അവൾ ബാങ്കിലേക്കും
അവൻ തെരുവിലേക്കും
ജപ്തി ചെയ്യപ്പെട്ടു. ■

പറയാനുള്ളത്

നനഞ്ഞത്

മഴ വന്നപ്പോൾ നീ എന്നെ
നനഞ്ഞ തുണികളോടൊപ്പം കൊണ്ടിട്ടു
പിന്നീട് വെയിലെത്ര വന്നു പോയി?
തുണികളെത്ര മാറിയുടുത്തു?
എന്നിട്ടും ഞാനിതുവരെ ഉണങ്ങിയില്ല
അയലിൽ തൂങ്ങുന്ന എന്റെ മുറിവുകളും.

അറിഞ്ഞത്

നീ മരിച്ചാൽ ഞാനെവിടെയാണു പൂവെക്കേണ്ടത്?
കാൽഭാഗം പറ്റില്ല,
അത്രയ്ക്കും ചവിട്ടു കൊണ്ടിട്ടുണ്ട്.
തലഭാഗം വേണ്ട,
ഭാരം ചുമന്നതൊക്കെ മതി.
നെഞ്ചിലാണെങ്കിൽ തീരെ വയ്യ,
അവിടെയുമുണ്ട് ഒരുപാടു പാതാളങ്ങൾ
ഈ പൂവ് ഞാനെവിടെ വെക്കണം?

കേട്ടത്

ഇരുട്ടിലൂടെ നടക്കുമ്പോൾ
വെളിച്ചമായിരുന്നു പ്രശ്നം.
അന്നു ഞാൻ ഒളിവിൽ കഴിഞ്ഞത്,
രഹസ്യമായി നീ വന്നു കണ്ടത്.
പലതും നടക്കുന്നത് ഇരുട്ടിലാണ്
പലരും നടക്കുന്നത് വെളിച്ചത്തിലും.
എന്നിട്ടും ഇരുട്ടിൽ തപ്പുമ്പോഴാണ്
ശരിയായ വെളിച്ചം പലരും അറിയുന്നത്.

കണ്ടത്

പാദസരം വാങ്ങാൻ തർക്കിച്ചു.
അപ്പോഴാണു അവളുടെ കാല് ശ്രദ്ധിച്ചത്.
എത്ര പെട്ടെന്നാണു കാലു മാറിയത്?
കൈ കഴുകിയത്?
തെരഞ്ഞെടുപ്പുകാലത്തെ പ്രണയവും
ഇങ്ങനെയൊക്കെയാണോ?
ഇതറിഞ്ഞതിൽപ്പിന്നെയാണ്
ഞാനൊരു സ്ഥിരം പിരിവുകാരനായത്.

സംഭവിച്ചത്

കുട മറന്നു വെച്ചത് മനഃപൂർവ്വമാണ്
അതുകൊണ്ട് പിന്നെയും മടങ്ങിപ്പോവാനായി
വീണ്ടും അവളെ കാണാനായി.
പണ്ടേ കാരണങ്ങളുണ്ടാക്കുന്നതിൽ
മിടുക്കനായിരുന്നു.
ഇപ്പോഴും അത് തുടരുന്നു.
എന്നിട്ടും ഞാനും അവളും ഒരു കുടക്കീഴിലാവാതെ
മഴയുടെ അപ്പുറത്തും ഇപ്പുറത്തുമായി.
ഈയിടെയാണു ഞാൻ ശരിക്കും മഴ നനഞ്ഞത്,
അതും പെരുമഴ.
ഞങ്ങളുടെ മകനും കുട മറക്കുന്നത്
ഒരു ശീലമാക്കിയിരിക്കുന്നു. ■

ഉത്സവങ്ങൾ

ഇടം

ഞാനൊരു പുസ്തകം കൊടുത്തു
പകരം, അവളെനിക്കൊരു പൂവുതന്നു
വീട്ടിലെത്തി, മണത്തുനോക്കി
ഹായ്, മധുരം ഈ പൂവിൻമണം.
അതിൽപിന്നെയാണു ഞാൻ പൂമ്പാറ്റയായത്
ആ കവിതയിലെ പൂന്തോട്ടമായത്.

സംഭവം

നിന്റെ ഹൃദയം ഒരു കുറുക്കുവഴിയാണെന്നും
അതിലൂടെ കുത്തനെ കൈയും വീശി നടന്നാൽ
എളുപ്പം അക്കരെ എത്താമെന്നും
എന്നോടു അയാൾ പറയുന്നു.
അങ്ങനെയാണു അയാളുടെ വാക്കുകേട്ടു
ഞാൻ നടത്തം തുടങ്ങിയത്.
പറഞ്ഞിട്ടെന്ത്?
അയാൾക്കറിയില്ലല്ലോ,
ഞാനായിരുന്നു
നിന്നിലെ ആദ്യത്തെ യാത്രക്കാരനെന്ന്.

സമ്മാനം

സൂര്യപർവതം ഈ ജീവിതം
എന്നിട്ടും
ചെരിപ്പുകുത്തിയുടെ 'വാറ്'
അവളെ പൊള്ളിക്കുന്നു
നോവിക്കുന്നു.

സത്യം പറഞ്ഞാൽ
അതിൽ നിന്നും രക്ഷിക്കാനാണ്
ഞാൻ ഐസ്ക്രീം വാങ്ങിയത്
കെട്ടിപ്പിടിച്ചത്.
അവളെ തീറ്റിച്ചത്,

ഭാവം

പ്രണയം മൂത്തപ്പോൾ
ഞങ്ങൾ,
ഷാജഹാനും മുംതാസുമായി
താജ്മഹലായ്.
പിന്നീടു പ്രണയം മടുത്തപ്പോൾ
കാമ്പസും കാറ്റാടിയും പിയാനോവും മറന്നു
അവൾ എങ്ങോട്ടോ പോയി.
അതിനു ശേഷമാണ്
ഞാൻ താജ്മഹൽ വിറ്റതും
കാശുകാരനായതും. ■

രണ്ടു മുഖങ്ങൾ

ഉപഹാരം

പ്രണയത്തിനു പൂവ്
വിവാഹത്തിനു പുടവ
പ്രഥമരാത്രിയിൽ പാല്
പിരിഞ്ഞുപോകുമ്പോൾ റീത്ത്.

ഉപസംഹാരം

കരിമ്പു നട്ട കർഷകനും
പുല്ലാങ്കുഴലൂതിയ ആട്ടിടയനും
കാതുമുറിച്ചുകൊടുത്ത
കാമുകനും
കവിതയിൽ ഒരു കടങ്കഥയാണ്. ■

സമർപ്പണം

പുരപ്പണിക്കുപോയ അമ്മിണിക്ക്
അവളുടെ കുമ്മായം കലർന്ന
സ്വപ്നങ്ങൾക്ക് എവിടെയുമെത്താതെ
മടക്കിവെച്ച തുടർക്കഥകൾക്ക്
പണിതീരാത്ത വീട്ടിൽ
അവൾ മറന്നുവെച്ച ചോറ്റുപാത്രത്തിന്
ആഘോഷത്തിന്റെ ആറാംകാലത്തിലും
എരിഞ്ഞുതീരുന്ന മൺവിളക്കിന്
പിന്നീട് ഒരിക്കലും കഴുകിയുണങ്ങാതായ
കാർകൂന്തൽ സന്ധ്യകൾക്ക്
പിറ്റേന്നും പിന്നീടുള്ള എല്ലാ പിറ്റേന്നും
കാത്ത് കാത്ത്, കത്തിയമർന്ന ഓലപ്പുരയ്ക്ക്
അവളുടെ തിരോധാനത്തിന്
കണ്ണീരും കലക്കവുമായി
പെയ്തുതീരുന്ന കാലവർഷത്തിന്
നീണ്ട പതിന്നാലുവർഷത്തെ കാത്തിരിപ്പിലും
എവിടെയും ഒരു തുമ്പും ബാക്കിവെയ്ക്കാതെ
തീർത്തും തനിച്ചായിപ്പോയ പഴങ്കഥകൾക്ക്
ഇരുൾമൂടിയ അവളുടെ ദർപ്പണത്തിന്. ■

ശാകുന്തളം

ശകുന്തളയും കുടുംബവും
ഇന്നു വാടകവീട്ടിലാണ്.
അവൾക്കിപ്പോൾ പഴയ പ്രസരിപ്പില്ല.
കാട്ടുവള്ളിയും മാൻപേടകളും
ഏതോ പഴങ്കിനാവുകളിൽ
മുല്ലപ്പൂക്കളും തോഴിമാരും
ഏതോ രാജവീഥികളിൽ
അവൾക്കിപ്പോൾ അതൊന്നുമറിയില്ല.

ദർഭമുനകൊണ്ട കാല് വേദനിക്കുന്നു
ഏതു നേരവും
അടുക്കളയിൽ നില്ക്കുന്നതു
കൊണ്ടാണെന്നു ഭർത്താവ്.
(അരക്കെട്ടിന് വേദനയില്ലാത്തതു മഹാഭാഗ്യം
ഇല്ലെങ്കിൽ
എല്ലായ്പ്പോഴും കിടപ്പുമുറിയിലാണെന്ന്
അമ്മായിയമ്മ പറഞ്ഞേനേ).

മോതിരം പണ്ടേ ലേലത്തിൽപ്പോയി.
എല്ലാം കുടിച്ചുതീർത്തതാണു ഗൃഹനാഥൻ.
ഗ്യാസ്, ടെലിഫോൺ, കറണ്ടുബില്ല്,
ഇനിയും കൊടുത്തിട്ടില്ല.
വാടകക്കുടിശ്ശികയും സ്കൂൾ ഫീസും
ഏറെ ബാക്കിയുണ്ട്.
ശ്വാസംമുട്ടും രാപനിയും പതിവുപോലെ
മൂത്തമകൾ ചിത്രകാരിയാണ്.

അവളിപ്പോൾ
മോതിരം വിഴുങ്ങിയ മത്സ്യത്തിനു
നിറം കൊടുക്കുന്നു
ഇളയവൾ ചരിത്രവിദ്യാർത്ഥിനിയാണ്
അവളിപ്പോൾ
മറവിയുടെ മഹർഷിക്കഥ മനഃപാഠമാക്കുന്നു.
ഇതിനിടയിൽ
ഭർതൃഗൃഹത്തിൽനിന്നു പിണങ്ങിവന്ന നാത്തൂൻ
സീരിയലിലെ വില്ലനെ പ്രേമിക്കുന്നു.

"നേരം ഏറെക്കഴിഞ്ഞല്ലോ
മദ്യപാനിയെ കാണാനില്ലല്ലോ ഭഗവാനേ
കാറ്റിനും മഴയ്ക്കും ശക്തികൂടുന്നു
ഇതിയാൻ വീണ്ടും ഞങ്ങളെ മറന്നുപോയോ
അപ്പുറത്തെ ആന്റിനയിൽ എന്തൊക്കെയോ
സംഭവിക്കുന്നു..."

ശകുന്തളയ്ക്കു പനി ഏറുന്നു
അവൾക്കു ശ്വാസംമുട്ടുണ്ട്
അവൾ ശാകുന്തളം തുടരുന്നു. ■

ഉപമയം

ഒന്നും ഉപമിക്കരുത്
ഒന്നും ഒന്നിനോടും ചേരുന്നതല്ല
അതാണ് കാലം.

എല്ലിനും പല്ലിനും ഉപമയുണ്ട്
വിറകിനും വേവിനും
ആണിനും പെണ്ണിനും
കറുപ്പിനും വെളുപ്പിനും
വീടിനും വിളക്കിനും
എല്ലായിടവും ഉപമയം
ഉപമയിൽ കാറ്റും മഴയും
ആകാശവും ജാലകവും
ജീവിതവും ബദ്ധപ്പാടും.

തറവാടു ഭാഗം വന്നപ്പോൾ
പുഴ അപ്പുറവും
കര ഇപ്പുറവും
ഒന്നിക്കാൻ ഉപാധിയില്ലാതായപ്പോൾ
വേർതിരിവിൽ ഉപമ വിങ്ങിപ്പൊട്ടി.

അച്ഛനെ കൊന്നു എന്നതിനു
ഉപമയില്ല.
എന്തിനു കൊന്നു...?
ആരു കൊന്നു...?
ഒന്നിനും ഉപമയില്ല.
എന്നാൽ,
അമ്മ പിന്നീടു
ജീവിതത്തെ എങ്ങനെ വ്യാഖ്യാനിച്ചു
എന്നത് ഒരു വലിയ ഉപമ.

മുറിവിനുപമയുണ്ട്
മുറവിളിക്കും
അങ്ങാടിയിലും ആറാട്ടിലും
സ്നേഹത്തിലും ആലിംഗനത്തിലും
കപടതയിലും ചപടതയിലും
ഉപമ കവിഞ്ഞൊഴുകുമ്പോൾ,
പരിപ്പിനും ഉള്ളിക്കും
വിശപ്പിനും വേദനയ്ക്കും
ഒരേയൊരുപമ
കരിഞ്ഞുണങ്ങുന്ന ഉപമ. ■

വീട്ടുകാര്യം

എന്റെ തൊണ്ടയിൽ നിന്നും
മുള്ളെടുത്തു തന്നതിനാണ്
ഞാനവളെ ജീവനോടെ വിഴുങ്ങിയത്.
എന്നാലും
പ്രത്യുപകാരത്തിനു
കൊക്കുകാണിച്ച ജീവകാരുണ്യപ്രവർത്തനം
മറ്റുള്ളവർക്കും പാഠമാണ്.

പുതിയ വീടുപണിതപ്പോൾ
പഴയവീട്ടിലെ സാധനങ്ങളോടൊപ്പം
ഞാനവളെ പൂട്ടിയിട്ടു.
നാളെ ഗൃഹപ്രവേശനം ഒന്നു കഴിഞ്ഞോട്ടെ
അതുകഴിഞ്ഞുവേണം
ജീവനോടെ കത്തിക്കണോ
കൈമാറണോ എന്നു തീരുമാനിക്കാൻ.

നീളം കുറഞ്ഞതുകൊണ്ടാണ്
നീളത്തിനുവേണ്ടി മറ്റൊരുത്തിയെ
കൂട്ടിക്കൊണ്ടുവന്നത്.
പറഞ്ഞിട്ടെന്ത്?
എന്റെ കള്ളത്തരം കണ്ടുപിടിക്കാതിരിക്കാൻ
ഞാനിപ്പോൾ മറ്റൊരാളുടെ കാലിൽ
പിച്ചവെച്ചു നടക്കുന്നു.

കിണ്ടിയും ചെമ്പും തൂക്കിവിറ്റപ്പോൾ
അവൾ 'പാട്ടബാക്കി' നാടകമായി
അതിനുശേഷം പതിച്ചു കിട്ടിയ രണ്ടുസെന്റിൽ
അവൾ വെള്ളരിനട്ടു.
അങ്ങനെ അഭിനയത്തിന്റെ മികവിലും
ഞാനവളെ പട്ടിണിക്കിട്ട് ചിരിയിൽ നനച്ചു.
പിന്നീടാണ് നിങ്ങളെന്നെ കോമാളിയാക്കിയത്. ■

പൂക്കളോടുമാത്രം വർത്തമാനം പറയുന്നു

അവൾ, ആ പെൺകുട്ടി
പൂക്കളോടുമാത്രം,
വർത്തമാനം പറയുന്നു.
അവളുടെ മകന് ഒരുകെട്ട് ഉമ്മയുമായ്
പരോളിൽ വന്ന അയാളോട്,
അവളെന്താണു മിണ്ടാത്തത്?

സുഹൃത്തേ, നമുക്കിനി
രാമനെ കാട്ടിൽനിന്നും
തിരിച്ചുവിളിക്കാം
മുറിഞ്ഞുപോയ ചങ്ങലകൾക്ക്
മാപ്പ് കൊടുക്കാം
വ്രണങ്ങളിൽ നിന്നും
പഞ്ഞിയെടുക്കാം
ഇരുമ്പഴിവാതിലുകൾ
തുറന്നിടാം.
പക്ഷിപ്പാട്ടും പാഷാണപ്പാട്ടും
വായ്പാട്ടാക്കാം.
എന്നിരുന്നാലും
കാറ്റടിക്കും, കടൽകരയും
നദി പിന്നെയുമൊഴുകും.

തുരുമ്പിന്റെ ആക്രമണം
നമ്മുടെ പുസ്തകങ്ങളെ
വല്ലാതെ വേദനിപ്പിക്കുന്നു
ആ പെൺകുട്ടി
പൂക്കളോട് മാത്രം
വർത്തമാനം പറയുന്നു. ■

ഇങ്ങനേയും മൃതദേഹം ചുമന്നുപോകാം

പാതി തുറന്നുവച്ച ജാലകം
തലതിരിച്ചു കെട്ടിയ കൊതുക് വല
കുടിച്ച് തീരാത്ത ചായ
എന്തോ വായിച്ചു മടക്കിവെച്ച പുസ്തകം
കട്ടിലിനും കാലിനുമിടയിലുള്ള ഇരിപ്പ്
ഏകാന്തതയോടു മല്ലടിച്ച ജീവിതം.

എന്തായാലും അകാലത്തിൽ സംഭവിച്ചതാണ്
എപ്പോഴായാലും ആളങ്ങുപോയി.
പക്ഷേ, ജീവിച്ചിരിക്കുമ്പോൾ കിട്ടാത്ത
ബഹുവർണ്ണങ്ങളുണ്ട് ഈ കിടപ്പിന്.
ഔദ്യോഗിക ബഹുമതികളോടെയൊണു
ചിത ഒരുങ്ങുന്നത്
പൊതുദർശനത്തിനുവെച്ച ഫ്രീസറിൽ
ക്യാമറയും പൂക്കളും നിർത്താതെ കരയുന്നു.
ഇപ്പോൾ റീത്ത് വെയ്ക്കുന്നത്
ശത്രുപക്ഷത്തെ നേതാവാണ്
അവരൊക്കെ ചേർന്ന്
വൈകീട്ട് ടൗൺഹാളിൽ
അനുശോചനയോഗം ചേരുന്നു.
ഇന്നലെ കല്ലെറിഞ്ഞവരൊക്കെ
ഇന്ന് പുണ്യവാളനായി വാഴ്ത്തിപ്പാടും.
തീർന്നില്ല,
തോളിൽ കൈയിട്ടവരും
മോതിരം ഊരിയവരും ചേർന്നു

ഒട്ടും താമസിയാതെ
ഓർമ്മ പുസ്തകവും ഒരുക്കുന്നുണ്ട്.
ഒപ്പം പരേതന്റെ സ്മരണക്കായി
ഒരവാർഡും ഫണ്ടുപിരിവും.

ഇത്രയും പോരേ,
നിന്നെ അറിയാതെ പോയ
ഞങ്ങളുടെ ആഘോഷങ്ങൾ?
ആനന്ദാശ്രുക്കൾ? ■

കോളം

വീട്ടിൽ കവിയുണ്ട്
പതുക്കെ നടക്കുക.
കവിത കടിക്കും
സൂക്ഷിക്കുക.

ഇപ്പോൾ
കവിതയ്ക്കു പനിയാണ്
കവിക്കും അങ്ങനെതന്നെ
കഥ എഴുതി തോറ്റതിന്
കവിത എഴുതി തോറ്റതിന്.

അങ്ങാടി ശൂന്യം
വീട്ടിൽ ഭൂമികുലുക്കം.
കവിതച്ചന്തയിൽ
ആധുനികം, അത്യന്താധുനികം
പഴകിയത്
ഉത്തരാധുനികം
ഞെക്കിപ്പഴുപ്പിച്ചത്.
വായനക്കാർ
പുസ്തകം ബ്രാക്കറ്റിൽ സൂക്ഷിക്കുന്നു.
(ഓർക്കുക; കവിതയും ഒരു കൃതിയാണ്) ■

ബിരിയാണിപ്പുര

ബിരിയാണിയിൽ മുട്ട ഇല്ലാത്തതും
ഒരു രാഷ്ട്രീയമാണ്.
ചുറ്റും പക്ഷിപ്പനി പടരുമ്പോൾ
ബിരിയാണിയിൽ മുട്ട വേണ്ടെന്നുതന്നെയാണ്
ഉഭയകക്ഷി തീരുമാനം.
ഹർത്താൽ, പണിമുടക്ക്, റാഗിങ്ങ്, ബലാത്സംഗം
ഓരോ തരത്തിനും ബിരിയാണി തന്നെ വേണം.
ചിക്കൻ, മട്ടൻ, ഫിഷ്, വെജിറ്റബിൾ.
വാതുവെപ്പ് തുടരുന്നു
ചർച്ച പുരോഗമിക്കുന്നു.
കദീസുമ്മ കടക്കാരനോടു പറഞ്ഞു:
ഞമ്മക്ക് റേഷൻകാർഡില്ല,
പിന്നെയങ്ങനെ ബിരിയാണി ബെയിക്കും?
അപ്പോൾ കടക്കാരൻ പറഞ്ഞു:
മറ്റാരും കേൾക്കണ്ട, സഖാവിന്റെ ഉമ്മയാണ്...
അപ്പോൾ കദീസുമ്മ കരഞ്ഞു:
ഞാനൊരു ചെമ്പാണ്,
ബിരിയാണിപ്പുരയിലെ കരിപിടിച്ച ചെമ്പ്...
മുട്ടയുടെ ചരിത്രത്തിലേക്ക് കദീസുമ്മ കണ്ണടച്ചു.
ഇപ്പോൾ മയ്യത്ത് ചുമക്കുന്നത് ഉഭയകക്ഷികളാണ്.
അതിനിടയിൽ വേലക്കാരി ഇടപെട്ടു:
ബിരിയാണിയിൽ മുട്ട വേണ്ടെന്നു തന്നെയാണ്
കദീസുമ്മയും പറഞ്ഞത്.
ഏതു ബിരിയാണിയും ഒടുവിൽ ആവിക്കു വെയ്ക്കണം.
പിന്നെ ഉൾപ്പാർട്ടി പോലെ അതിനകത്തെ ആ കൊഴുപ്പും... ■

ഒരു കാല് കട്ടിലിന്റേതാണ്

ഇരിക്കുന്ന കസേര ശ്രദ്ധിക്കുക
അതിലൊരു കാല് കട്ടിലിന്റേതാണ്.
എങ്ങനെ നോക്കിയാലും
ഇരിപ്പുവശം ബഹുകേമംതന്നെ.
ചന്തിക്കും കസേരയ്ക്കും ഇടയിൽ
ഒരു ലോകമുണ്ട്.
അധികം പറഞ്ഞാൽ നാറും.
ഇത്തരം നാറ്റങ്ങൾ
അതിനെ കൂടുതൽ നിലനിർത്തുന്നു.
ഇരിക്കാൻ വേണ്ടി പലരും കിടക്കാറുണ്ട്
ഇതൊരു വ്യായാമമാണ്.
കിടന്നുകഴിയുമ്പോൾ
എഴുന്നേറ്റ് ഓടാനും പറയും.
എന്തിനാണു ഇങ്ങനെ
ഒരു കാല് നിലത്തുകുത്തിവെയ്ക്കുന്നത്?
തറ ശരിയല്ലെങ്കിൽ ആട്ടം സ്വാഭാവികം.
പ്രവൃത്തി ദിനത്തിലാണ്
അനാവശ്യ കോളുകൾ ധാരാളം വരുന്നത്.
അതൊന്നും ഇരിപ്പിനെ ബാധിക്കുന്നില്ല.
ബാധിക്കുമ്പോഴാണു പഴയ ഉളി തലയിൽ വീഴുന്നത്.
അധികമുള്ള ഇരിപ്പ്
ദഹനക്കേടും ധനസമ്പത്തും വർദ്ധിപ്പിക്കുന്നു.
ഒപ്പം അർശസ്സും അഗ്നിഗോളങ്ങളും.
പറഞ്ഞുവരുന്നത്
ഒന്നു എഴുന്നേറ്റു നടക്കാനാണ്.
ആരു നടക്കാൻ?
അതാവരുന്നു കട്ടിൽ, കസേരയ്ക്കടുത്തായി
ഇരിപ്പിൽ നിന്നും കിടപ്പിലേക്കുള്ള വാഹനം
ഇനി അതിൽ കിടത്തണം ദഹിപ്പിക്കാനായി. ■

കീശ

തൈലറോട് പറയണം;
കുപ്പായത്തിന്റെ കീശ വലതുവശം മതിയെന്ന്.
പലതും സൂക്ഷിക്കാൻ ഒരു പോക്കറ്റു വേണം
സ്വകാര്യതകളും ഓർമ്മകളും ജീവിതവും.
ആരാണു ഹൃദയഭാഗത്തു തന്നെ
ഈ പോക്കറ്റു വിദ്യ അഭ്യസിപ്പിച്ചത്?
എഴുത്തുകാരനായിട്ടും അച്ഛൻ ഒരിക്കലും
കീശയിൽ പേനകുത്തിയതായി കണ്ടിട്ടില്ല.
അതെന്താണെന്നു അമ്മയ്ക്കും അറിയില്ല
ഓപ്പോൾക്കും ഏട്ടനും ആർക്കും നിശ്ചയമില്ല.
അമ്മാമൻ പറയുന്നു;
“നിന്റെ അച്ഛന്റെ പേന
പലതും വിളിച്ചു പറയുന്ന ഒരു തത്തയാണ്.
അത് നെഞ്ചിൽ കുത്തിയാൽ കീശ മാത്രമല്ല
കുടുംബം തന്നെ ചോർന്നു പോകും, ജീവിതവും...”
എനിക്കൊന്നും മനസ്സിലാകുന്നില്ല
മനസ്സിലായത്,
കീശ ഒരു കിണറാണ്, ആശ്വാസമാണ്
അതൊരിക്കലും നെഞ്ചിടിപ്പിനോട് ചേർത്തുവെയ്ക്കരുത്.
അങ്ങനെ വെയ്ക്കുമ്പോഴാണ്
ഹൃദയവും ഒരു പോക്കറ്റായിത്തീരുന്നത്.
തൈലറോട് പറയണം;
ഇനി തുന്നുമ്പോൾ കുപ്പായത്തിനു കീശയേ വേണ്ടെന്ന്. ■

വരം

ചവിട്ടിക്കൊല്ലണോ
ഞെക്കിക്കൊല്ലണോ
കുത്തിക്കൊല്ലണോ?
കഴുത്തിനു പിടിക്കണോ
കാലു വാരണോ
വയറ്റത്ത് തൊഴിക്കണോ?
മുറ്റത്തു വേണോ
മച്ചിൻപുറത്തു വേണോ
അതോ, പെരുവഴിയിൽ വെച്ചോ?
അച്ഛന്റെ മുമ്പിൽവെച്ച്
അല്ലെങ്കിൽ അമ്മയുടെ
അതുമല്ലെങ്കിൽ ഭാര്യയുടെ?
എങ്ങനെയായാലും
കൊലതന്നെയാണ് പുതിയ വരം.
ദൈവത്തിന്റെ സ്വന്തം നാട്.
ദേവനിറങ്ങി വന്നു
നേരെ അകത്തേക്കു പോകുന്നു.
കുറച്ചു കഴിഞ്ഞു
ആരാച്ചാരായി പുറത്തേക്കു വരുന്നു. ■

നീലേശ്വരം

ജന്മിയുടെ ഭൂപടത്തിൽ
നീലേശ്വരം ഒരു രാജ്യമാണ്.
എന്റെ ആധാരത്തിൽ
നീലേശ്വരം ആറടി മണ്ണാണ്.

നീലേശ്വരം എല്ലാ വളർച്ചയ്ക്കും നല്ലൊരു വളമാണ്.
അവിടെ വയലുകളും പൂക്കളും കിളികളുമുണ്ട്.
അപ്പച്ചെണ്ടും കോൽക്കളിയും കത്തിക്കുത്തുമുണ്ട്.
കോരന്റെ നാടനും കോങ്കണ്ണന്റെ കൈമുദ്രകളുമുണ്ട്.
നീലേശ്വരം തുറന്നുവെച്ച ജാലകമാണ്.
എല്ലാ ദിക്കിൽനിന്നും ചീഞ്ഞ കാറ്റ് ചീറിവരുന്നു.
വടക്ക് കള്ളക്കടത്തും കള്ളപ്പണവും പുകയിലയും പൂക്കുമ്പോൾ
പടിഞ്ഞാറ് കടലും വയലും പട്ടിണിയും കാവുതീണ്ടലും.

മൂലപ്പള്ളിയിൽ വാഴകൃഷി, കുന്നുംകയ്യിൽ കുരുമുളക്
കോട്ടപ്പുറത്ത് രാഷ്ട്രീയം, കൊല്ലമ്പാറയിൽ വർഗീയം.
കുഞ്ഞിരാമേട്ടനും പുതിയൊരു പട്ടം പറപ്പിക്കുന്നു
അതിന്റെ ചോട്ടിൽ ഒരായിരം ചിതകളും നിഴലുകളും.

നീലേശ്വരത്തിന്റെ പുഞ്ചിരി കൊന്നക്കാടാണ്.
അവിടെയാണ് ഏലവും റബറും റോസ്മേരിയും ചിലങ്കയും.
മോഹങ്ങൾ താഴ്വരയിലൂടെ വെയിലിറങ്ങിപ്പോകുമ്പോൾ
കണക്കിൽ ചെകുത്താൻമലയും പൊട്ടൻ കിണറും.

നീലേശ്വരം ഒരു വലിയ വായനയാണ്.
അവിടെ എഴുത്തുകാരും നാടകക്കാരും ചിത്രകാരന്മാരുമുണ്ട്.
അന്വേഷകരും കുടതുന്നികളും ചെരുപ്പുകുത്തികളുമുണ്ട്
സൈനബയും സരോജിനിയും എലിസബത്തുമുണ്ട്.

സായാഹ്നം നീലേശ്വരത്തിന്റെ നിറമാണ്
അതിനാൽ എല്ലാ കുടവയറുകളും നോക്കുകുത്തികളും
സായാഹ്നത്ത് ടോർച്ചുംകൊണ്ടു പുറത്തിറങ്ങുന്നു.
വിദ്യാധരനും പാലംവരെ ഒറ്റയ്ക്കു നടക്കുന്നു.

രാത്രികൾ നീലേശ്വരത്തിന്റെ പരിക്കാണ്.
ക്ലബ്ബിൽ അടിപിടിയും നാരായണിയുടെ വയറുവേദനയും.
ലേലത്തിനു വെയ്ക്കാൻ ഇനിയെന്തുണ്ട്?
കറുത്തമ്പു കൊന്നിട്ട പാമ്പും ഏതാനും ഒഴിഞ്ഞ കുപ്പികളും.

നീലേശ്വരം കാലപ്പഴക്കം ചെന്ന ഒരു തുണിക്കെട്ടാണ്
ആരാണിപ്പോൾ ഇതെടുത്തു വെളുപ്പിക്കാൻ നോക്കുന്നത്?
സുഹൃത്തേ, ഇതിൽ ചേറും ചോരയും തഴമ്പുമുണ്ട്
അപ്പുവിന്റെയും അബൂബക്കറിന്റെയും അടങ്ങാത്ത ആശയുണ്ട്. ■

കാഞ്ഞങ്ങാട്ട് മഴ പെയ്യുമ്പോൾ

ഞാൻ കാഞ്ഞങ്ങാട്ടേക്കെത്തുമ്പോൾ,
അർദ്ധരാത്രി.
അർദ്ധരാത്രികൾക്ക് ഒരുപാട് അർത്ഥമുണ്ടെന്നു
സഹയാത്രിക.

"നെന്റെ വാച്ചിൽ സമയമെന്തായി-?"
"ഒരുപാടു വ്യായാമങ്ങൾക്കുശേഷം
ദാ, ഇപ്പം ഒരു ദിവസം മറിഞ്ഞു പോകുന്നു..."
അവൾ മറുപടി പറഞ്ഞ്, വശ്യമായ ചിരി ഉതിർത്ത്
അടിവയറും മുലയും പറിച്ചു തന്ന്
ശനിയും ഞായറും കഴിഞ്ഞ് മറ്റൊരു തിങ്കളായ്,
പി*യുടെ രാത്രിയായ്, ഞൊറിവുകളായ്.

കാഞ്ഞങ്ങാട്ട് മഴ പെയ്യുമ്പോൾ,
അങ്ങാടിയും അരമനയും നാറും.
അല്ലെങ്കിൽ കോണ്ടം കീശയിലിട്ടു നടക്കുന്നവനു
വെള്ളപ്പൊക്കത്തിന്റെ കെടുതി
എങ്ങനെ മനസ്സിലാവും?
മുല്ലപ്പൂ തൂക്കി വിൽക്കുന്നവൾക്കു
പ്രണയം എറിഞ്ഞു കൊടുത്ത്
അവൻ മധുരതരമായ്, കുമിളകളായ്.

"ഞാൻ നിന്നെ കാമിക്കുന്നു..."
ബസ്സു കയറാൻ നിൽക്കുന്നവളോട് ഭൂതം.
"ഞാൻ നിന്നെ ഇന്നലെയും കണ്ടിരുന്നു..."
ബാറിൽ ഒറ്റയ്ക്കിരിക്കുന്നവനോട് തെയ്യം.

---

* മഹാകവി പി കുഞ്ഞിരാമൻ നായർ

“നീയെന്തേ ഇങ്ങനെ വാടിപ്പോകുന്നു...?”
പച്ചക്കറി വിൽക്കുന്നവളോട് കാറ്റ്.
ഭൂതവും തെയ്യവും കാറ്റായ്, കടലായ്
മഴയിൽ ഒഴുകുന്നു, കവിയുടെ കാൽപ്പാടാകുന്നു.
നീറ്റുകക്ക, കൊട്ടടയ്ക്ക, നാടൻ വെറ്റില
ഇഞ്ചി, പുളി, നെല്ലിക്ക
ചക്ക, മാങ്ങ, തേങ്ങ
ചപ്പ്, ചവറ്, ചാണകം
മഴ നനയുന്നു, മഴ നാറുന്നു.

ഞാൻ കാഞ്ഞങ്ങാട്ടേക്കെത്തുമ്പോൾ
അർദ്ധരാത്രി.
ഇപ്പോൾ കണ്ണു കാണാത്തവരോടൊപ്പം
കൂരിരുട്ടായി ഞാനും നനയുന്നു
ഞാനും അലയുന്നു
കാഞ്ഞങ്ങാട്ടെ പി സ്മരണയായ്.

മിന്നുകട, മരുന്നുകട, ചെരിപ്പുകട, പത്രക്കട
എല്ലാ കടകളും കടങ്ങൾ വീട്ടി വീട്ടിലിരിക്കുന്നു
നനഞ്ഞ വസ്ത്രങ്ങൾ പിഴിഞ്ഞുണക്കുന്നു
അളവു തെറ്റിച്ചു വീണ്ടും തയ്ക്കുന്നു.
നിലാവുള്ള രാത്രിയിലും
എല്ലാ രാത്രിയിലും
ഇവിടെ മഴ തിളയ്ക്കുന്നു.

സഹയാത്രികയോട് ചില്ലറ വാങ്ങി
മഴ നനഞ്ഞ് ഞാൻ ബസ് കാത്തു നിൽക്കുന്നു. ■

അവിടെ മഴ പെയ്യാറില്ല

എഴുതിയ കവിതകളെക്കാളേറെ
എഴുതാത്ത കവിതയാണു
എന്റെ ജീവിതം.
തിരിഞ്ഞു നോക്കുമ്പോൾ
ഒരു പുനർവായന പോലെ
കണ്ണാടി, പുഴ, വൃക്ഷങ്ങൾ, വഴിയോരങ്ങൾ
എല്ലാം എന്റെ ജീവിതം പകർത്തുന്നു.
അലങ്കാരം, ചമൽക്കാരം, ഉൽപ്രേക്ഷ
എല്ലാം ഞാൻ തന്നെയാണ്.

പ്രണയവും വിരഹവും ഒടിഞ്ഞെടുത്താണ്
എന്റെ വീട്.
അവിടെ മഴ പെയ്യാറില്ല
കളിസ്ഥലവും വിറ്റൊഴിയുന്നു

വറ്റിയ കിണറിൻ കരയിൽ
കപ്പി കരയുന്നു. വളകിലുങ്ങുന്നു
ദാഹനീർ ചോദിച്ചാലോ?
വേണ്ട, വീണ്ടുമൊരു
ചണ്ഡാലഭിക്ഷുകിയാവേണ്ട.

ഒന്നും മോഹിക്കാതെ
ജീവിതവ്യാകരണത്തിൽ
ഞാനിപ്പോഴും അലയുന്നു.
എഴുതിയ കവിതകളിൽ നിന്നും
എഴുതാത്ത കവിതയിലേക്ക്. ■

കാലാവസ്ഥ

മഴ പറയുന്നു
'ഇന്നു നീ നനയണ്ട
എങ്ങോട്ടും പോകണ്ട...'
അതെങ്ങനെ ശരിയാകും?
പോയില്ലെങ്കിൽ
മണ്ണൊലിപ്പ് ആരുതടയും?

അമ്മ, മഴയാണെങ്കിൽ
അച്ഛൻ, പിന്നെ ആരാണ്?
ഇടി ആയിരിക്കില്ല.
അച്ഛൻ ആരേയും
ഇടിക്കുന്നതായി കണ്ടിട്ടില്ല.
അമ്മയുടെ തോരാത്ത മഴയിൽ
അച്ഛൻ ഒരു ചാറ്റലായി
പെയ്തു തീരുകയായിരുന്നു.
അതിനുശേഷമാണ്
കുടുംബം മിന്നലേറ്റത്.

മാനത്ത് മഴവില്ലു കണ്ടാണ് വളർന്നത്
പക്ഷേ മാനം പോയപ്പോൾ
മഴവില്ല് അപ്രത്യക്ഷമായി
എന്നാലും മാരിവില്ലുണ്ട്
മാഞ്ഞുപോകാത്ത മഹാവില്ല്.

മാനം കറുക്കുന്നു
എന്റെ മനസും.
ആകാശം കിടുങ്ങുന്നു.
ഇടി താണ്ഡവം തുടരുന്നു
കർക്കിടകവും കഷായക്കഞ്ഞിയും
അടുപ്പത്ത് നനയുന്നു
പിന്നെങ്ങനെ ഞാൻ വേവാതിരിക്കും? ■

കോവണി

കോവണി കയറിപ്പോകുന്നത്
ഒരു കവിതയാണ്.
മദ്യപിച്ചിട്ടുണ്ട്
തൊട്ടുമുമ്പ് തട്ടുകടയിൽ കണ്ടിരുന്നു.
അതിനുമുമ്പ് ടൗൺഹാളിലും.
ആരോടും അധികം മിണ്ടില്ല.
വൃത്തത്തിൽ ചിരിക്കില്ല
മുട്ടുമടക്കില്ല, മുഖം മിനുക്കില്ല
ഇരിക്കാൻ അറിയില്ല
ഇപ്പോൾ കിടക്കുകയാണ്
കെട്ടിടത്തിൽനിന്നു ചാടി
പെരുവഴിയിൽ ഛിന്നഭിന്നമായി.

കോവണി ഇറങ്ങി വരുന്നത്
ഒരു കഥയാണ്.
അതിഭാവുകത്വമാണ്
ആധുനികോത്തരവും
ഇറങ്ങിയവഴി കാറിൽ കയറുന്നതു കണ്ടിരുന്നു
കൂടെ ഒരു നിരൂപണവുമുണ്ട്
പിന്നെങ്ങോട്ടുപോയി എന്ന് ആർക്കുമറിയില്ല.

കഥാസങ്കൽപ്പത്തിൽ
കോവണി ഒരു ദുരന്തമാണ്
പലതും പിഴച്ചുപോകുന്ന
ജീവിതത്തിന്റെ മഹാകയറ്റവും ഇറക്കവും.
സൂക്ഷിച്ചില്ലെങ്കിൽ,
കയറുമ്പോൾ തലകറങ്ങും, കാലുകഴയ്ക്കും.
ഇറങ്ങുമ്പോൾ തെന്നിവീഴും, കിടപ്പിലാകും.
എത്ര വിശദീകരിച്ചിട്ടും
കോവണി ഒരു ചവിട്ടുപടിയായിത്തന്നെ
വായനയിൽ അവശേഷിക്കുന്നു. ■

ഒരു മഴക്കാല കവിത

പുറത്ത്
മഴ പെയ്യുന്നു.
മഴയിൽ കുതിർന്ന
ഒരു പകലിന്റെ സംഗീതവും.
"അപ്പം ചുട്ട് അടയും ചുട്ട്
വണ്ണാത്തൻകോരൻ
വീട്ടിൽ പോണ വഴിയേത്?
ഇവിടെ പാമ്പുണ്ട്, തേളുണ്ട്
കരിങ്കണ്ണുണ്ട്
ഇക്ക്... ഇക്ക്... ഇക്ക്...
ഇക്കിളി"

ചിരിച്ചുകൊണ്ടിരുന്ന
ഞാനും
ചിരിപ്പിച്ചുകൊണ്ടിരുന്ന
പെങ്കുഞ്ഞും
ഇപ്പോൾ
മഴയ്ക്ക് തളർച്ചയുണ്ട്,
സംഗീതം തേയുന്നുണ്ട്.
വെള്ളിയാഴ്ച പെയ്ത
വെള്ളിമഴ.
വെള്ളിമഴയിൽ
മനസ്സിൽ,
വെള്ളിക്കാലുള്ള
കുട പിടിച്ചവർ
സത്യത്തിൽ ഇവിടത്തെ
ആരുമായിരുന്നില്ല.
ഞങ്ങളായിരുന്നു.

കുത്തറ അമ്പലച്ചോട്ടിൽ
ചെറോൻ ചെക്കൻ
തെയ്യം കെട്ടി,
തെയ്യം വാളുരസി
മിന്നലായ്,
ആർത്താടിയലറി
ഇടിയായ്
ചിലങ്ക കിലുക്കി
മഴയായ്,
മഴയോടൊപ്പം
തെയ്യം തുള്ളി,
ചെങ്കണ്ണുരുട്ടി
പേടി വീഴ്ത്തി
തെയ്യത്തിനു നൽകാൻ
വാഴയിലയിൽ പൊതിഞ്ഞത്
വാരിയെറിഞ്ഞ്,
മരക്കാലുള്ള കുടയുയർത്തി
ഞങ്ങളോടി.

മഴപോയി
വെയിലുവന്നു.
വെയിലുപോയി
മഴവന്നു.
മഴയും വെയിലും
ഒന്നിച്ചു വന്നു.

മഴയിൽ, വെയിലിൽ
ഇറയത്തിരുന്ന്
മുറ്റം നോക്കി
പെങ്കുഞ്ഞു പാടി.
“കുഞ്ഞിക്കുഞ്ഞിക്കുറുക്കാ-
നിനക്കെന്തു ബെരുത്തം*
തലക്കുത്ത് പനിയും
തല ബെരുത്തം
കുളത്തിൽ പോണം
കുളി മുണ്ടുടുക്കണം

---

* രോഗം

തലകുത്തി മറിയണം
നനഞ്ഞുകൊണ്ടോടണം..."

നനയുന്നു
ഇന്നെന്റെ, ഇപ്പോഴെന്റെ
രണ്ടു കണ്ണും നനയുന്നു.

നനഞ്ഞു നനഞ്ഞ
ഈ പകലിൽ, ഈ രാവിൽ,
ഓർമകൾക്ക് വേദനകൾക്ക്
തൂക്കക്കൂലി കൊടുക്കാ-
നാവുന്നില്ലെന്നറിയുമ്പോൾ
ഞാനെത്ര നല്ലവനാണ്
ഭാഗ്യവാനാണ്. ■

മഴയ്ക്കു പിന്നിൽ

കുഞ്ഞമ്മിണി പറയുന്നു:
എന്റെ വാഴത്തോട്ടം നശിപ്പിക്കാൻ വന്ന മഴ
കുഞ്ഞിപ്പെണ്ണു പറയുന്നു:
ഈ മഴയത്ത് ഇനിയാരും വരുമെന്നു തോന്നുന്നില്ല.
കോരൻ പറയുന്നു:
മഴ വന്നാലും വന്നില്ലേലും എന്റെ കഞ്ഞി
കുമ്പിളിൽ തന്നെ.
യശോദേട്ടിക്കും പറയാനുണ്ട് ഏറെ,
കഴിഞ്ഞ മഴക്കാലത്താണ് ഒരു ഭ്രാന്തനെപ്പോലെ
ചരക്കുലോറി ഈ വീട്ടിലേക്കു പാഞ്ഞു കയറിയത്.
കർഷകനും കവിയും ഒന്നും മിണ്ടുന്നില്ല
നെരിപ്പോടിന്റെ ഉപനിഷത്തിനപ്പുറം
അവരുടെ മനസ്സിൽ പുതിയ വിളവെടുപ്പിന്റെ
കൊയ്ത്തായിരിക്കും
(ഓണവും ഓണപതിപ്പിന്റെയും കാലമാണ്.)
കുഞ്ഞമ്മിണി ചെരിഞ്ഞു വീണ വാഴയിൽനിന്നും
ഒരിലമുറിച്ചെടുത്തു
കുഞ്ഞിപ്പെണ്ണ് മുടി അഴിച്ചിട്ടു ജാലകം തുറന്നു
ദാ, മഴ ഇലയിലും ജാലകത്തിലും പെയ്തു തിളയ്ക്കുന്നു.
കോരന്റെ കഞ്ഞിയിൽ മണ്ണിടുന്നു
കേൾക്കുന്നില്ലേ, പാഠം പഠിച്ചുവന്ന കുട്ടി
ഹോംവർക്കു ചെയ്യുന്നത്?
'റെയിൻ റെയിൻ ഗോയെവേ...' ■

മഴ പോകുന്നു

മഴ പെയ്യുന്നു
അസഹ്യമായ ചൂട്
ജനലും വാതിലും തുറന്നിട്ടു.
ചാഞ്ഞും ചെരിഞ്ഞും
മഴ വീട്ടിനുള്ളിൽ കയറുന്നു.

പുരനിറഞ്ഞ പെണ്ണുപോലെ
മഴ വീട്ടിനുള്ളിൽ.
നെല്ലറയിൽ വിരൽ മുറിച്ചിട്ടു
പാതിനഗ്നമായി കിടപ്പറയിൽ ചുരുണ്ടു.

ഉടുമുണ്ടു മാറ്റി തോർത്തുടുത്തു
എണ്ണപ്പാത്രം കാണാനില്ല
കറണ്ടും കമ്പിയും മുറിഞ്ഞു
അടുപ്പത്തുവെച്ച പാത്രത്തിലും
മഴ തിളച്ചു.

തട്ടിൻപുറത്തും താളമുണ്ട്
എലിപ്പടകൾ കോണിയിറങ്ങി
ഇല്ലവും ഇല്ലക്കാരും കുട തുറന്നു.
മുറിവുണങ്ങാത്ത വേരും നനഞ്ഞു.

ഇടവപ്പാതികൊണ്ടകംപൊള്ളി
മണ്ണിടിഞ്ഞു ദേശം ചെരിഞ്ഞു
നെല്ലിമരവും മുറ്റത്തു വിറച്ചു
തഴപ്പായ ചുരുട്ടി താഴേക്കിട്ട്
വീടുമായി മഴ പോകുന്നു. ■

മഴക്കാലം

ഞാൻ ജനിച്ചത് ഒരു മഴക്കാലത്തായിരുന്നു.
അതിൽ പിന്നെ വീട്ടിലെന്നും മഴയായിരുന്നു.
എന്റെ വളർച്ചയും പിന്നീട് മഴപോലെയായ്.
ഉപ്പ മരിച്ചപ്പോഴും കോരിച്ചൊരിയുന്ന മഴയായിരുന്നു.

മഴ പ്രകൃതിയുടെ വിരലടയാളമാണ്.
ചിലപ്പോൾ കാരുണ്യത്തിന്റെ
ചിലപ്പോൾ സങ്കടത്തിന്റെ.
എല്ലാ മഴയും വേദനകളാണ്.

ഇടനാഴിയിലും പെരുവഴിയിലും
ഓത്തുപള്ളിയിലും കളിസ്ഥലത്തും
തറവാട്ടിലും മച്ചിൻപുറത്തും
മഴ, മാറി മാറി പെയ്തു.
എല്ലാ മഴയും ഞാൻ നനഞ്ഞു.
എനിക്കു പനി വന്നു.

പനിയിൽ മഴയെ ഞാൻ വാരിപ്പുണർന്നു.
ഒടുവിൽ, മഴയെ സ്നേഹിച്ചുകൊണ്ട്
അതിന്റെ പൊലിമതേടി
തറവാട്ടിൽനിന്നും ഞാൻ പടിയിറങ്ങി.

ഞാനിന്നും മഴയോടൊപ്പം അലയുകയാണ്.
ഈ അലച്ചിൽ,
എഴുതാത്ത അനേകം കവിതകളായ്,
കൈയെഴുത്തായ്, മഴയിൽ വർഷിക്കുന്നു. ■

മൂന്നു സഞ്ചാരികൾ

വേറെ

ഞാൻ എനിക്കു മുമ്പേ നടക്കുന്നു
നീ പിന്നിലുണ്ടെന്നറിയാം
അപ്പോഴും ഞാനെന്നോടു പറഞ്ഞു:
"തിരിഞ്ഞു നോക്കരുത്...."
എന്നിട്ടും നീ പിന്നിലുണ്ടെന്നുതന്നെ
ഞാൻ വിശ്വസിച്ചു.
വാസ്തവത്തിൽ നിനക്കു പകരം
എന്റെ പിറകിൽ ആരായിരുന്നു?

ചിലത്

കവി ഒറ്റയ്ക്കു നിൽക്കുമ്പോൾ വണ്ടാണ്
ഏതു പൂവിലും മധുനുകരുന്ന വണ്ട്.
കൂട്ടത്തിലാകുമ്പോൾ പുഴയാണ്
എങ്ങോട്ടും ഒലിച്ചു പോകാവുന്ന പുഴ.
വീട്ടിലെത്തിയാൽ വിറകാണ്
എളുപ്പം തീപിടിക്കുന്ന വിറക്.
വഴിയിലാകുമ്പോൾ പലതാണ്.
ആൾക്കൂട്ടത്തിലെ പ്രതിമയാണ്.

പകർച്ച

മുത്തച്ഛനു കോണകമായിരുന്നു
അച്ഛൻ അതിനു മുകളിൽ ഒറ്റമുണ്ടുടുത്തു
ഞാൻ അത് ഡബിൾ വേഷ്ടിയാക്കി
എന്റെ മകൻ പാന്റ്സിട്ടു
പേരമകൻ അത് വെട്ടി ബർമുഡയാക്കി
ഇനി അവന്റെ മകൻ, മകന്റെ മകൻ
ഉടുക്കുമോ ഉടുക്കാതിരിക്കുമോ?
കാലം കാലം തന്നെ, ജീവിതം വേഷപകർച്ചയും. ■

കാ.....കാ.....

കാക്കക്കൂട്ടിൽ കല്ലെറിയരുത്
അതിലൊരു കാക്ക ഉണ്ടാകും
കാക ഉണ്ടാകും.

ആർക്കും കാക്കയെ തിരിച്ചറിയാനാവുന്നില്ല.
ഇന്നലെ കണ്ടതാണോ ഇന്ന് കാണുന്നത്?

ഒരു കാക്കയുടെ പിറകിലാണ് ഞാനിപ്പോൾ.
പോകെപ്പോകെ അത്
കമ്പിയിൽ മുട്ടി നിലത്തുവീണു.
രക്ഷിക്കാൻ എനിക്കായില്ല.
ചുറ്റും കാക്കകളുടെ ദുഃഖാചരണം.
സ്വന്തം പേരുവിളിച്ചു കരയുന്നു.

മനുഷ്യനെപ്പോലെയല്ല കാക്ക.
കാക്കയ്ക്ക് നിറം മാറാനാവില്ല.
കാക്കയെപ്പോലെ മനുഷ്യന്
പേരുവിളിച്ചു കരയാനുമാവില്ല.

കാക്കകളുടെ ഐക്യത്തിൽ
മനുഷ്യാ, നീയെത്ര ചെറുത്. ■

ഗൃഹം

ആളിപ്പോൾ മറ്റൊരാളുമായി സംഭാഷണത്തിലാണ്.
ആരോടായിരിക്കും അവളിപ്പോൾ സംസാരിക്കുന്നത്?
കെട്ട്യോനായി ഞാനുള്ളപ്പോൾ
അവളെന്തിന് മറ്റൊരാളുമായി സംസാരിക്കണം?
വീട്ടിലെത്തിയാൽ എന്തെല്ലാം ന്യായീകരണങ്ങൾ
അവൾക്ക് പറയാനുണ്ടാകും.
വീട്ടിലെത്തട്ടെ, കാണിച്ചു കൊടുക്കാം.

ഇത്രയും ഒരു പുരുഷന്റെ ഭാഗത്തുള്ള വേവലാതികൾ.
എന്നാൽ സ്ത്രീപക്ഷത്തേക്കു പോയാലോ?
എത്ര ആവലാതികൾ
അരിയിൽനിന്നു കല്ലെടുക്കുംപോലെ
അവൾ നിരത്തും.

ശരിയാണ്, വാടക കൊടുത്തില്ല.
പലചരക്കുകാരനും വിളിച്ചു ശല്യപ്പെടുത്തുന്നു.
സ്ക്കൂളിൽനിന്നും മകളെ തിരിച്ചയച്ചു.
മാർക്കില്ലാഞ്ഞിട്ടല്ല, എന്തു ചെയ്യാം?

എല്ലാതിരിച്ചറിവുകളും ബോദ്ധ്യമാകുമ്പോൾ,
വേവാത്ത ചോറിന് അവളുടെ മുടിക്കെട്ടു പിടിക്കുന്നു.
ലോണെടുക്കുമ്പോഴും പണയപ്പെടുത്തുമ്പോഴും
അവളുടെ നമ്പർ കൊടുത്ത് രക്ഷപ്പെടുന്നു.
ആളിപ്പോൾ സംഭാഷണത്തിലാണ്.
ആരായിരിക്കാം അവളെ ഇപ്പോൾ ഭീഷണിപ്പെടുത്തുന്നത്?
ഗൃഹനാഥൻ പരിധിക്ക് പുറത്താണല്ലോ? ■

മകൾ

മകളേ, അറുപതു വർഷത്തെ കഠിനാദ്ധ്വാനമാണ്
ഇന്നത്തെ നിന്റെ ദിവസം.
ഇന്ന് നീ പുതുമണവാട്ടിയാണ്.
രാവിന്റെ ചേലാണ്, മുഹബ്ബത്താണ്, ഒപ്പനയാണ്.

മകളെ ചമയിച്ചെടുക്കാൻ ഒരു പിതാവിന്
ഇത്രയും നാളുകളോ?
ഏതെങ്കിലും ബ്യൂട്ടീഷനെ വിളിച്ചാൽ പോരെ?
സംശയം ന്യായം, പലതിനും ഉത്തരമില്ലാത്ത
വാട്സപ്പ് കാലം.

പല പെൺമക്കളും ഒളിച്ചോടുന്നു.
വീട്ടിലെ ദുരിതങ്ങൾ ഓടിയോടി മറികടക്കുന്നു.
മക്കൾ ഓടിത്തോൽപ്പിക്കുമ്പോൾ
മാതാപിതാക്കൾ തെന്നി വീഴുന്നു.

ഇന്നു മുതൽ നീ മറ്റൊരു വീട്ടിൽ കഴിയേണ്ടവൾ.
മറ്റൊരു ലോകം പണിയേണ്ടവൾ.
അച്ചടക്കം പാലിക്കേണ്ടവൾ.

പതിയെ കിടപ്പുമുറി വീടാകും.
വീട് തറവാടാകും.
തറവാട് രാജ്യമാകും.
അപ്പോൾ നിനക്കറിയും,
കിടപ്പുമുറി വീടായതും
മാതാപിതാക്കൾ രാജ്യമായതും.

വീട് പണിയുമ്പോൾ തുടങ്ങണം
അനുഭവങ്ങൾ പഠിച്ചുവെക്കാൻ.
അറുപതു വർഷം വേണ്ടിവന്നു
ഓരോന്നു പഠിച്ച് എനിക്കൊരു രാജ്യമാവാൻ. ■

സിനിമ

സിനിമ തുടങ്ങി.
തുടക്കത്തിലേ
അടി, ഇടി, കുത്ത്.
ഇത് കാണാൻ തിയേറ്ററിൽ വരണോ?
പൊള്ളുന്ന കാഴ്ച്ചകൾ, നട്ടുച്ചകൾ,
വഴിയിൽ തിളയ്ക്കുമ്പോൾ.
അതും ഒരെഡിറ്റിങ്ങുമില്ലാതെ.

ഗോസിപ്പ്കേട്ട് കഥ മാറിപ്പോകുന്നു.
തിരക്കഥ മോഷ്ടിച്ചതാണത്രെ.
നായകൻ കാലുമാറി
നായിക വില്ലന് പൂകൊടുത്തു.
ഓരോ ഷോട്ടിലും സംവിധാനമുണ്ട്.
പകലിലും ഇരുട്ടത്തിരുത്തുന്ന
വെളിച്ചത്തിന്റെ ദൃശ്യം.

പറമ്പ് വിറ്റാണ് അയാൾ
സിനിമയെടുക്കാൻ പോയത്.
അവസാനം ബോഡിപോലും കിട്ടിയില്ല.
ഇതൊക്കെ തിരശ്ശീലയിൽ കാണാത്തത്.

അപ്പുറത്ത് നടി മെയ്ക്കപ്പഴിക്കുന്നു.
അഭിനയം അഴിച്ചുവെച്ചു
ജീവിതം അണിയുന്നതിന്റെ ക്ളോസപ്പ്.
ക്യാമറയ്ക്കു മുന്നിൽ ചിരിക്കുമ്പോൾ
മറ്റാരും കാണാതെ കരയുന്ന സീൻ.
കട്ട്.

സിനിമ കഴിഞ്ഞ് പുറത്തിറങ്ങുമ്പോൾ
പുതിയ ക്ലൈമാക്സ്.
ഇന്നും ആരെയോ കുത്തിയിട്ടുണ്ട്,
നിലത്തുവീണു പിടയുന്നുണ്ട്.
ടിക്കറ്റില്ലാതെ, ആൾക്കൂട്ടത്തിൽ
കണ്ണുപൊത്തിക്കാണേണ്ട ചോരപ്പടം. ■

പൂരിപ്പിക്കൽ

മിക്ക പൂരിപ്പിക്കലും ഒഴിവാക്കലാണ്.
അതിനുള്ള മാർക്ക് പണ്ടേ കിട്ടാറില്ല.

വിട്ടഭാഗം പൂരിപ്പിക്കുമ്പോൾ
ഉത്തരം പൂർണ്ണം
സമസ്യാപൂരണം
എനിക്ക് ഒന്നും പൂരിപ്പിക്കാനാവുന്നില്ല.

മാഷ് പറഞ്ഞു
“കളിയിൽ മിടുക്കനാണല്ലോ,
പിന്നെന്തേ പൂരിപ്പിക്കൽ വിട്ടുകളയുന്നത്...”

രണ്ടു പലകകൾ ചേർത്തുവെക്കാം
അത് വാതിലാകും.
രണ്ടു കല്ലുകൾ ചേർത്തുവെക്കാം
അത് മതിലാകും.
രണ്ടു ഭാഷകൾ ചേരുന്നില്ല
രണ്ടു വീടുകൾ ചേരുന്നില്ല.

വാക്കുകൾ സമംചേർത്തു പൂരിപ്പിക്കണം
ഭാഷ അലങ്കാരമാക്കണം
വിട്ടുപോയ ജീവിതം കൂട്ടിവായിക്കണം.

ഞാനിപ്പോൾ എന്റെ പഴയ സ്കൂളിന്റെ മുന്നിലാണ്.
എന്നെത്തന്നെ വാക്യത്തിൽ പ്രയോഗിക്കുകയാണ്. ■

ശസ്ത്രക്രിയ

ഒരു പെൺകുട്ടി പൂവുമായി വരുന്നു.
പൂ എനിക്ക് തരുന്നു.
അവൾ മടങ്ങിപ്പോകുന്നു.
ഞാൻ ശ്മശാനത്തിലാണ്.
പരേതർക്ക് എന്തിനാണ് പൂ?

പൂവ് പറയുന്നു,
'ഞാനാണ് ആ പെൺകുട്ടി.
മണത്തു നോക്കൂ......'
അതെ, ഇതെന്റെ കണ്ണാണ്.
മരിക്കുംമുമ്പ് ദാനം ചെയ്തത്.
അവൾ എന്നെ കാണുന്നു, കരയുന്നു.
ഇവിടെ ഓരോ കല്ലറയിലും പൂക്കളുണ്ട്.
പ്രിയപ്പെട്ടവരുടെ ഓർമ്മകൾ, കണ്ണീരുകൾ.

ഇന്ന് എന്റെ ആണ്ടുദിനം.
ഓരോ ചരമദിനവും
ജന്മദിനത്തെക്കാൾ ശ്രേഷ്ഠം.
മരിച്ചവരുടെ കൂട്ടുകാരാണ് പൂക്കൾ.
മരിച്ചവരും ജീവിക്കുന്നവരും തമ്മിലുള്ള ബന്ധം.

ബന്ധുക്കളാരും എന്നെത്തേടി വരുന്നില്ല
ഞാനാ പെൺകുട്ടിയിൽ ജീവിച്ചിരിക്കുന്ന കാര്യം
അവരാരും അറിയുന്നില്ലേ?
അവരൊന്നും കാണുന്നില്ല.
അവളുടെ കണ്ണിലെ വെളിച്ചം
ഞാൻ കാണുന്നു. ■

പുഴ

ഈ പുഴയ്ക്കൊരു പേരു വേണം
ഇതുവരെ പേരില്ലാത്ത പുഴയായിരുന്നു.

ആണ്ടു നേർച്ചയ്ക്ക് അങ്ങാടിപ്പോകാൻ
പുഴ കടക്കണം.
ചന്തയ്ക്കും കെട്ടിനും ചാവേറിനും
പുഴതന്നെ ശരണം.

സൗദാന്റെ വെള്ളിക്കൊലുസ് വീണതും
അത് മുങ്ങിയെടുത്തതും ഈ പുഴയിലായിരുന്നു.
ഒടുവിൽ മുങ്ങിയെടുത്തവൻതന്നെ
അവളുടെ സംരക്ഷകനായി.

പുഴ നാണം കുണുങ്ങി.
പെട്ടെന്ന് അവൻ കാലുമാറിയപ്പോൾ
പുഴ ക്ഷുഭിതയായി, സൗദാനെ കാണാതായി.
പേയിളകിയവനും പാമ്പുകടിയേറ്റവളും പുഴയുടെ
സാക്ഷിയാണ്.
അവരെ അക്കരെയെത്തിക്കാൻ പുഴ അത്രത്തോളം
വേലിയിറക്കം അനുഭവിച്ചു.

സ്വാതന്ത്ര്യം കിട്ടിയ അർദ്ധരാത്രിയിൽ
പുഴയിൽ കരിമീൻ തുള്ളിച്ചാടി.
നിലാവ് വട്ടമിട്ടു.
കടത്തുകാരൻ എല്ലാവരേയും കൂകി ഉണർത്തി.
പലവട്ടം കവിഞ്ഞൊഴുകി
പലരുടേയും കാലുകൾ നഗ്നമാക്കി.

കപ്പയും ചേമ്പും ചേനയും വാർന്നു വീണു.
നേന്ത്രക്കുലയും കുരുമുളകും കാപ്പിയും തുഴഞ്ഞുപോയി.
പട്ടാളക്കാരും ഉദ്യോഗസ്ഥരും പുഴ കടന്നു.
മടങ്ങിപ്പോക്കും തിരിച്ചുവരവും ഇതിവൃത്തമായി.
ചേറും ചളിയും അടിയൊഴുക്കായി.
മണലൂറ്റും കൊടിവീശലും ഉത്സവമായി.
അപ്പോഴും തളർന്നില്ല പുഴയുടെ വീര്യം.

വേണോ ഈ പുഴയ്ക്കൊരു പേര്?
അല്ലെങ്കിൽ പേരെന്തിനു വേരിനോളം? ■

വടക്ക്

വടക്കേലെപ്പെണ്ണേ, വാതിൽ തുറക്ക്
മൂലയ്ക്ക് വെച്ച മാച്ചി[1]യെട്ക്ക്
ഏണേ, പോലായാ അപ്പ്യളും പോലായാ,
കുഞ്ഞ്യോക്ക് ഞാനെന്ത്പ്പാ കൊടുക്കേണ്ടത്?[2]

പൈനെ[3] കറക്കണം പുല്ലരിയാൻ പോണം
കാടിയും വെള്ളോം കലക്കണം,
ചപ്പില[4] വാരാൻ പോണ്ടേ നമ്ക്ക്?
ചീതം[5] മാറാൻ തീകായേണ്ടേ?

അനിയത്തിപ്പെണ്ണ് മുടി ചീക്ന്ന്
വാതിക്കനിന്ന് കുറി വരക്ക്ന്ന്
ചന്ദ്രരിപ്പുഴ[6] നീരാട്ന്ന്
സൂര്യനിറങ്ങി നിറം കലക്ക്ന്ന്.

ചിത്താരിപ്പാലവും ചിത്രത്തിലുണ്ട്
പുതിയകോട്ടയും പഴങ്കോട്ടയും
കാവും കലശവും കയ്യൂരും
പിയും ഉബൈദും മഹാകവികളും.

ബേക്കൽക്കോട്ടയിൽ ചന്ദ്രോദയം
ചാമുണ്ഡിക്കുന്നിൽ കനലാട്ടം

---

1. ചൂല്
2. എടീ, പോകയാണോ, അവരും പോകയാണല്ലോ. കുട്ടികൾക്ക് ഞാനെന്താണ് കൊടുക്കേണ്ടത്?
3. പശു
4. ഇല
5. കുളിര്
6. ചന്ദ്രഗിരിപ്പുഴ

തെക്ക്ന്നും വടക്ക്ന്നും പെണ്ണുങ്ങവന്ന്
അങ്ങോട്ടുമിങ്ങോട്ടും ചിറകെട്ടി.

ആനയ്ക്കും തുമ്പിക്കും പാപ്പാനുണ്ട്
ആരാന്റെ പെണ്ണിന് വയറ്റിലുണ്ട്
കവിയരങ്ങുണ്ട് കഥകളിയുണ്ട്
കുടുമയും കുടവയറും കെങ്കേമം.

വടക്കുംനാഥാ, കരയുന്നു പെണ്ണ്
കീടനാശിനികൊണ്ടല്ലേ അത്താഴം
മാലിക്ക്ദിനാർ, മല്ലികാർജ്ജുനൻ
ഏഴേഴു ഭാഷകൊണ്ടലങ്കാരം. ■

പഴശ്ശി

പഴശ്ശിയെ ഞാൻ കണ്ടിട്ടില്ല
പഴശ്ശിരാജ എന്ന സിനിമയും.
യഥാർത്ഥത്തിൽ ആരാണു പഴശ്ശി?
എം.ടി യൊ? ഹരിഹരനോ?
അതോ, ഗോകുലം ഗോപാലനോ?

കളി കണ്ടു മടങ്ങുന്ന പെണ്ണുങ്ങൾ പറഞ്ഞു:
"ചതിവാണി പരക്കെ,
അടിയും മിന്നലും വാൾപ്പയറ്റും.
മരം ചുറ്റുന്ന കാലത്ത്
മനസ്സിനൊരു കുളിരുണ്ടായിര്ന്ന്..."

തിരശ്ശീലയ്ക്കു പിന്നിൽ
ആരോ വാളോങ്ങുന്നു.
അത് കെ.പി.ഉമ്മറാണ്.

പണ്ടൊരാൾ മഴുവെറിഞ്ഞതുപോലെ
ഇപ്പുറത്ത് ഗോവിന്ദൻകുട്ടിയും.
യുദ്ധം തന്നെ യുദ്ധം.

ഇതിനിടയിൽ ഭാര്യമാരായി വേഷം കെട്ടിയവർ
വീട്ടിനുള്ളിൽ വിഷം വെക്കുന്നു.
കളി കാണാൻ പോകുന്ന
തൊമ്മനും മക്കളും പറഞ്ഞു:
"അടിതടവാണു കാലം
എല്ലാതേരും ഉരുണ്ടത്
കൊട്ടാരത്തിലേക്കായിരുന്നു.

അവിടെയാണു ചൂതുകളിയും
ഭാര്യയെ പണയം വെക്കലും.

കോട്ടയിൽ അന്നും
കുട്ടിയും കോലും (ക്രിക്കറ്റ്) മാത്രമായിരുന്നു..."
അതാ വരുന്നു ബാലൻ കെ നായർ
സ്വഭാവനടനാണ്.

ആയുധബലവും അംഗബലവുമായി
പിറകെ മണവാളൻ ജോസഫും.

അവർക്കെന്തായിരിക്കും പഴശ്ശിയിൽ വേഷം?
പുരാണങ്ങളിലുമുണ്ടല്ലോ വേഷം കെട്ടും
ദൈവങ്ങളുടെ കുടിപ്പകയും.

അപ്പോൾ അമ്പും വില്ലും മൃഗവേട്ടയും കൊണ്ട്
തിരക്കഥ എങ്ങനെ മുന്നോട്ടുപോകും?
ആരു അഭിനയിച്ചു തകർക്കും? ■

ടവർ

എന്റെ കവിതകൾ
ഞാൻതന്നെ വായിച്ചുകൊണ്ടിരിക്കുന്നു
ആസ്വാദനമെഴുതുന്നു.
ഞാൻ എന്ന അയാൾ
കവിതയിൽ നിറഞ്ഞു കത്തുന്നു.

ഞാനിന്നലെ നഗരത്തിൽ പോയപ്പോൾ
ടവറിനു ചുറ്റും കവിയരങ്ങ്.
എനിക്കും കിട്ടി ഒരു സിമ്മും കുറേ ഓഫറുകളും.

ഇനിയെഴുതുന്ന കവിതയിൽ
റെയ്ഞ്ച് കൂടുമെന്ന് എന്നിലെ കവിയായ അയാൾ.

പഴയ സിമ്മ് മാറ്റി ആരെയൊക്കെയോ വിളിച്ച്
അയാൾ ഇറങ്ങിപ്പോയി.
കവിയരങ്ങ് കഴിഞ്ഞിട്ടും
അയാൾ വന്നില്ല.
എങ്ങോട്ടാണ് പോയതെന്നും അറിയില്ല.
വിളിക്കുമ്പോഴൊക്കെ പരിധിക്ക് പുറത്ത്.

ടവറില്ലാത്ത കോളനിയിലൂടെ ഞാനേറെ നടന്നു.
താമസിയാതെ കോളനിക്കും
പുതിയ ആസ്തിയും വരുമാനങ്ങളും ഉണ്ടാകുമെന്ന്
കവിതകേട്ടു കയ്യടിച്ചവർ.

ന്യൂനപക്ഷത്തോടു തോറ്റ കഥകൾ
ഇപ്പോൾ ടവറിനു മുകളിലാണ്.
കവിതയ്ക്ക് ഭൂരിപക്ഷം തികയുമ്പോൾ
പുതിയ സന്താനങ്ങൾ ജനിക്കും.
അപ്പോൾ എന്നിലെ കവിക്ക് വയസ്സാകും.
വയസ്സാംകാലത്ത്
ഏതുതരം കവിതയാണ്
വായിക്കേണ്ടത്, വിലയിരുത്തേണ്ടത്? ■

കാമുകൻ

എനിക്കിപ്പോൾ നീയൊരു
പുസ്തകം പോലെയാണ്
നിഗൂഢതകളും നിശ്ശബ്ദതകളും
പുഞ്ചിരിയും നിറഞ്ഞ
ഒരു പുസ്തകം പോലെ.
പേജുകൾ മറിയുമ്പോൾ
പുതിയ രീതിയിലെഴുതപ്പെട്ട
പഴയ തന്ത്രങ്ങളും ഉപകഥകളും.

സ്ത്രീ; ഉയർത്തപ്പെട്ടൊരു കഥയാണ്
വാർത്തെടുത്തൊരു കവിതയാണ്
എല്ലാ മുഖചിത്രങ്ങളിലും
ശകുന്തളയുടെ പുതിയ മുഖങ്ങൾ
ഗ്യാലറി നിറയെ പുതിയ ചിത്രകാരൻ
ചെവി അരിഞ്ഞുവെക്കുന്നു.

പലരും പലവഴി പിരിഞ്ഞുപോകുന്നു
ഞാനും എന്റെ വിരലുകൾ മുറിച്ചെടുത്ത്
ഇരുട്ടിലൂടെ നടന്നുപോകുന്നു
സ്നേഹം വേദനയാണ്, വേദനിപ്പിക്കലാണ്.

പണ്ടു നീ എഴുതിവാങ്ങിയ
പ്രണയലേഖനങ്ങളെല്ലാം
ഇന്നു നീ തിരിച്ചു തരികയാണെങ്കിൽ
എനിക്കൊരു നല്ല പുസ്തകമായേനേ...
എവിടെയായിരിക്കാം
അതൊക്കെ നീ ഒളിപ്പിച്ചത്?
നിന്റെ ഹൃദയത്തിലോ?
ഭർത്താവിന്റെ തലയണയ്ക്കുള്ളിലോ?
അതോ നമ്മുടെ പഴയ പുസ്തകത്തിലോ....? ■

പ്രണയവാരം

ഒന്ന്: (പ്രണയമധുരം)

നീ തന്ന പൂവുകൊണ്ട്
ഞാനൊരു വീടുണ്ടാക്കി.
ഹൃദയംകൊണ്ടു അടുപ്പും.
ഇപ്പോൾ,
മുറ്റത്തെ പൂന്തോട്ടം വെട്ടിത്തെളിച്ച്
അതിൽ തൈ നടുന്നു
ചെത്തിക്കുടിക്കാൻ കരിക്കിനു വേണ്ടി

രണ്ട്: (പ്രണയാഹാരം)

'പ്രണയം കത്തിച്ചാണ്
ഇന്ന് ഞാൻ കഞ്ഞി ഉണ്ടാക്കിയത്.'
ഇതൊരു കവിവചനമാണ്
കവികൾ പലതും പറയും
വിശപ്പിനും പ്രണയത്തിനും ഇടയിൽ
കത്തിത്തീരുന്ന ശവികൾ.

മൂന്ന്: (പ്രണയച്ചൂട്)

നിന്നെ ഇങ്ങനെ നോക്കിനിൽക്കുമ്പോൾ
മഞ്ഞിൽ പൂവിരിയുന്നു.
നേരം പുലർന്നാൽ
വെയിലിൽ വിരിയുന്നതാണ്
എന്റെ ജീവിതം
പൂകൊണ്ടു ജീവിക്കാനാവില്ല
വെയിലുകൊണ്ടാൽ പലതും ആവാം.

നാല്: (പ്രണയവധം)
ഒത്തുതീർപ്പിനുശേഷം
പൂവിനുള്ളിലേക്ക് മടങ്ങിപ്പോയ പ്രണയം
തിരിച്ചെടുക്കാനായിരുന്നു
പിന്നീട് ഞാൻ വണ്ടിനെ ഏർപ്പാടാക്കിയത്. ■

സ്ത്രീവിഷയം

ആദ്യം സാറേ എന്ന് വിളിച്ചു
പിന്നെ കവിയായി
ഇപ്പോൾ വിളിക്കുന്നു മാഷെ എന്ന്
അടുത്ത വിളിയിൽ ദയവായി
നീയെന്നെ ഒരു പ്യൂൺ ആക്കരുത്.
ഞാനൊരു സർവ്വകലാശാലയാണ്.

സ്ത്രീവിഷയമാണ് പാഠ്യപദ്ധതി
പെണ്ണും പൂവും.
അവളതു ചൂടുമ്പോൾ എളുപ്പം വാടുന്നു

ഒരു ചെടി നടുമ്പോൾ പ്രതീക്ഷിക്കുക,
അവിടെ ഒരു പ്രണയം വിരിയുമെന്ന്
തണലുണ്ടാകുമെന്ന്.

ചെടിയിൽ നിൽക്കുമ്പോൾ പൂവ്
വെയില് കൊള്ളുന്നു
നുള്ളി നോവിക്കുന്നു
ഇതൊക്കെ സഹിച്ച്
തലയിൽ കയറുന്നു.
ഇപ്പോൾ ഏതിനാണ് സൗന്ദര്യം?

കവി പറയുന്നു
വീണപൂവിനാണെന്ന്.
സാറ് പറയുന്നു
ചൂടിയ പെണ്ണിനാണെന്ന്.

മാഷ് പറയുന്നു
രണ്ടും ഒരുപോലെയാണെന്ന്.
അതൊരു ഉപമയാണെന്ന്.
എന്നാൽ ഞാൻ പറയുന്നു,
ഉപമയും ഉൽപ്രേക്ഷയും വർണിക്കുന്നേടത്ത്
പൂ വെക്കരുത്, പെണ്ണിനെ കാണിക്കരുത്

അതിനടുത്ത് അവൾ
പെട്ടെന്ന് വിരിയും, പെട്ടെന്ന് മണക്കും
ഇത്തരം മണമുള്ളതുകൊണ്ടാണ്
അത് മണക്കുന്നതുകൊണ്ടാണ്
ഒരേ സമയം ഞാൻ
സാറും കവിയും മാഷുമായത്
തോട്ടക്കാരനായത്. ■

എനിക്ക് നിന്നോട് കാമമില്ല

എനിക്ക് നിന്നോട് കാമമില്ല
അതുകൊണ്ട് നമ്മുടെ ബന്ധം
പാവാടച്ചരടിൽ ഒടുങ്ങുന്നില്ല.

അച്ചനു പട്ടം കൊടുത്ത കഥ
പണ്ടൊരു കാപാലിക* പാടി നടന്നു
അതേ സമൂഹംതന്നെ അവളുടെ
അരക്കെട്ടഴിച്ച കവിതയും
ചൊല്ലിത്തീർത്തു.
എന്തൊരു തോന്ന്യാസം?

ഒരു പെണ്ണിനും
അടച്ചിട്ടു (അഴിച്ചിട്ടു അല്ല) കുളിക്കാനാവില്ല
ഒറ്റയ്ക്ക് നടക്കാനാവില്ല.
അങ്ങനെ അവളെയും നമ്മൾ ഭ്രാന്തിയാക്കി
നക്കി നക്കി ഇല്ലാതാക്കി.

'താന്തോന്നി, തോന്ന്യാസി
താരക രാജകുമാരി...'
അഴുക്കിലും അരമനയിലും
കിടക്കുന്നവളെ
ഇങ്ങനെയാണ് വിളിച്ചു ശീലം.

പുറത്തു കിടക്കുന്ന നായ്ക്കും
അകത്തു കിടക്കുന്ന പൂച്ചയ്ക്കും
കൊടുക്കുന്നതുതന്നെയാണ്
നമ്മളും കഴിക്കുന്നത്.
ഒരേ പാത്രത്തിൽ വെച്ചുണ്ടാക്കിയത്.

---

* എൻ.എൻ.പിള്ളയുടെ നാടകം

നായയ്ക്കു എറിഞ്ഞുകൊടുക്കുമ്പോൾ
പൂച്ചയ്ക്കു ഒഴിച്ചു കൊടുക്കുന്നു.
ഇതിന്റെ പക തീർക്കാനാണ്
എലി മച്ചിൻപുറം കീഴടക്കിയത്.

ഇല്ലം ചുടേണ്ട
എലിയെപ്പേടിക്കേണ്ട
തുണിയഴിക്കേണ്ട
നീയെനിക്കു വഴിപ്പെടേണ്ട
എനിക്കു നിന്നോട് കാമമില്ല. ■

പ്രണയശില്പം

ഞാൻ സ്നേഹിച്ചവൾ
എനിക്ക് പ്രണയം തന്നില്ല
അതവൾ മറ്റൊരാൾക്ക് നൽകി
പിന്നെങ്ങനെയാണ്
പ്രണയത്തിന് ചെവിയരിഞ്ഞുകൊടുത്ത കഥ
ഞാൻ അംഗീകരിക്കുക?

ഒരു അംഗീകാരവും എനിക്കു വേണ്ട
എന്റെ വഴിയിൽ ഞാനെന്നും ഒറ്റയ്ക്കാണ്
ആർക്കൊക്കെയോ ഞാനൊരു പുരാവസ്തു
മ്യൂസിയത്തിൽ കൊണ്ടുവച്ച പ്രണയശില്പം.

പ്രണയം നശിക്കുന്നില്ല
മൂലയ്ക്കുവെച്ചാലും വെള്ളത്തിലിട്ടാലും.
എന്നാൽ ബന്ധം അങ്ങനെയല്ല
അതിന് എളുപ്പം തുരുമ്പുപിടിക്കും.

ഞാനിന്നലെ
മരണാനന്തര വീട് സന്ദർശിച്ചുവരുന്ന ഒരാളെ
വഴിയിൽവെച്ചു കണ്ടു.
അയാളും പഴയ ഒരു കാമുകനാണ്.
കാഴ്ചയിൽത്തന്നെ അയാളെന്നോട് ചോദിച്ചു:
'താങ്കൾക്ക് എത്ര ശത്രുക്കളുണ്ടെന്ന്?'
ശത്രുവില്ലാത്ത രാജ്യത്ത്
സ്നേഹം ഉണ്ടാവില്ലത്രെ
പ്രണയം ഉണ്ടാവില്ലത്രെ.

വഴിനിറയെ പൂക്കളുണ്ട്
പൂന്തോട്ടവും പൂമ്പാറ്റകളുമുണ്ട്.

രമണനും ചന്ദ്രികയുമുണ്ട്
യൂസഫും സുലൈഖയുമുണ്ട്
അവരൊക്കെ അപരിചിതരെപ്പോലെ.

കുറച്ചു മുന്നോട്ടുപോയാൽ നഗരമായി
ആർത്തിരമ്പുന്ന ആൾക്കൂട്ടമായി
അവിടെയുമുണ്ട് പ്രണയവും ഗസലുകളും
പൂവിനു പകരം പണം കൊടുക്കുന്ന
പ്രണയാലാപനങ്ങൾ.

അതിന്റെ നടത്തിപ്പുകാരിക്ക്
അഡ്വാൻസ് കൊടുക്കുമ്പോൾ
ഞാനവളോട് ഒരു പൂ ചോദിച്ചു
പണ്ടു ഞാൻ അവൾക്കു നീട്ടിയ ആ പൂവ്. ■

ഹൗസ്ഫുൾ

ഒന്ന്

എന്നും മുന്നിൽ നിൽക്കുന്നവനാണു
ഏറ്റവും പിന്നിലായിപ്പോകുന്നത്.
ആദ്യത്തെ അടി തടുത്തിട്ടും
രണ്ടാമത്തേതു കൊള്ളുന്നു.
അടിയും തടയും കഴിഞ്ഞ്
പിന്നിലെത്തുമ്പോഴേക്കും
പിന്നിലുള്ളവൻ
ഏറ്റവും മുന്നിലെത്തുന്നു.

രണ്ട്

സകലതും വാടകയ്ക്കു കിട്ടും.
കാറും വീടും മാത്രമല്ല,
മുറിയും മുഖവും മാത്രമല്ല,
ഉച്ചഭാഷിണിയും ഉച്ചകളും
പട്ടുമെത്തയും പളുങ്കുപാത്രങ്ങളും
നേരും നുണയും, നീയും ഞാനും
നമ്മുടെ അവയവങ്ങളും ആത്മാക്കളുംവരെ.
കല്ലറകൾവരെ.

മൂന്ന്

തെരുവുവിളക്കും തെരുവുവേശ്യയും
ഒരുപോലെ
ചിലപ്പോൾ കത്തും, ചിലപ്പോൾ കത്താതിരിക്കും.
തെരുവുഗായകനും പാട്ടും ഉറങ്ങി.
വിളക്കുകാലിൽ ഈയ്യലുകൾ.
നേരം പുലർന്നു.

തലേന്നു വേശ്യയെ വിഴുങ്ങിയത്
ഒരു തിരിയായിരുന്നു.

നാല്

ഇവിടെ തുപ്പരുത്
പതുക്കെ നടക്കുക
ചില്ലറ തരണം
ക്യൂ പാലിക്കുക
ഊണു തീർന്നു
ടിക്കറ്റ് ഹൗസ്ഫുൾ
സംഭാവന മർച്ചന്റ്സ് അസോസിയേഷൻ
വഴി മാത്രം.
മതി, ഞാൻ വെടിക്കണ്ണെൻ
സൂക്ഷിക്കുക, അകത്ത് പട്ടിയുണ്ട്. ■

തിന്തകം

വിരലുകളെല്ലാം പൊള്ളുന്നു.
തബലയും താളവും നോവുന്നു.
മറ്റൊരു കണ്ണും കരിമഷിയെഴുതുന്നു.
ഇടനാഴിയിലെയിരുട്ടിലൊരു
ചിലങ്ക ഒറ്റയ്ക്ക്.
ഇടറുന്നു.
കരിമഷി പടരുന്നു.

ഇന്ന് നിനക്കൊരു കണ്ണാടി വേണ്ട
പിളരുന്ന നിന്റെ മുഖം നീയതിൽ കാണേണ്ട.
വരൂ,
ഈയിരുട്ടിലേക്ക്
ഈ പാട്ടിലേക്ക്.

നേരം വെളുക്കുമ്പോൾ
താളം പിഴയ്ക്കുന്നു
അമ്മയും മകളും ആത്മഹത്യ.
ഇരുപതാം കുന്നിൽ
പൊലീസ് നായ കിതയ്ക്കുന്നു.
മറ്റൊരു കൈയും കരിവളയണിയുന്നു.

പുലയാട്ട് കേട്ടു കേട്ട് തബല മരിച്ചു.
വിരലുകളെല്ലാം പണയത്തിൽ...?

ഇന്ന് നിനക്കീ തബല വേണ്ട
വിരലുകളൊന്നും തിരിച്ചെടുക്കാൻ നിനക്കാവില്ല.
വരൂ,
ഈയിരുട്ടിലേക്ക്
ഈ പാട്ടിലേക്ക്
ഇത് നിന്റെ തിന്തകം
ഇത് നിന്റെ ജീവിതം. ■

ഞാൻ നിന്നെ ചുംബിക്കുമ്പോൾ

രണ്ടുപേർ ചുംബിക്കുമ്പോൾ
ലോകം മാറുന്നു.
എന്നാൽ, ഞാൻ നിന്നെ ചുംബിക്കുമ്പോൾ
ഞാൻ മാത്രം മാറുന്നു.

ഇന്നെന്താണ് പരിപാടി?
'കാര്യമായിട്ടൊന്നുമില്ല, ഒന്നു വയറിളക്കണം...'
വയറിനു എന്താണ്?
'ഹോ, അവിടെയല്ലേ സകലതിന്റെയും തിരയിളക്കം...'

എന്റെ ഉമ്മകൾ ഉമ്മറത്ത് ഉണങ്ങുന്നു,
അതാരും ചവിട്ടരുത്.
അവളുടെ തലയിണ നിറയെ
എന്റെ ഉമ്മകളാണ്,
ഞാൻ പലപ്പോഴായി നിക്ഷേപിച്ചത്.
അതിന്റെ പലിശകൊണ്ടാണ്
ഞാനിപ്പോൾ മറ്റൊരുത്തിയെ നോക്കുന്നത്.
ഉണക്കിപ്പൊടിച്ചു എന്തു സൂക്ഷിച്ചാലും
ചക്കിയുടെ (നുറുക്ക്) സ്വാദാണ്.
എന്നിട്ടും അവൾക്ക് എള്ളുണ്ട മണവും
എനിക്ക് അതിന്റെ ആസ്വാദനവും.

ഞാൻ നിന്നെ സ്നേഹിക്കുന്നു എന്നു പറയുന്നത്
പഴയ ഒരു ലൈനാണ്.
പുതിയതിലേക്കു വരുമ്പോൾ
ഞാനൊരു വാഹനമാകും.
നിന്നെ ഇടിച്ചിടും
ആ വേദനയിൽ വാരിയെടുത്ത്
മതിവരുവോളം ചുംബിക്കും
ഒരു വേദനയ്ക്കും വിട്ടുകൊടുക്കാതെ. ■

രാവുകൾ

ആകാശത്തിലെ നക്ഷത്രങ്ങളൊക്കെയും
ഭൂമിയിലെ പൂക്കളിലേക്ക് മുറിഞ്ഞു വീഴുന്നു.
ഈ രാവ്,
മഞ്ഞിനു മുകളിൽ മഞ്ഞു പെയ്യുന്നു.

പുടവകൾക്കും കൊടുമുടികൾക്കും മുന്നിൽ
നിലാവസ്തമിച്ചിരിക്കുന്നു.
ശാന്തേടത്തി ഓർക്കുന്നതൊന്നും
രാപ്പാടികൾക്ക് അറിഞ്ഞുകൂടാ.
അവരുടെ മുഖം, മൂക്കുത്തി
എല്ലാമെല്ലാം മിന്നാമിനുങ്ങിനെറിഞ്ഞുകൊടുത്ത്
കൂരിരുട്ടിനു തോഴിമാരാവുന്നു.
കൊട്ടാരത്തിൽ നിന്നും ഒളിച്ചോടി വന്നവൾ
സ്നേഹത്തിന്റെ ഭാഷയിൽ
മൈലാഞ്ചി അരച്ചിട്ടവൾ
കാത്തിരിപ്പും മുഹൂർത്തവും
പിഴപ്പിച്ചവന് തുരുമ്പായ് വാണവൾ
ഒറ്റുകാർക്കും പറ്റുകാർക്കും
അഗ്നിസാക്ഷിയായവൾ
പാൽക്കടലിനും തിരകൾക്കുമൊപ്പം
പാദസരം കിലുക്കിയവൾ.

പനിപിടിച്ച താഴ്‌വരകളിൽ ഉദയവും അസ്തമയവും
കരിമ്പാറകളിൽ വളപ്പൊട്ടുകളും ഊരിവെച്ച ചെരിപ്പും.
രാത്രിയിലെ തകർന്ന ആത്മാവിലേക്ക്
ജമന്തിപ്പൂക്കൾ വീണ്ടും ഉതിരുന്നു.

കരിമ്പിൻ ചെടികളിൽ
കാറ്റ് തണുത്തു വീശുമ്പോൾ
ശാന്തേടത്തിയുടെ തലയിൽ നിന്നും
കൊഴിഞ്ഞു വീണ മുടിയിലൂടെ
നക്ഷത്രങ്ങൾ ഇറങ്ങിവന്ന പൂക്കളിലേക്ക്
പേനുകൾ ഇരിഞ്ഞിരിഞ്ഞു കയറുന്നു. ■

ചെറുത്-വലുത്

ചൊറി

കാലിനു ചൊറി വന്നപ്പോൾ
പുഴുക്കടിയാണെന്നു പറഞ്ഞവർ
കൈയ്ക്കു ചൊറി വന്നപ്പോൾ
അങ്ങനെ പറഞ്ഞില്ലൊരിക്കലും.
പരമ്പരാ കൈക്കൂലി വാങ്ങുന്നവർക്ക്
എവിടെയൊക്കെ ചൊറിയുമെന്നും
ഏതൊക്കെ പുഴു കടിക്കുമെന്നും
പറയാനാവില്ലൊരാൾക്കും.

നോട്ടം

മണ്ണറിയുന്നുണ്ടോ
കിളക്കുന്നവന്റെ നോവ്?
എന്നാൽ,
മണ്ണിന്റെ നോവിനേക്കാൾ
അതിന്റെ വിലയിലാണു
അയാളുടെ കണ്ണ്.

കമ്പോളം

പത്തൊമ്പതുകൊല്ലം
പൊന്നുപോലെ നോക്കിയ ആൾ
ഇരുപതാമത്തെ കൊല്ലം
മൊത്തമായും തൂക്കി വിറ്റു.
ഇപ്പോൾ അവൾ
ചെമ്പുകച്ചവടക്കാരന്റെ കൂടെയാണ്.

ഭൂമി

തെക്കുന്നു വന്നത് തെക്കോട്ടും
വടക്കുന്നു വന്നത് വടക്കോട്ടും പോയി.
കിഴക്കുന്നു വന്നത് കിഴക്കോട്ടു പോകാതെ
പടിഞ്ഞാട്ടു പോയതാണ് അസ്തമനം.

നിറം

കാണാൻ പച്ച
ഉള്ളു തുറന്നാൽ ചോപ്പ്
എന്നിട്ടും കുരു തുപ്പാതെ വയ്യ
വട്ടത്തിലായാലും നീളത്തിലായാലും. ■

കുരുമുളക്

കുരുമുളക് യുദ്ധത്തെ തോൽപ്പിക്കും
അത് കറുത്തവന്റെ കറുത്ത കുരു
ഇപ്പോൾ പഴമക്കാരും പറയുന്നു:
"കുരുമുളകൊക്കെ രാജ്യം വിട്ടുപോയിരിക്കുന്നു..."

പുതുമക്കാർക്ക് കുരുമുളകു വേണ്ട.
അവർക്ക് യുദ്ധത്തിലൊന്നും താത്പര്യമില്ല
അല്ലെങ്കിൽ ആരോടാണ് ജയിക്കേണ്ടത്?

കുരുമുളക് ഒരു സസ്യസഞ്ചാരി
എല്ലായിടത്തും കയറ്റി അയയ്ക്കപ്പെടുന്നു.
അതിന്റെ വിറ്റുവരവിൽ
വെളുപ്പിന്റെ പകലും
കറുപ്പിന്റെ രാത്രിയും.
എങ്കിലും അതൊരു പിടിവള്ളിയാണ്
ഏത് കൊമ്പിലും ഒട്ടിപ്പിടിക്കും
മലഞ്ചെരിവിൽ കാറ്റ് ആഞ്ഞടിക്കുന്നു
വശങ്ങളിൽ പറ്റിച്ചേർന്ന വള്ളികളിൽ
പൂ വിരിയുന്നു.

പിന്നീട് വെയിലുകൊണ്ടുപൊള്ളി
വാണിജ്യത്തിന്റെ എരിവ് കലർന്നു
എല്ലാ തരത്തിലും വെളുക്കുന്നു.
കുരുമുളക്
ഇണക്കവും പിണക്കവും മറന്നു
സൗഹൃദം നിലനിർത്തുന്നു.
ഇടയ്ക്ക് അത് മലഞ്ചരക്കായി
അതിരു കടന്നുപോകുന്നു.
പച്ചിലകളുടെ പെരുമയിൽ നിന്നും
നാടുകടത്തപ്പെടുന്ന നൊമ്പരത്തോടെ. ■

മധുരം

ബാക്കി തരാൻ ചില്ലറയില്ലെങ്കിൽ
മിഠായി തരും.
ഇങ്ങനെ മിഠായി തീറ്റിക്കുന്നതാണ്
പുതിയകാലം.

കാഴ്ചപോയി,
പ്രമേഹത്തിനു കാല് അളന്നുകൊടുത്തു,
ജീവിതം ഇരുട്ടിലും സ്ട്രെച്ചറിലുമായി.

ഹേ കച്ചവടക്കാരാ,
ചില്ലറ മധുരം വിളമ്പി
ഹോൾസെയിൽസും റീട്ടെയിൽസും
പുരോഗമിക്കുമ്പോൾ,
കയ്ക്കുന്നുവല്ലോ മായംപുരട്ടിയതൊക്കെയും.
അതറിയാതിരിക്കാനാണോ ചില്ലറമിഠായി?
ഹാ കഷ്ടം, അതിമധുരപദം. ■

പാഠം

ഒന്ന്

തുടക്കം തുടയിലായിരുന്നു
ഒരു നുള്ളും കുറേ മൃദുഭാഷണങ്ങളും.
അങ്ങനെ അന്ന് അ പഠിച്ചു.
പിന്നീടുള്ളതെല്ലാം
'അ'യുടെ അനുകരണങ്ങളായിരുന്നു
നുള്ളിന്റെ പരിഭാഷകളും
നോവിന്റെ മഷിപ്പാടുകളുമായിരുന്നു.

രണ്ട്

ആപ്പിൾ നാലായി മുറിച്ചു
മുറിച്ച കത്തികൊണ്ടു തന്നെ
കുത്തിയെടുത്ത്
വായയ്ക്കകത്തേക്ക് നീട്ടിയപ്പോൾ
ആപ്പിൾ തുപ്പാനും
കത്തി വിഴുങ്ങാനുമായിരുന്നു വിധി.
പിന്തിരിഞ്ഞു നോക്കുമ്പോൾ
പിന്നീടുള്ളതെല്ലാം
വിഴുങ്ങൽ തന്നെയായിരുന്നു.

മൂന്ന്

മീൻ കഴുകിയ വെള്ളം പോലെയാണ്
ഇന്നെന്റെ ജീവിതം
കുടിക്കാൻ വയ്യ, കുളിക്കാനും.
അങ്ങനെ എല്ലാവർക്കും ഞാനൊരു
മലിനമായി അഴുക്കുചാലായി
ഇപ്പോൾ ആരാണ് എന്നെ ഇങ്ങനെ
പുറത്തേക്ക് മറിച്ചു കളഞ്ഞത്?

നാല്

ഗദ്യത്തിൽ പഠിച്ചതുകൊണ്ട്
പദ്യത്തിലുള്ളവരെ സ്നേഹിച്ചു
വിവാഹം കഴിച്ചു കുടുംബജീവിതം തുടങ്ങി
പറഞ്ഞിട്ടെന്ത്?
മകൾക്ക് വേണ്ടി അവൾ മധ്യത്തിലായി
അവൾക്ക് വേണ്ടി ഞാൻ മദ്യത്തിലും

അഞ്ച്

കവിതയിൽ നിന്നു
കാലകന്നപ്പോഴാണ്
അരവണ്ണംവെച്ചത്
കവി മെലിഞ്ഞത്.
പിന്നെ അരയും കാലും
മറ്റൊരു കാലും ചേർന്ന്
കവിത ഒന്നായി
ഒന്നാന്തരമായി. ■

അഴിച്ചുകെട്ട്

ഒന്ന്, അഹങ്കരിക്കുന്ന കാള
മറ്റൊന്ന്, അദ്ധ്വാനിക്കുന്നതും.

പത്തു മണിക്കുള്ളിൽ
ഉഴുതുകൊടുക്കണം
അതാണു കരാറ്.

ഇപ്പോൾ സമയമെത്രയായി?
ഇവിടെ ആരും വാച്ചു കെട്ടുന്നവരില്ലേ?

കാലത്ത് കടലയും കട്ടൻചായയും കുടിച്ചു വന്നത്
പാൽച്ചായക്ക് അപ്പോഴും പാലെത്തിയിരുന്നില്ല.

കണ്ടം പാട്ടക്കാരന്റേതാണ്
വിളവെടുക്കുന്നത് പണിക്കാരനും.

ആരാണു പാട്ടക്കാരൻ?
ആരാണു പണിക്കാരൻ?
"അതൊന്നും ഞാങ്കൾക്ക് അറിയൂല തമ്പ്രാ..."

അറിയുന്നവർ ആരാണു പിന്നെ?
"അതും അറിയൂല തമ്പ്രാ..."

അഹങ്കരിക്കുന്നതിനേയും
അദ്ധ്വാനിക്കുന്നതിനേയും
സ്ഥാനം മാറ്റിക്കെട്ടാം
എന്നിട്ടും നുകം വലിക്കുന്നില്ലെങ്കിൽ
രണ്ടിനേയും അറവുകാരനു കൈമാറാം.

പറഞ്ഞോണ്ടിരിക്കുന്നതിനിടയിലും
ഇടം വലം മാറ്റുന്നതിനിടയിലുമാണു
വാസ്തവത്തിൽ അതു സംഭവിച്ചത്.

പുല്ലരിയാൻ പോകുന്ന ഗിരിജ
ഉച്ചഭക്ഷണത്തിനു വരുന്നത്
ഈ വരമ്പുത്തൂടെയാണ്
അതാ, അവൾ വരുന്നു.
അപ്പോൾ ഉച്ചയാണു കാലം
ആ കാലത്തിൽ ചവിട്ടിയാണു
ഗിരിജ എനിക്കു പുല്ലുതന്നത്
ഞാൻ ചാണകമിട്ടത്
പാട്ടക്കാരനും പണിക്കാരനും
എന്നെ അഴിച്ചു കെട്ടിയത്
ഞാൻ തൊഴുത്തിലേക്കു
നടന്നു കയറിയത്. ■

ഇനിയെന്ത്?

നിങ്ങളെന്താണ് തിരയുന്നത്?

"എന്റെ പേര്...."

അത് മറ്റൊരാൾ കൊണ്ടുപോയല്ലോ.

എപ്പോ?

"കുറച്ചു മുമ്പ്..."

ആരായിരുന്നു. അത്?

ഒരു പ്രവാസി...

ആളെങ്ങനെ?

"നിങ്ങളെപ്പോലെ..."

കണ്ടാൽ തിരിച്ചറിയുമോ?

"ഇല്ല..."

മേൽവിലാസം?

"അതും അറിയില്ല..."

കൈയിൽ എന്തെങ്കിലും?

"ചെറിയൊരു പെട്ടിയുണ്ട്..."

എങ്ങോട്ടാണ് പോയത്?

"കിഴക്കോട്ട്..."

പോകുമ്പോൾ എന്തെങ്കിലും പറഞ്ഞോ?

"മിക്കവാറും ഇനി പടിഞ്ഞാറു കാണില്ലെന്ന്..."

വേറെയെന്തെങ്കിലും?

"പിന്നെ കുറേ പിറുപിറുത്തു..."

എന്നാൽ ഞാൻ പോട്ടെ?

"പോകാൻ വരട്ടെ, നിങ്ങളാരാണെന്നു പറഞ്ഞില്ല."

ഹോ, ഇനിയെന്തു പറയാൻ? ■

തീവ്രവാദം

തീവ്രവാദം വന്നതും പോയതും അറിഞ്ഞതേയില്ല
അതിലൂടെ വന്നു കിഴക്കോട്ട് പോയെന്ന് കൊച്ചമ്മിണി
പാലും കൊണ്ട് അവളെന്നും പോകുന്നത് ആ വഴിക്കാണ്.

നടവരമ്പിലാണ് തീവ്രവാദത്തെ ആദ്യം കണ്ടതെന്ന് മമ്മദ്ക്ക
അതിന് ചളിയുടെയും ചേറിന്റെയും പൊലിമയാണെന്നും
പോത്തിന്റെ മണമാണെന്നും അയാൾ പുലമ്പുന്നു.

തെയ്യം കെട്ടുന്ന കണാരൻ പറഞ്ഞത് ആരും വിശ്വസിച്ചില്ല
കാരണം അയാൾ ചാമുണ്ഡി തീച്ചാമുണ്ഡിയെയല്ലാതെ
മാപ്പിളതെയ്യത്തെ നാളിതുവരെ കണ്ടതേയില്ല.

നാട്ടിപ്പണിയെടുക്കുന്ന ഉണ്ടച്ചിയും
ആറ്റിൽ കുളിക്കുന്ന യശോദയും പറഞ്ഞത്
ആർത്തവം കഴിഞ്ഞുള്ള ആദ്യസംഗമം പോലെയെന്നാണ്.

നാടകം കളിക്കുന്ന കുമാരനും പറയാനേറെയുണ്ട്
അതൊരു വേഷം മാറാനാകാത്ത കഥാപാത്രമാണെന്നും
ചൂട്ടും കത്തിച്ചു തുള്ളുന്ന കോമരമാണെന്നുമാണ്.

വാസ്തവത്തിൽ തീവ്രവാദം എന്നാൽ എന്താണ്?
അത് ഉലക്ക പോലെയാണ്, അടിക്കാൻ കൊള്ളാം
ഉരലുപോലെയാണ്, ഉരുട്ടാനും കൊള്ളാം.

എന്നിട്ടും എനിക്കും എന്റെ കുടുംബത്തിനും
തീവ്രവാദം ഇതുവരെ വന്നിട്ടേയില്ല
അച്ഛൻ തളർവാതംവന്നു കിടപ്പിലായിരുന്നെന്ന് കേട്ടിട്ടുണ്ട്. ■

ഇ-കവിതകൾ

രാഷ്ട്രീയം:

ഒരേതരം വളമിട്ടാലും
ഒരുപോലെ തടമെടുത്താലും
തെങ്ങിനും കവുങ്ങിനും
തളയുടെ കാര്യത്തിൽ
രണ്ടു നയമാണ്.

സംസ്കാരം:

പൂച്ചയെ അകത്തും
പട്ടിയെ പുറത്തും കിടത്തുന്നതിന്റെ
അവബോധമാണ്
എലി, മച്ചിൻപുറം കീഴടക്കിയത്.

സാമൂഹ്യം:

കത്തിക്കുത്തിനും കുലുക്കിക്കുത്തിനും
ഇടയിലെ
അപ്രസക്തമായ ചെറിയ കുത്തുകൾക്കാണ്
കഥയിലും കവിതയിലും
മൂല്യവിചാരങ്ങൾ.

നിലപാട്:

ബീഡി വലിക്കാനും ചായ ഉണ്ടാക്കാനും
തീ അവിഭാജ്യഘടകമാണ്.
ഈ ഔചിത്യം തന്നെയാണു
ബീഡിക്കമ്പനിയും ചായക്കടയും
തീ വെയ്ക്കുന്നതിനു പിന്നിലും

ദർശനം:
സോപ്പു തേച്ചു കുളിക്കുന്നതിനു പകരം
കുളിക്കാതെ സോപ്പിട്ടു നടക്കുന്നവരുടെ
ഉന്മേഷമാണു പരക്കെ.
പല കുളങ്ങളുടെയും ശോചനീയാവസ്ഥ
ഇതുതന്നെയാണ്.

കരുണ:
എല്ലാവർക്കും ഒരു കസേരയുണ്ട്
അതിലിരുന്നു മന്ത്രി നാടു മുടിക്കുന്നു.
പത്രാധിപർ സാഹിത്യവും.
എന്നാൽ ബാർബറിനു കസേരയില്ല
അയാൾ എല്ലാവരേയും ഇരുത്തുകയാണ്
കസേരയ്ക്കു ചുറ്റും ഇഴയുകയാണ്. ■

ആ വീട്

കാലികം

കാലിൽ ആണിയുണ്ട്
വൃക്കയിൽ കല്ലും
അങ്ങനെ ആണിയും കല്ലും കൊണ്ട്
ഞാനൊരു വീടുണ്ടാക്കി.
പിന്നീടാണറിഞ്ഞത്
ആ വീട്ടിൽ കഴിയണമെങ്കിൽ
കാലിലാണ് കല്ലു വേണ്ടതെന്ന്,
ആണിയുടെ സ്ഥാനം നെഞ്ചിലാണെന്നും.

സമകാലികം

പണം നഷ്ടപ്പെട്ടപ്പോൾ ഭ്രാന്തായി
ചങ്ങലയിൽ ബന്ധിതനായ ഭ്രാന്ത്.
കാമുകി നഷ്ടപ്പെട്ടപ്പോഴും ഭ്രാന്തുണ്ടായിരുന്നു
മരുന്നിനടിമപ്പെട്ടുപോയ ഭ്രാന്ത്.
പിന്നീട് സകല ഭ്രാന്തും
വിവാഹത്തിൽ തളച്ചിട്ടു.
ഇപ്പോൾ എനിക്കു ഭ്രാന്തില്ല,
ആ വീടിന്റെ ആധാരത്തിനും
ചങ്ങലയ്ക്കുമല്ലാതെ. ■

പൊതുയോഗം

ആരെങ്കിലും വിതയ്ക്കുന്നുവെങ്കിൽ
അത് കൊയ്തെടുക്കാൻ
അരിവാൾ തന്നെ വേണം.
അങ്ങനെ നമ്മൾ കൊയ്യും വയലെല്ലാം
നമ്മുടെതാകും പൈങ്കിളിയേ...

ഒരു വാദത്തിനു വേണ്ടി പറയുകയല്ല
പ്രത്യക്ഷത്തിൽ
ഭൗതികവാദത്തിനു വേണ്ടി പറയുകയാണ്
വൈരുദ്ധ്യാത്മക ഭൗതികവാദം ശ്വസിച്ചവർക്കാണത്രെ
എളുപ്പം ശ്വാസകോശത്തിൽ
അണുബാധ ഉണ്ടാകുന്നത്.

രാഷ്ട്രീയത്തിൽ നയം വ്യക്തമാക്കുമ്പോൾ
അന്യായം കുഴിച്ചുമൂടപ്പെടുന്നു
അങ്ങനെ കുഴിച്ചുമൂടിയതാണ്
പണ്ടത്തെ വയലുകളും
ഇന്നത്തെ കുന്നുകളും.

കുതികാൽ വെട്ടിയും കുതിരകേറിയുമാണ്
ഇവിടെവരെ എത്തിയത്.
ഇനി അവിടേക്കെത്തണമെങ്കിൽ
ഒന്നുകിൽ കുതിരയെ അഴിച്ചു വിടണം
അല്ലെങ്കിൽ കുതികാൽ പണയപ്പെടുത്തണം.

കുന്നിടിച്ചിട്ടാണു വയലു നികത്തിയത്
വീടു വെച്ചത്.
ഇന്നിപ്പോൾ
വീടൊഴിഞ്ഞിട്ടാണു വയലു വാങ്ങിയത്
വിത്തിറക്കിയത്.
എന്നിട്ടും വയലും വീടും വഴിയിൽത്തന്നെ. ■

സംഭവങ്ങൾ, സംഭാഷണങ്ങൾ

രഹസ്യം

വെയിൽ എഴുതിയതും മായിച്ചതും
സൂര്യൻ അറിഞ്ഞില്ല.
രാത്രി, ചന്ദ്രൻ വന്നപ്പോഴാണു
എഴുത്തിന്റെ രഹസ്യമറിഞ്ഞു
നിഴൽ, നിലത്തു വീണത്.

മുഖം

ആൾക്കൂട്ടത്തിലേക്ക്
ഇടിച്ചു കയറുവാൻ വയ്യ.
കണ്ണു തുടച്ചു കർച്ചീഫ്
നനയ്ക്കുവാൻ വയ്യ.
ബൊക്കയും പൂവും
സമർപ്പിക്കുവാൻ വയ്യ.
നിലവിളിച്ചു ആളുകളെ
അറിയിക്കുവാൻ വയ്യ.
ഒന്നിനും വയ്യ.
മുഖംമൂടി അഴിച്ച്
അഭിനയവും കഥാപാത്രവും മറന്ന്
രംഗപടം മാറ്റുവാനല്ലാതെ.

കുപ്പി

ഈ കുപ്പിയിൽ
ആദ്യം തീർത്ഥമായിരുന്നു.
പിന്നെ കുടിവെള്ളം
ജീരകം, മോര്, പാല്,

കഷായം, മദ്യം, വിഷം,
അങ്ങനെ പലവിധം.
ഇന്നിപ്പം ഈ കുപ്പിയിൽ
എന്താണ്?
ഭൂതമോ? പിശാചോ? ഭ്രാന്തോ?
ഇതൊന്നുമല്ല,
ഒരു ജനതയുടെ
പാപഭാരം, കണ്ണീർ.

ഋതു

നിന്റെ പിന്നിലാണു
അവൾ.
ഞാൻ നിന്റെ മുന്നിലും.
ഇങ്ങനെ
മുന്നും പിന്നും നോക്കിയാണു
നീയും അവളും ഒന്നായത്,
എന്നെ ഒഴിവാക്കിയത്. ■

കൃഷ്ണന്റെ യാത്രകൾ

കറുത്ത കൃഷ്ണൻ
വെളുത്ത കൃഷ്ണനോട് പറഞ്ഞു;
'ലോകം എന്നെ കറുത്തു കാണുന്നു,
നിന്നെ വെളുത്തും...'
അപ്പോൾ വെളുത്ത കൃഷ്ണൻ പറഞ്ഞു;
'കാഴ്ചകൾ ഒന്നാണ് കൃഷ്ണാ...'

നീ വലതുകൈയ്ക്കു വാച്ച് കെട്ടുന്നു,
പുഷ്പകവിമാനത്തിൽ സഞ്ചരിക്കുന്നു...
'യാത്രയും സമയവും കാലനിശ്ചയമാണ് കൃഷ്ണാ...'
നീ വെണ്ണ കട്ടു തിന്നുന്നു,
ഓടക്കുഴൽ വായിക്കുന്നു....
'കളവിൽ നിന്നാണ്
കലാരൂപം പിറവികൊള്ളുന്നത് കൃഷ്ണാ...'
നീ കാളിന്ദിയിയിൽ കുളിക്കുന്നു,
കാമധേനു നുകരുന്നു...
'കുളിയും ജപവും നിത്യവസന്തമാണ് കൃഷ്ണാ...'
ഞാൻ ബീഡി വലിക്കുന്നു,
നീ സിഗരറ്റും...
'രണ്ടിലും പുകയാണ് കൃഷ്ണാ...'
ഇങ്ങനെ പുകയുന്നത് കണ്ടാണ്
അവരുടെ രാധമാർ പ്രത്യക്ഷപ്പെട്ടത്.
അവർ ഒന്നിച്ചു പറഞ്ഞു:
'കറുപ്പിലും വെളുപ്പിലും വായിൽ പുകവിട്ടു
കുചേലവൃത്തം പാടിനടന്നാൽ
ഞങ്ങളുടെ അടുപ്പ് കെട്ടുപോകും...'

അതിൽപ്പിന്നെയാണ്
വിറകു തേടി കറുത്ത കൃഷ്ണൻ കാട്ടിലേക്കും
ഗ്യാസ് സിലിണ്ടറിനു
വെളുത്ത കൃഷ്ണൻ നഗരത്തിലേക്കും പോയത്. ■

ഇന്റർനെറ്റ്

കമ്പ്യൂട്ടറിനു മുന്നിൽ
പേനയ്ക്കു വാർധക്യകാലം.
ഈ കാലത്തിലെ കാഴ്ചകളാണു
ഞാനിപ്പോൾ ആസ്വദിക്കുന്നത്.
അച്ഛൻ പഴയ കണക്കുമാഷ്
ഒരു കണക്കും നേരെയാകാറില്ല.
പേന പോയ വഴിയെ
അച്ഛനും നേരത്തെ പോയി.
നെറ്റിൽ വിളിച്ചത് ചേച്ചിയാണ്
അവർ വിദേശത്താണ്.
അച്ഛന്റെ ശ്രാദ്ധത്തിന്റെ
ഡി വി ഡി വേണമത്രെ.
സൈബർക്കാടുകളിൽ
നിലാവ് പൊടിയുന്നു.
മഞ്ഞുവീഴ്ചയുമുണ്ട്.
അതിശൈത്യമാണെന്നു ചേച്ചി.
ഞാനിപ്പോൾ ഒരു ഫാമിന്റെ
വളർച്ചയിലാണ്.
ഏതോ, ചാറ്റിങ്ങിൽ കിട്ടിയത്.
ആ ഫോർമാറ്റിലാണ് തുടങ്ങിയത്.
ഇതിനിടയിലാണ്
അച്ഛന്റെ പേന കാണാതായത്.
അമ്മ ബഹളം വെച്ചത്.
കണക്കുകളെല്ലാം തെറ്റിയത്.
നാശം, ഇപ്പോൾ കറണ്ടും കട്ടായി.
നേരു പറയാലോ,
ഇപ്പോൾ പേനയുമില്ല. കമ്പ്യൂട്ടറുമില്ല.
ഈശ്വരാ, നെറ്റിലുള്ള ചേച്ചിയോടു
ഞാനെന്തു സമാധാനം പറയും? ■

സമീപകാല ദൃശ്യങ്ങൾ

വസന്തം

കുട്ടികൾ പൂക്കളാണ്, പൂമ്പാറ്റകളാണ്.
അതുകൊണ്ടു മക്കളില്ലാത്ത അവൾ
മുറ്റംനിറയെ ചെടികൾ നടുന്നു
മുറ്റംനിറയെ പൂക്കളമിടുന്നു.
ഒടുവിൽ, അവളും പൂവായിത്തീരുന്നു.
വസന്തത്തിലെ വീണപൂവ്.

മഴ

കർക്കടകം
കാക്കൾക്കും ഏകാദശി.
ഇപ്പോൾ മഴയെക്കുറിച്ച് ആരും പറയുന്നില്ല.
കരഞ്ഞുകരഞ്ഞു എല്ലാവരും മഴയായിത്തീരുന്നു.
എന്നിട്ടും നമ്മൾ ആളിക്കൊണ്ടിരിക്കുന്നു.

സമയം

ഒട്ടും സമയമില്ലാത്ത അയാളോടു
കൂടെ കിടക്കാൻ വന്നവൾ സമയം ചോദിക്കുന്നു.
ഇപ്പോൾ അയാളുടെ വാച്ചിൽ അസ്തമയം.
അവൾ അസ്തമയത്തിലേക്കും
അയാൾ അർദ്ധരാത്രിയിലേക്കും
ഇറങ്ങിപ്പോകുന്നു.
നാളെ ഉദയം എത്ര മണിക്കാണ്?

പ്രാർത്ഥന

ഇത് അപകടത്തിൽപ്പെട്ട സുഹൃത്തിന്റെ ഖബർ.
ഇത് ചതിയിൽപ്പെട്ടവന്റെയും.

തൊട്ടടുത്ത് ഒറ്റുകാരന്റെ ഖബർ.
ഇത് ആരേയും കരയിക്കാതെ
ആരോടും പറയാത്ത അജ്ഞാതന്റെ ഖബർ.
ഖബറുകൾ ആകാശമാണ്. ആഴമാണ്.
ലോകമാകെ തേങ്ങുന്നു നിലവിളികൾ.
ഞാനെന്താണിപ്പോൾ പ്രാർത്ഥിക്കേണ്ടത്?

വാർത്ത

പത്രാധിപരൊക്കെ എന്തോ ഒളിച്ചുവെയ്ക്കുന്നു.
തീയ്യതി, കോളം, മുഖപാഠം, സന്ദർശനം
എല്ലാം മാറ്റിവെയ്ക്കുന്നു.
എന്തുപറ്റീ പത്രങ്ങൾക്കൊക്കെ?
എനിക്കൊന്നും മറച്ചുവെയ്ക്കാനില്ല.
എങ്ങും പോകാനുമില്ല.
അതുകൊണ്ടു ആരുടേയും ഭീഷണിയില്ലാതെ
ഞാനെന്റെ വാർത്തയിൽ
തിളച്ചു നിൽക്കുന്നു.

ശക്തി

നട്ടവനെ നാടുകടത്തുന്നു
കട്ടവനെ വീട്ടിൽ കിടത്തുന്നു.
ഇതിനിടയിൽ
ആഗോളവത്കരണവും ഉദാരവത്കരണവും.
ഒടുവിൽ കുഴിവെട്ടിയതൊക്കെ വേദനകൾ
കുതികൊണ്ടതൊക്കെ നൊമ്പരങ്ങൾ... ■

മഷി

ഒരുകാര്യം പറയുവാനുണ്ട്
കേൾക്കുവാൻ നേരമുണ്ടോ?

ഗ്രന്ഥപ്പുരയുടെ ആദ്യപതിപ്പിൽ
രണ്ടു മെലിഞ്ഞവർ തമ്മിൽ യുദ്ധം.
ഒരാൾ മിനിക്കഥപോലെ
മറ്റെയാൾ നോവലെറ്റുപോലെ.
കലഹം മൂത്ത ഗ്രന്ഥങ്ങൾ
ഇപ്പോൾ തെരുവുചെണ്ട
നോവലെറ്റു ചെണ്ടയിൽ ധൃതതാളം
മിനിക്കഥ ആദിമദ്ധ്യാഹ്നം.

അക്ഷരം കരയുന്നു
ഭാഷ വറ്റുന്നു
ഒടുവിൽ,
ആർക്കും വേണ്ടാത്ത സാഹിത്യം
നിറങ്ങളുടെ മഷിയായി
പല വർണ്ണമായി തീപിടിക്കുന്നു.
കഷ്ടം,
ശേഷിക്കുന്ന മഷിപ്പാത്രത്തിൽ
മലയാളം വറ്റുന്നു.
ഒരുകാര്യം പറയുവാനുണ്ട്
കേൾക്കുവാൻ നേരമുണ്ടോ?

നിർത്ത്,
എനിക്കിത്തിരി ധൃതിയുണ്ട്
പുരാവർത്തനം
കേൾക്കാൻ

നേരമില്ല ചങ്ങാതി,
സീരിയൽ
തുടങ്ങാറായല്ലോ
വീട്ടിലെത്തണം വേഗം
എന്നിട്ടു വേണം ശ്വാസം വിടാൻ.

ക്ഷണം, കഥ തുടങ്ങുന്നു-
ഉടുപ്പുമാറ്റും മുമ്പേ.
അതാ മറ്റൊരു സീനിൽ
മഷിപ്പാത്രം പൊട്ടിത്തെറിക്കുന്നു
ഹൗ,
ആ വീടും പറമ്പും മഷിത്തണ്ടും
പുതിയ മിനിക്കഥയായി
നോവലെറ്റായി എഴുത്തരങ്ങിൽ
പരസ്പരം കഴുത്തു ഞെക്കുന്നു. ■

മുറ്റം

ഓടക്കുഴൽ

ആടും ആട്ടിടയനും പറഞ്ഞുവെച്ചത്
പുല്ലാംകുഴലിന്റെ രോദനമാണ്.
ഇതിൽ തൂങ്ങിച്ചത്തവന്റെ ആട്
പണ്ടേ കയറു പൊട്ടിച്ചു.
ബാക്കിയുള്ള കയറും കൊണ്ടാണ്
ഇപ്പോൾ ഞാൻ മേയുന്നത്.
എന്നിട്ടും ഓടക്കുഴൽ വിളി കേൾക്കുന്നില്ല.

കച്ചവടം

ആടിനെ വിറ്റു
കയറു കൈമാറുമ്പോൾ
വാങ്ങിയവനും വിറ്റവനും തമ്മിൽ
എന്തോ പറഞ്ഞു വെയ്ക്കുന്നു.

ഇക്കണ്ടകാലം മുഴുവനും
ഒരുമുളം കയറിന്റെ പിൻബലത്തിൽ
ആടിനു പിറകെ നടന്നവൻ
കുന്നും കുഴിയും താണ്ടിയവൻ
ഒടുവിൽ ആടായി തീർന്നവൻ.

എന്നിട്ടും ബാക്കി ദൂരമത്രയും
കയറില്ലാതെ നടന്നു തീർക്കുന്നു.
അവസാനം,
ആടു അറവുശാലയിലേക്കും
കയറ് സ്വന്തം കഴുത്തിലേക്കും
വലിയുമ്പോൾ

വാങ്ങിയവൻ വിറ്റവനിൽ നിന്നും
വീണ്ടും ഒരടി പിറകെയാവുന്നു.

വെളിപാട്

ആടു മെലിഞ്ഞപ്പോൾ
കയറ് അഴിച്ചുവെച്ചത് പാത്തുമ്മ.
(ആന മെലിഞ്ഞാൽ തൊഴുത്തിൽ
കെട്ടാനാവില്ലെന്ന പഴങ്കഥയോർത്ത്)
പിന്നെ പാത്തുമ്മ
അപ്പം ചുടാൻ പോയി.
അപ്പം ചുട്ട് അടയും ചുട്ട്
അവസാനം
അപ്പച്ചെമ്പും തൂക്കി വിറ്റു.
പിന്നീടാണു പാത്തുമ്മയ്ക്കു
വെളിപാടുണ്ടായത്.
അങ്ങനെയാണു പാത്തുമ്മ,
പാത്തുമ്മാന്റെ ആടു വായിച്ചു
മലയാള സാഹിത്യത്തിൽ
പച്ചിലകൾ തിന്നാൻ തുടങ്ങിയത്. ■

കുടുംബകം

ഇതെന്റെ അച്ഛൻ.
നിറവും നിഴലും നഷ്ടപ്പെട്ട ചിത്രകാരൻ
ഒടുവിൽ വരകൊണ്ട് സമ്പാദിച്ചത്
ആർക്കും വേണ്ടാത്ത ക്യാൻവാസും
കീറിപ്പോയ കുടുംബവും.

ഇതെന്റെ അമ്മ.
അച്ഛന്റെ ഏറ്റവും വലിയ പോർട്രെയ്റ്റ്
ഒടുവിൽ പ്രദർശനം നിരോധിക്കപ്പെട്ട ചിത്രംപോലെ
അമ്മ കരിപിടിച്ച് അടുക്കളയിൽ.

ഇതെന്റെ വല്യേച്ചി.
ചരിത്രാധ്യാപികയായിരുന്നു.
എന്നാൽ അവരുടെ ചരിത്രം മറ്റൊന്നായിരുന്നു
അച്ഛന്റെ പിളരുന്ന ഭൂപടത്തിലെ
ഒന്നും മനസ്സിലാവാത്ത സിംബോളിക്ക്.

ഇതെന്റെ അമ്മാവന്റെ മകൾ.
മുഴുമിപ്പിക്കാനാവാത്ത വരയിലെ നിറക്കൂട്ട്
സ്നേഹം വിശ്വസിച്ചു ചതിവുപറ്റിയതാണ്
ഇപ്പോൾ അസ്ഥിത്തറയിലെ വിളക്ക്.

ഇതെന്റെ ചെറിയച്ഛൻ.
രംഗവേദി പണയംവെച്ച പ്രധാന നടൻ.
ഒടുവിൽ എല്ലാ വേഷങ്ങളും അഴിച്ചുവെച്ച്
തറവാട്ടിൽ മറ്റൊരു ആട്ടക്കഥയുടെ പണിപ്പുരയിൽ.

ഇത് ഞങ്ങളുടെ വീട്.
മേൽക്കൂരയും ചുറ്റുമതിലും മണലാണ്.

സ്വപ്നങ്ങളും വർണങ്ങളും ചോർന്നുപോയ
അച്ഛന്റെ ആൾപ്പാർപ്പില്ലാത്ത സ്കെച്ച്.

ഇത് ഞങ്ങളുടെ സ്കൂൾ.
ചോക്കും ചൂരലും അച്ചടക്കവും
നെല്ലിക്ക മടിയിൽവെച്ചു കാലം ഊഞ്ഞാലാടുന്നു
ഞാനിപ്പോൾ മറ്റാരുടേയോ മയിൽപ്പീലിയാവുന്നു.

ഇത് ഞങ്ങളുടെ ഗ്രാമം.
വിഷം കലർന്ന പാടങ്ങളിൽ വിയർപ്പും അദ്ധ്വാനവും.
വരൾച്ചയുടെ നടുവിൽ മുദ്രാവാക്യങ്ങൾ തഴച്ചുവളരുന്നു
അച്ഛന്റെ വിലപിടിച്ച പട്ടിണിക്കുപ്പായങ്ങളിലൊന്ന്.

ഇത് മരിച്ചവരുടെ ആൽബം.
സ്നേഹം പങ്കുവെച്ച, മണ്ണും മനസ്സും പങ്കുവെച്ച
എല്ലാ വൻകിട പോഴത്തങ്ങളുടേയും സൂക്ഷിച്ച
ജീവിച്ചിരിക്കുന്നവരുടെ ചിതലരിച്ച ചിത്രം. ■

മൂന്നാം വാർഡ്

ആദ്യമൊരു തലകറക്കം
പിന്നെ ഛർദ്ദി.
നക്ഷത്രങ്ങളെണ്ണിക്കൊണ്ടിരിക്കുന്നവൻ
രോഗലക്ഷണം കാണിക്കുന്നു.

മൂന്നാം വാർഡ് ഒഴിഞ്ഞു കിടക്കുന്നു
കഴുത്തിനൊരു വെട്ട്
പിന്നെ നിലവിളിയും തുന്നിക്കെട്ടും.
ചാരിത്രം തന്നെ സത്യം
ചാരിത്രം തന്നെ ജീവിതം-
പരിത്രാണായ സാധുനാ:

മൂന്നാം വാർഡ് ഒഴിഞ്ഞു കിടക്കുന്നു
മൂന്നു രോഗികൾ നടന്നു പോകുന്നു
മൂന്നു കാലത്തിലേക്ക്.
അന്ധബധിരമൂകസംഗമം
മുടിനാരേഴിലൊരു നേരിയ പാലം.

മൂന്നാം വാർഡ് ഒഴിഞ്ഞു കിടക്കുന്നു
മൂന്നു രോഗികൾ നടന്നു പോകുന്നു
മുഷിഞ്ഞ വസ്ത്രം
മാറ്റിവെച്ച മുഖം
കത്രികയും ചോരയും.

മൂകൻ സംസാരിക്കുന്നു:
"ഹരിശ്രീ ഗണപതയ നമഃ"
അന്ധൻ കാണുന്നു;
കണ്ണിലൊരു കരട്

കരടിലൊരു ലോകം
ലോകം നിറയെ
പഞ്ഞിയും പനിനീരും.

ബധിരൻ കേൾക്കുന്നു;
വൈദ്യന്മാർക്കു സഹായം
ബസ്സിൽ മൂന്നു പ്രസവം
അഡ്മിറ്റിനുമുമ്പേ രോഗി കണ്ണടച്ചു
അടഞ്ഞ കണ്ണ് നേഴ്സെടുത്ത് വിറ്റു.

മൂന്നാം വാർഡ് ഒഴിഞ്ഞു കിടക്കുന്നു
മൂന്നുരോഗികൾ നടന്നു പോകുന്നു
അന്ധനും ബധിരനും മൂകനും
അവർ വേർപിരിയുന്നു.

രോഗി ഇച്ഛിച്ചു
വൈദ്യൻ കല്പിച്ചു
"മഞ്ഞുകാലത്ത് മൂന്നു ലാർജ്"
ആത്മാവിനും അറ്റാക്ക്
തിന്തക തിന്തക തോം

നാലാം വാർഡിൽ അനാഥപ്രേതം
അഞ്ചിൽ ഛർദ്ദിയും ആത്മഹത്യയും
ആറിലും ഏഴിലും സ്വാഭാവിക മരണം
എട്ടിൽ നിരാഹാര സമരം.

മുലപ്പാലും തൊട്ടിലും കരയുന്നു
മയിൽപ്പീലി, മന്ത്രം, മരുന്ന്
നക്ഷത്രങ്ങൾക്കും ചികിത്സ.
താരാട്ട് നിശ്ശബ്ദമാവുന്നു
മോർച്ചറി വാതിൽ തുറന്നു കിടക്കുന്നു
മൂന്നു രോഗികൾ നടന്നു പോകുന്നു
നേരെയങ്ങോട്ട്, നേരിനു നേരെ. ■

ഒരു പരദേശിയുടെ വാർഷികക്കുറിപ്പ്

കുട്ടിക്കാലത്തിന്റെ ഓർമകളുമായി
ഞാൻ ഗ്രാമത്തിലേക്ക് മടങ്ങുന്നു.
ജമുനയുടെ പ്രേമം,
വിശ്വഭാരതിയുടെ ആത്മഹത്യ,
സുഹ്റയുടെ പ്രസവം.
ഇപ്പോൾ
ഈ വഴിയിലൂടെ
പെരുമ്പറ മുഴക്കിക്കൊണ്ട്
ഒരു വിവാഹഘോഷയാത്ര
കടന്നുപോകുന്നു.
വധുവിന്റെ തലയിൽ നിന്നും
ഉതിർന്നു വീണ പൂക്കൾ
പെരുവഴിയിൽ
ചവിട്ടിയരയ്ക്കപ്പെടുന്നു.
അത് കുനിഞ്ഞെടുക്കുന്നവളുടെ സ്വപ്നം പോലെ
വിവാഹങ്ങൾക്കും പ്രസവങ്ങൾക്കും ഇടയിൽ
ഈ നൂറ്റാണ്ട്.
ദൂരെ,
തേവിടിശ്ശിപ്പുരയിലെ ചിമ്മിനി വിളക്ക്
കെട്ടുപോയിരിക്കുന്നു.
ഇരുട്ടിന്റെ മറവിൽ
മന്തിന്റെ വേദനയും വായ്നാറ്റത്തിന്റെ നീരും
അവൾ കുടിച്ചിറക്കുന്നു.
നാളെ,
അവളുറങ്ങേണ്ട പ്രഭാതത്തിലാണ് നമ്മളുണരേണ്ടത്
നാമിനി വേശ്യകളോട് പേര് ചോദിക്കേണ്ട.

ഗ്രഹണത്തിന് ശേഷമുള്ള പകലും നമുക്ക് വേണ്ട.
ചരിത്ര പുസ്തകത്തിൽ
അവരുടെ പേരുകൾ തെളിഞ്ഞുകൊണ്ടിരിക്കുന്നു.
ചെകുത്താൻമലകളിൽ
നിലാവ് മറഞ്ഞുകൊണ്ടിരിക്കുന്നു.
കിണർപടവുകളിൽ
പേക്കൻ തവളകൾ കരഞ്ഞുകൊണ്ടിരിക്കുന്നു.
കൈനോട്ടക്കാരനിരിക്കുന്ന വഴികളിൽ
വണ്ടിക്കാളകൾ ചാണകമിട്ടിരിക്കുന്നു.
മദ്യപിച്ചു മയങ്ങിയ ഗ്രാമത്തിൽ
മൂക്കറ്റം കുടിച്ചവന്റെ വർത്തമാനം
ഒറ്റപ്പെട്ടു പോകുന്നു.
തണുത്ത വിഷക്കാറ്റൂതി
കടന്നുവരുന്ന പ്രഭാതങ്ങളെക്കുറിച്ച്
പറഞ്ഞുകൊണ്ടേയിരിക്കുന്നു.

പറയാൻ പാടില്ലാത്തത്.
ഇവിടെ സംഭവിച്ചുകൊണ്ടിരിക്കുന്നു.
ഒലീവ് കൊമ്പിൽ ഉപേക്ഷിക്കപ്പെട്ട വീണ.
ഉഷ്ണപർവ്വതം ചവിട്ടിയിറങ്ങുന്ന ഒട്ടകം.
ഈന്തോലകളിൽ പൊടിഞ്ഞുവീഴുന്ന സൂര്യൻ.
കബനീ...
എന്റെ നാട്ടിലെ നിലാവിന്റെ അനിയത്തീ...
ഇതാ വിഷംതുപ്പി സോക്രട്ടീസ് ഉണർന്നുവരുന്നു.
പതിനായിരം കളവു പറയിപ്പിക്കുന്ന
എന്റെ നാട്ടിലെ നീതിപീഠത്തിന്
ഒരു രക്തത്തിലും പങ്കില്ലല്ലോ
ലോകത്തിലുള്ള സകല മാന്യതകളും
കുരച്ചുതീർക്കുന്ന
എന്റെ നാട്ടിലെ നേതാവിന്
ഇപ്പോൾ മാത്രം കുറ്റില്ലല്ലോ-
പള്ളിയിൽ മണിയടിക്കട്ടെ.
ഡെയ്സിമാത്യു പ്രാർത്ഥിക്കട്ടെ.
ഞാൻ കുരിശിൽ തറയട്ടെ.

പഞ്ചായത്ത് റോഡിൽ
ചതഞ്ഞുപോയ ആത്മാക്കൾ നിലവിളിക്കുന്നു.

നിയന്ത്രണംവിട്ട മനസ്സിൽ
എഴുതിച്ചേർത്ത കുറ്റപത്രം
കടലാസ് രേഖയിൽനിന്നും മായുന്നു.
പരിക്കുപറ്റിയ മനസ്സുകളിൽ
അംശവും ഛേദവും കൂടിക്കലർന്ന്
വഴി മുടക്കുന്നു.
സ്വന്തം മുഖം കണ്ണാടിയിൽ കണ്ട്
ഒരുവൻ പകയ്ക്കുന്നു.
കണ്ണാടിയിൽ നിന്നും അവനവന്റെ മുഖം
അറുത്തെടുക്കുന്നു.
അറുത്തെടുത്ത മുഖത്ത്
അവൻ കോങ്കണ്ണും കോമ്പല്ലും വെക്കുന്നു.
അവനെനോക്കി ഹുണ്ടികക്കാരൻ
അമർത്തിച്ചിരിക്കുന്നു.
വാതിലിൽ മറവിലിരുന്ന്
ഹുണ്ടികക്കാരന്റെ ഭാര്യ
വിലവിവരപ്പട്ടിക പുതുക്കുന്നു.
വിലവിവരപ്പട്ടികയിൽ
ഇണചേർന്ന ഈച്ചകൾ
ഇണയെ വിട്ടു പറന്നകലുന്നു.

പൊലീസുകാരന്റെ മകന്
ഇന്നിവിടെ കാക്കിനിറം വേണ്ട
ലാത്തിപോലെയായിത്തീർന്ന അവനെ
കോടതിയെടുത്തു വിസ്തരിക്കുന്നു.
എതിർകക്ഷിയുടെ മൊഴിശേഖരണത്തിൽ നിന്നും
പ്രതി കുറ്റക്കാരനല്ലെന്ന്
ബഹുമാനപ്പെട്ട കോടതിയോട്
അവന്റെ വക്കീൽ ചൂണ്ടിപ്പറയുന്നു.
"യുവർ ഓണർ:
പൊലീസ് നായ്ക്കൾക്കു കൊടുക്കുന്ന
ബിസ്ക്കറ്റെങ്കിലും..."
നിരപരാധിത്വം തെളിയിക്കാനാവാതെ
രണ്ടുവിരലും പിരിച്ചുകെട്ടി
അവസാനം കോടതി പിരിയുന്നു.
പാപിയുടെ ഉണക്കാനിട്ട വസ്ത്രത്തിൽ
ഉറുമ്പുകൾ ഇണചേർന്നിരിക്കുന്നു.

അതാ,
കൊടികുത്തിയ കാറും രാവും ഒന്നാകുന്നു.
കൊല നടന്ന സ്ഥലത്താരോ കുറ്റിയടിക്കുന്നു.
ആൾക്കൂട്ടത്തിൽ വെടിമരുന്നു പുകയുന്നു.
കഠാരയിൽ നിന്നു ചോരപ്പശ കഴുകുന്നു.
കുലക്കിക്കുത്തുകാരൻ ഇരുട്ടിലിരുന്നാർക്കുന്നു.
കുലുക്കിക്കുത്തി തെറിപറയുന്നു.

കോളേജ് കാമ്പസിനകത്ത്
ആരൊക്കെയോ തലചുറ്റി വീണിരിക്കുന്നു.
മയക്കുമരുന്നുകളുടെ ദുർഗന്ധം പേറി.
കാറ്റ് ഈ വഴി കടന്നുപോകുന്നു.
നട്ടുച്ചയ്ക്കുകൊടുത്ത പ്രണയലേഖനത്തിൽ
മോഹം മരണത്തിന് ഇരയാവുന്നു.
പ്രേമത്തിനും സംഗീതത്തിനുമിടയിൽ
തലമുറകളുടെ തലച്ചോറുമെതിയുന്നു.

ഒളിച്ചോടിപ്പോയ പെങ്ങളുടെ
ചാരിത്ര്യം സൂക്ഷിക്കാൻ
ആത്മഹത്യ ചെയ്ത അച്ഛൻ
മെഴുകുതിരികൾ ഊതിക്കെടുത്തുന്ന അമ്മ.
കിളിവാതിലുകൾ വലിച്ചടയ്ക്കുന്ന അനിയത്തി.
എഴുതിവെച്ച അക്ഷരങ്ങൾക്കുമേൽ
മൂത്രമൊഴിക്കുന്ന കുഞ്ഞ്
എല്ലാം കണ്ട് പിതാവിന്റെ
ഇരുമ്പുപെട്ടി തപ്പുന്ന മകൻ

അതെയതെ,
കശാപ്പുകാരന്റെ ആലയിൽ നിന്നും
കത്തി കളവുപോയിരിക്കുന്നു. ■

ഒരു അദ്ധ്യാപകന്റെ പകൽകുറിപ്പുകൾ

ഒന്നാം വരിയിലെ മൂന്നാമത്തവൻ
എന്നെ തുറിച്ചുനോക്കുന്നു.
കണക്കുകളെല്ലാം തെറ്റിച്ച്
അവൻ സംഖ്യകളെ ഒറ്റപ്പെടുത്തുന്നു.
രമണി, നളിനി, ചന്ദ്രിക
എന്തോ അടക്കം പറഞ്ഞു ചിരിക്കുന്നു.

ഒന്നും മിണ്ടാത്ത അവനെ
എന്തിനോടോ ഉപമിച്ച് കെട്ടുന്നു.
മുനയുള്ള കത്തിയുടെ ചിത്രം വരച്ചുവെച്ച്
അവൻ പുസ്തകത്തിൽ നിന്നും
മയിൽപ്പീലി മാറ്റുന്നു.
എല്ലാ ത്രികോണങ്ങളിലും
തനിയെ കുരിശ് വളരുന്നു.

കളിക്കാനൊന്നും ആരും പോകുന്നില്ല.
ചരിത്രത്തിന്റെ രേഖാംശങ്ങളിലേക്ക്
എല്ലാ കണ്ണുകളും ഓടിക്കൊണ്ടിരിക്കുന്നു.
ആമ ജയിക്കുന്ന പന്തയത്തിലേക്ക്
രേഖ വീണ്ടും ഇറങ്ങിവരുമ്പോൾ,
കൊടുങ്കാറ്റിന്റെ ചുഴിയിൽ പാഠം നിർത്തുന്നു.
എല്ലാ അക്ഷരങ്ങളുടെയും അർത്ഥങ്ങൾ
അവരുടെ നാവിനെ പൊള്ളിക്കുന്നു.

രാമനും സീതയും ഇന്നാർക്കും വേണ്ട.
അവരുടെ പുസ്തകത്തിൽ ഇന്നു പാഞ്ചാലിയുമില്ല.

സ്വാതന്ത്ര്യത്തിന്റെ ഏതോ ഒരു വാർഷികത്തിൽ
അവർ വീണ്ടും നെല്ലിക്ക കൈമാറുന്നു.
ജനഗണമനയുടെ വൃത്തത്തിൽനിന്നും
സ്വപ്നങ്ങൾ അർദ്ധരാത്രിയിലേക്കുതന്നെ മടങ്ങുമ്പോൾ
നേതാക്കളെല്ലാം അവരുടെ ഹൃദയത്തിൽനിന്നും
പ്രതിമയിലേക്കുതന്നെ ഒഴിഞ്ഞുപോകുന്നു.
ഭൂപടത്തിലെ സമുദ്രങ്ങളെല്ലാം
ഒരേ താപനില പുലർത്തുന്നു.

ത്രാസ്സിൽ തൂങ്ങുന്നത് എന്റെ സ്വന്തം ഹൃദയമാണ്
എന്റെ ചെരിപ്പ് എന്റെ കാലിൽ നിന്നും ഊരിപ്പോകുന്നു.
പുറത്തെ കൊടിമരത്തിന്റെ തണലിൽ
പുസ്തകവും കണ്ണടയും വിശ്രമിക്കുന്നു.
നിലത്തെഴുത്തിൽനിന്നും നിലത്തെഴുത്തിലേക്ക്
സമരം നീണ്ടുപോകുമ്പോൾ,
മരിച്ച കുട്ടിയുടെ പെങ്ങൾ
ജഡത്തിനരികിൽ കൊടി ചുരുട്ടിവെക്കുന്നു.
പേനയിൽ ഇന്നാരും മഷി നിറയ്ക്കുന്നില്ല.
പനിയുടെ താളത്തിൽ രാത്രികൾ പൂക്കുന്നുമില്ല.
പക്ഷികൾക്കും പാമ്പുകൾക്കും കുറത്തി വഴിപാടുന്നു.
ചത്ത കുതിരകൾക്കുമേലെ ആരാണു ചാട്ടവാറോങ്ങുന്നത്?
ആരുടെ നിഴലിലാണ് ഞാനിപ്പോൾ ചവിട്ടുന്നത്?
ആരുടെ ചോദ്യമാണ് എന്നെ ഇപ്പോൾ കുഴക്കുന്നത്?
ആരുടെ കണ്ണിലാണ് ഞാനിപ്പോൾ
ചോക്കുകൊണ്ടെഴുതേണ്ടത്?
ആരുടെ കൈയിലാണ് ഞാനിപ്പോൾ ഈ വടി തരേണ്ടത്?

ഭൂമി ഹൃദയത്തിലേക്കും ഹൃദയം ത്രാസ്സിലേക്കും
മാറിമാറി തൂങ്ങുമ്പോൾ
ഈ വടി എനിക്കുതന്നെ അസ്ത്രമായി
എന്റെ നെഞ്ചിൽ അമ്പായി... അമ്പായി... ■

കയ്യൂർമാല

കയ്യൂരിലുള്ളോർക്കു കയ്യാമമിട്ടോവർ
കാട്ടുപൂക്കളെയും നുള്ളിനോവിച്ചോവർ...
അപ്പു, ചിരുകണ്ഠൻ എന്നിവരെക്കൊന്നോവർ
എല്ലാ നിലയിലും ഏറ്റി നടന്നോവർ...
തെയ്യം കാണാൻ പോയ തിയ്യത്തിപ്പെണ്ണിനെ
മയ്യിച്ചത്തോട്ടത്തിൽ കെട്ടിത്തൂക്കിയോവർ...
ആരും കാണാതെയാ പശുവിൻകിടാവിനെ
പച്ചക്കുന്നിൽ നിന്നും പച്ചയായിത്തിന്നോവർ...
കുന്നായ കുന്നെല്ലാം അവരുടേതാണെന്ന്
അവരുടെ കവിതയിൽ ഏറ്റുപറഞ്ഞോവർ...
മാടപ്പുലയന്റെ മാണിക്യക്കല്ലിനെ
എള്ളും പൂവും കൊണ്ട് പൂജിച്ചു വിട്ടോവർ...
അടയ്ക്കാത്തോട്ടത്തിലെ കവുങ്ങിൻപാളയിലും
അന്നത്തെ പട്ടാളം ചോര കാണിച്ചോവർ...
അമ്പുവും കൂട്ടരും ക്ലായിക്കോട്ടെത്തുമ്പോൾ
ചെമ്പട താളത്തിൽ കല്ലിച്ചുനിന്നോവർ...
കാടായ കാട്ടിലും മേടായ മേട്ടിലും
തമ്പ്രാക്കന്മാരുടെ താളം പിടിച്ചോവർ...
ഉമ്മാന്റെ മോനാണ് ഖൽബിന്റെ റെങ്കാണ്
മേളക്കാർക്കെല്ലാർക്കും മേനി മികവാണ്...
പാലായിദേശത്ത് പറയാത്ത കഥയാണ്
കൽത്തുറുങ്കിൽപ്പോലും കനപ്പിച്ച ചുവടാണ്...
കാര്യങ്കോട്ടച്ചുവും ഖാദറും കാലവും
ദേശം വിറപ്പിച്ച ചെങ്കൊടിയായവർ...
ഇങ്ങനെ എല്ലാ ചരിതവും പറഞ്ഞ്
കയ്യൂരെന്ന ദേശം പ്രസ്ഥാനമാക്കിയോർ...
എല്ലാ ചരിത്രവും ഭൂഗോളമാണല്ലോ
എല്ലാ ഗോളവും സമരചിത്രവുമാണല്ലോ... ■

അച്ഛൻ

മലർന്നു കിടക്കുമ്പോൾ
ചെരിഞ്ഞു വീഴുന്നു
ചെരിഞ്ഞു കിടക്കുമ്പോൾ
കമഴ്ന്നു വീഴുന്നു.

നിവർന്നിരിക്കുമ്പോൾ
നിലത്തിട്ടടിക്കുന്നു
കുനിഞ്ഞിരിക്കുമ്പോൾ
കുനിച്ചിട്ടടിക്കുന്നു.

ഇരിക്കാനായുമ്പോൾ
നടക്കാൻ പറയുന്നു
നടന്നു വീഴുമ്പോൾ
തളത്തിലിരുത്തുന്നു.

ഉണ്ണാനിരിക്കുമ്പോൾ
ഉറങ്ങാൻ പറയുന്നു
ഉറങ്ങി കഴിയുമ്പോൾ
ഉണർത്താതിരിക്കുന്നു.

കിടപ്പിലാണച്ഛൻ
കിതപ്പിലാണെന്നും
മറവിയാണച്ഛൻ
മാറ്റത്തിനപ്പുറം
മായാത്തതാണച്ഛൻ. ■

വർത്തമാനം

ശാസ്ത്രീയം

എത്രനേരം വൈകിയാലും ഇരയെ പിടിക്കാൻ
തവള നാക്കു നീട്ടിയിരിക്കുമെന്നു
പാഠപുസ്തകവും മാഷും ഒന്നിച്ചു പറയുന്നു.
മാഷ് അങ്ങനെ പലതും പറയും
അങ്ങേർക്ക് മൂന്നു പെൺമക്കളാണ്.
മാഷ് സ്ഥലം മാറിപ്പോയപ്പോൾ ടീച്ചർ വന്നു.
തവളയുടെ പാഠത്തിൽ അവരും പറഞ്ഞു;
ഇരയെ പിടിക്കുന്നതിന്റെ കൗശലങ്ങളെപ്പറ്റി.
എന്നിട്ടും ഇന്നലെ അന്തിക്കും
നാട്ടുകാർ തല്ലിക്കൊന്ന പാമ്പിന്റെ വായിൽ
തവള ഉണ്ടായിരുന്നു.

സാമൂഹ്യം

രാഷ്ട്രീയക്കാർ ചെരിഞ്ഞു നടക്കുമ്പോൾ
അദ്ധ്യാപകർ വടിപോലെ നടക്കുന്നു.
നടത്തം നേരെയാവാൻ
ചോക്കും ചൂരലും രാഷ്ട്രീയത്തിലില്ല.
ബെഞ്ചിൽ കയറ്റി നിറുത്താൻ
സ്വന്തം കാലുകളും.

ഗണിതം

കണക്കു തെറ്റിച്ചതിനാണു
അന്നവനെ ക്ലാസ്സിൽ നിന്നും പുറത്താക്കിയത്.
പിന്നീടു പാഠം ഉപേക്ഷിച്ച്
അവൻ സ്വയം കണക്കു പഠിച്ചു.

ഇന്നവൻ വലിയൊരു കണക്കാണ്.
അതുകൊണ്ടാണു യാത്രയയപ്പുവേളയിലും
പഴയ ഗുരുനാഥനു വായ്പവാങ്ങിയ ഇനത്തിൽ
കൂട്ടുപലിശയുടെ കണക്ക്
അവൻ ദക്ഷിണയാക്കിയത്.

ഒരു മാവോ സൂക്തം

പൂച്ച ഒരു 'മാവോ' യിസ്റ്റാണ്
അതുകൊണ്ടാണ് ഓരോ നിമിഷവും
മ്യാവൂ വിളിച്ചു നടക്കുന്നത്.
പറഞ്ഞിട്ടെന്ത്?
അതിനു എലിയെ പിടിക്കാനല്ലാതെ
എലിയുടെ വഴി നിശ്ചയമില്ല.
എലി ഇന്നും സൂത്രശാലി തന്നെ.
അതിനാലാണത്രെ
അത് നാടൊട്ടുക്കും
എലിപ്പനി പരത്തുന്നത്. ■

വെളിച്ചമേ,
ഈ വാതിലുകളോളം...

മുമ്പൊരിക്കൽ പറഞ്ഞതാണ്
ഒരിക്കലും പറഞ്ഞു തീരാത്തതാണ്.
പണ്ട് വീട്ടിലൊരു ചിമ്മിണി വിളക്കുണ്ടായിരുന്നു
അതെന്നും തുടച്ചുവെക്കുമായിരുന്നു
അതിന്റെ പ്രകാശമാണു എന്റെ കവിത.
(പിന്നീടു ഞാൻ കണ്ണടവെച്ചു തുടങ്ങി
ഗ്രാമത്തിലും നഗരത്തിലും ഉറങ്ങി)

നീയിപ്പോൾ കത്തിച്ചുവെക്കുന്ന മെഴുകുതിരിയിലും
ഇതാവർത്തിക്കുന്നുണ്ട്.
ചെമ്പരത്തിയും തുമ്പയും ഇടകലരുന്നുണ്ട്.

ഉള്ളം കൈ ചൊറിയുന്നു.
ഓരോ വരകളിലുമുണ്ട് ഓരോരോ വിശേഷങ്ങൾ
പണ്ട് മൈലാഞ്ചിയിട്ടതും ഒളിച്ചതും ഒളിപ്പിച്ചതും.

മഞ്ഞുകാലം ഓർമ്മയായി
തണുത്തു വിറയ്ക്കുന്ന രാത്രികളും.
ഒരു വീടു വെറുതെ കത്തിത്തീരുകയാണ്.

നദികളൊക്കെ നഗരത്തിലേക്കൊഴുകും
അതിന്റെ ആഘോഷത്തിൽ സുഗന്ധങ്ങൾ പുകയും
പുതപ്പുകൊണ്ടു ഹൃദയം മറക്കും.
അപ്പോഴും പറഞ്ഞു തീരാത്തതാണു
മരങ്ങൾക്കിടയിലെ നമ്മുടെ പ്രണയം.
അതിൽ വിവാഹവും ലേലവും തുടരുന്നുവെങ്കിലും.

പഴയ വിളക്കു ഞാനിന്നും കത്തിച്ചു വെക്കുന്നു
ചെടികളും വൃക്ഷങ്ങളും നട്ടുനനയ്ക്കുന്നു
അതിൽ വിരിയുന്ന ആദ്യത്തേത് ഇറുത്തുവെക്കുന്നു
നിറവും മണവും കാത്തുസൂക്ഷിക്കുന്നു.

മുമ്പൊരിക്കൽ പറഞ്ഞതാണ്,
ഒരിക്കലും പറഞ്ഞു തീരാത്തതാണ്
എന്റെ ഹൃദയത്തിന്റെ തുടുപ്പുകളാണ്
അതെന്നും എന്നിലെ പ്രകാശമാണ്. ■

കവിതയോടു ചില സംശയങ്ങൾ

ജോസഫിനോടു പറയാം,
പലതും പറയാറ് അവനോടായിരുന്നല്ലോ.
എന്നാൽ, ഇക്കുറി എന്തുപറയും?
അതെങ്ങനെ പറയും?

ചെയ്യുന്നതൊക്കെ അപരാധമാണ്
മണ്ടത്തരമാണ്.
വാസ്തവത്തിൽ ഇതുരണ്ടും
കൂടിച്ചേരുമ്പോഴാണു
പലപ്പോഴും ഞാനാവുന്നത്.

ഞാനാരാണ്? ജോസഫ് ആരാണ്?
എവിടുന്നു വരുന്നു? എങ്ങോട്ടു പോകുന്നു?
കവിതനിറയെ ഇപ്പോൾ ചോദ്യമാണ്
തിളച്ചുമറിയുന്ന, തീ പടരുന്ന,
കുറേ ചോദ്യങ്ങൾ മാത്രം, നിലവിളികൾ മാത്രം.

ഞാൻ നിരപരാധിയാണു ജോസഫ്,
ഉത്തരം ആഗ്രഹിക്കാത്തവനാണ്.
എന്നിട്ടും ഞാനങ്ങനെയൊക്കെ ആയി.
എന്തിനുവേണ്ടി? ആർക്കുവേണ്ടി?
അറിയില്ല, എനിക്കൊന്നും അറിയില്ല.

ഇപ്പോൾ തോന്നുന്നു.
നിന്നോടു പറയാൻ,
നിന്നോടു മാത്രം പറയാൻ.

ഒരു മനുഷ്യൻ എന്നാൽ
ഒരു വലിയ രാഷ്ട്രമാണ്
അതിമഹത്തായ പാരമ്പര്യമാണ്.
എന്നിട്ടും എനിക്കു ഒരു മനുഷ്യനിലുപരി
അതിന്റെ കാലാവാനെങ്കിലും കഴിഞ്ഞെങ്കിൽ
എക്കാലത്തും കാലുവാരാത്തവനായെങ്കിൽ.

എങ്കിൽ, നീ പറയും പോലെ
നാം അത്ഭുതഗുണമുള്ള
ഒരു ഒറ്റസംഖ്യ ആയേനേ. ■

കാവൽക്കാരൻ

പറമ്പുനിറയെ കീരിയും പാമ്പുമാണ്
എന്നും യുദ്ധമാണ്.
എന്നിട്ടും വീടു പുതുക്കിപ്പണിതു.

ഇപ്പോൾ,
മച്ചിൻപുറത്തുനിന്നും എലിപ്പട
ഒന്നടങ്കം താഴോട്ടിറങ്ങുന്നു.
അടുക്കളയിൽ നിന്നും പെൺപട
കൂട്ടത്തോടെ മേലോട്ടുപോകുന്നു.
ഇതിനിടയിൽ മാർജ്ജാരവംശം
കുടുംബത്തോടെ കിടപ്പറയിലുമായി.
നാശം, കണ്ണടച്ചു പാലു കുടിക്കുന്ന വർഗ്ഗം.

ഇതുതന്നെ തക്കസമയം
വീടു പൂട്ടി, താക്കോലു കുഴിച്ചിട്ട്
യജമാനൻ നാടുവിട്ടു.

കേൾക്കുന്നില്ലേ, എന്റെ കുര?
ഞാനിപ്പോഴും ഈ വരാന്തയിൽ
ഒറ്റയ്ക്കാണ്, കാവലാണ്. ■

പ്രവാസി

ഇന്നലെവരെ
വയ്യാവേലിയായിരുന്നു
ഓലപ്പുരയായിരുന്നു
കഞ്ഞിയും പയറുമായിരുന്നു.

ഇന്ന് മാർബിൾവെച്ച വീടുണ്ട്
സീലിങ്ങും ശീതീകരണവുമുണ്ട്
ലഞ്ചുണ്ട് ഡിന്നറുണ്ട്
ബീപിയുണ്ട് ഡയബറ്റീസുമുണ്ട്
വിദേശത്തു പഠിക്കുന്ന മക്കളുണ്ട്.

മക്കൾക്കു തമ്മിലടിക്കാൻ
ബാങ്ക് ബാലൻസുണ്ട്
ഭൂസ്വത്തുണ്ട്
സ്വിമ്മിങ്ങ്പൂളുണ്ട്

ഒടുവിൽ
അവർക്ക് കണ്ടു രസിക്കാൻ
ഏതാനും വീഡിയോ ചിത്രങ്ങളും
വൈദ്യുതി ശ്മശാനവും! ■

വീടും തടവും

എന്റെ വീട് ഞാൻ തന്നെയാണ്
അതിൽ ഒരു തടവുകാരനെപ്പോലെ ഞാൻ കഴിയുന്നു
ഓരോ മുറിയും ആധാരമില്ലാതെ ഒഴിഞ്ഞു കിടക്കുന്നു
അതുകൊണ്ടാണ്
വീടോടുകൂടി ഞാനെന്നെ പണയം വെച്ചത്.

പൂട്ടിയിട്ട മുറിയിൽ നെല്ലുണങ്ങുന്നു
അടുപ്പിൽ കനലും കല്ലും.
തൊടിയിൽനിന്നു വൈക്കോലും
തൊഴുത്തിൽനിന്നു കയറും കളവുപോയിരിക്കുന്നു.

പ്രമാണം തൂക്കിവിറ്റതിനാണത്രെ
അപ്പുറത്തെ മതിലിൽ അയാൾ പ്രതിമയായിപ്പോയത്.
ഇതറിഞ്ഞ അയൽക്കാരി എത്രയും പെട്ടെന്നു
ചെമ്പുപാത്രത്തോടൊപ്പം അവളുടെ ചരിത്രവും
ലേലത്തിനു വെയ്ക്കുന്നു.

ഊണുകഴിഞ്ഞു കൈകഴുകാൻ പോയവർ
ഇനിയും തിരിച്ചു വന്നിട്ടില്ല.
വളപ്പിന്റെ നാലതിരുകളിലും വിളക്കുനാട്ടി
'ലവന്റെ ഫാര്യ' മറ്റൊരുത്തന്റെ പറമ്പിൽ
വിത്തിറക്കുന്നു.
ഇതൊക്കെക്കൊണ്ടാണു ഞാനെന്റെ വീട്ടിൽ
പട്ടിയെ വളർത്താതിരുന്നത്.
വളർത്തിയിരുന്നെങ്കിൽ
വളഞ്ഞ വാലുമായി
പട്ടിക്കു ഒരു മുഴം മുന്നെയായിപ്പോയേനേ.

വീടുകളിൽ കണ്ണാടി നിർബന്ധമാണ്
ശിരസ്സു കുനിക്കാതെ
അവനവന്റെ മുഖം എപ്പോഴും ദർശിക്കാൻ. ■

യാത്ര

എന്നെ പരിശോധിച്ച ഡോക്ടർ
ഒന്നും മിണ്ടുന്നില്ല.
കൂട്ടുകാരനും ഒന്നും പറയുന്നില്ല.
നിശ്ശബ്ദതയ്ക്കിടയിൽ
അമ്മ കരഞ്ഞുകൊണ്ടേയിരിക്കുന്നു.

ആകാശച്ചെരുവിൽ
വൈദികന്റെ ഉണങ്ങുന്ന കുപ്പായം
ഭൂമിയുടെ ഞരമ്പിൽ
പുഴുതിന്ന പൂവിന്റെ മുത്തം
ഇതിനിടയിൽ,
കോട്ടുവായിടുന്ന കാവൽക്കാരന് മുന്നിൽ
തടവുകാരന്റെ പിഴച്ച നോട്ടം
ചങ്ങലകൾക്ക് മേലെ
ഉറുമ്പുകളുടെ മൗനജാഥ.

രോഗത്തിനപ്പുറം
കാലത്തിനപ്പുറം
മരണത്തിനുമപ്പുറം
അമ്മ കരഞ്ഞുകൊണ്ടേയിരിക്കുന്നു.
കൂട്ടുകാരൻ എന്നെ പുതപ്പിച്ച്
തണുത്ത സമതലത്തിലേക്ക്
യാത്ര പോയിരിക്കുന്നു. ■

പതിനാറു കാര്യങ്ങൾ

ആഴക്കിണറിലേക്കെത്തി നോക്കരുത്
ആഴത്തിലാകാശം കാണരുത്.
കൈയും തലയും അകത്തിടരുത്
ചന്തികൊണ്ടധികം ഉന്തരുത്
ആരാന്റെ പെണ്ണിനെ നോക്കരുത്
കാലുകൊണ്ടധികം തോണ്ടരുത്
ചെരുപ്പില്ലാത്തവന് കാല് കടം കൊടുക്കരുത്.
ഇരിക്കാൻ പറഞ്ഞാൽ കാല് നീട്ടുമെന്നും മറക്കരുത്.

ചരിത്രമധികം പഠിക്കരുത്
ചവച്ചു ചവച്ചു തിന്നരുത്
ചെരിഞ്ഞു കിടന്നുറങ്ങരുത്.
ചേരി പിരിഞ്ഞു കൂവരുത്
ഇടവഴിയിലൊറ്റയ്ക്കു നിൽക്കരുത്
ഇടംകണ്ണുകൊണ്ട് മാത്രം കാണരുത്
ഒപ്പിടുമ്പോൾ പങ്കുകാരനായെന്നു തോന്നരുത്
ഒറ്റിക്കൊടുക്കുമ്പോഴും ഒപ്പിടുവാൻ മറക്കരുത്. ■

ആരും അധികം
മഴ നനയരുത്

കണ്ണീരുപോലെ
ദുഃഖവർഷം പോലെ
മഴ വിങ്ങിപ്പൊട്ടുന്നു.

കുടയും ചോറ്റുപാത്രവും
നിലാവും നീർമാതളവും
നീലക്കുന്നും ലില്ലിച്ചെടികളും
വയലും നീയും മഴ നനയുന്നു.

വാർദ്ധക്യമില്ലാത്ത നിലാവ്
തളർച്ചയില്ലാത്ത മഴ.
ഈ മഴയിൽ,
ആകാശവും മനസ്സും കത്തുന്നു.

മഴയുടെ താളിൽ മഴ പെയ്യുന്നു
എന്നിട്ടും നിന്റെ കരിമിഴികളിൽ
കാലം പനിച്ചു കിടക്കുന്നു.
നിന്റെ ഹൃദയം പൊള്ളുന്നതായ്
ഞാനറിയുന്നു.
ഒന്നും ചെയ്യാനാവാതെ
ഒന്നും പറയാനില്ലാതെ
ഈ മഴയ്ക്കപ്പുറം
നീയൊരു തടവുകാരി
ഇപ്പുറം ഞാനും.

മഴ പുഴയുടെ കാമുകിയായ്
പുഴ കര കവിഞ്ഞു
കരയിൽ സ്വപ്നങ്ങൾ ചീഞ്ഞടിഞ്ഞു.

അക്കരെ മഴ
ഇക്കരെ വെള്ളപ്പൊക്കം
മഴയും പുഴയും ഒന്നാകുന്നു.
മഴ വെയിലിന്റെ കണ്ണീർ
വേലിയേറ്റത്തിന്റെ പുത്രി.

അയൽക്കാരൻ പറയുന്നു
വിയർക്കുന്നവന് മഴ ശത്രുവാണെന്ന്.
അമ്മ പറയുന്നു
ഇറവെള്ളം കുടിക്കുന്നത്
പെണ്ണുങ്ങളാണെന്ന്
ചേച്ചി പറയുന്നു
മഴയ്ക്ക് മഴയുടെ സ്വഭാവമാണെന്ന്.
അമ്മാവൻ പറയുന്നു
ആരുമധികം മഴ നനയരുതെന്ന്.
ഒടുവിൽ മഴയുടെ ജാതകം നോക്കി
അച്ഛൻ ഞങ്ങളുടെ പറമ്പു വിറ്റു.

പത്രാധിപരുടെ ഖേദക്കുറിപ്പിന് പുറത്ത്
നിനക്കൊരു കത്ത്.
ആഴ്ചപ്പതിപ്പിൽ നിന്നും
മടങ്ങിവന്ന കവിതയും
നിനക്ക്.

കവിത നിറയെ മഴയായിരുന്നു
മഴയുടെ പകയായിരുന്നു.
മഴയേക്കും ഒരു ഹൃദയമുണ്ട്, മനമുണ്ട്.
ഈ മഴ വെറും ഭ്രാന്താണെന്ന് പത്രാധിപർ.
മഴ ഭ്രാന്തന് അമ്മയാണ്
അവനെ കുളിപ്പിച്ചെടുക്കുന്നു
അവന്റെ വസ്ത്രം കഴുകിക്കൊടുക്കുന്നു.

ഇന്നലത്തെ പത്രത്തിൽ ചോര
ഇന്നത്തെ പത്രത്തിൽ മഴ
നാളത്തെ പത്രത്തിൽ
വെയിലു വരുമെന്ന്
മുത്തച്ഛൻ പറയുന്നു
പാവം മുത്തച്ഛൻ.

കണ്ണു കാണാത്ത,
ചെവി കേൾക്കാത്ത
പഴയ സ്വാതന്ത്ര്യസമരസേനാനി.

മഴയെക്കുറിച്ച് മഴയുടെ
പുസ്തകത്തിൽ മാത്രം.
മഴ സത്യം മാത്രം പറയുന്നു
സത്യം മാത്രം പറയുന്ന പുസ്തകം
നിനക്കായി ഞാൻ സൂക്ഷിക്കുന്നു.

ഇരുട്ട്
എങ്കിലും ഇടവഴിയിൽ വെളിച്ചമുണ്ട്.
ഒരഭിസാരിക ഇവിടെ സ്ഥിരതാമസം.
മഴ നനഞ്ഞെത്തിയ ആരോടൊ
അവൾ നിർത്താതെ പറയുന്നു
"അവളൊരു മരുഭൂമിയായെന്ന്,
വയ്യാതായെന്ന്"
മുഖവും മൂക്കുത്തിയും
ആരോ കട്ടൊണ്ടോയെന്ന്,
ജീവിച്ചിരിക്കുമ്പോൾത്തന്നെ
സ്വന്തം ചിതയ്ക്ക് തീ കൊളുത്തിയെന്ന്.
ആരും മഴകൊണ്ട് കളിക്കരുതെന്ന്.

മഴ പെയ്യുന്നു
കണ്ണീരുപോലെ
ദുഃഖവർഷം പോലെ.
ഇടവഴി കഴിഞ്ഞാൽ
അപ്പുറം പിന്നേയും ഇരുട്ട്.
അഭിസാരിക വിളക്കൂതുന്നു.

മഴയ്ക്ക് പര്യായങ്ങളില്ല
മഴയുടെ വേദന മഴ തന്നെയാണ്.
ഉണക്കാനിട്ട വസ്ത്രങ്ങൾ മഴ നനയുന്നു. ■

അരുത്, പറയരുത്

ഞാൻ, ഇവിടെത്തന്നെയുണ്ട്
ഇല്ലെന്നു മാത്രം പറയരുത്.
നാടുവിട്ടെന്നും നക്ഷത്രമായെന്നും,
കണ്ടില്ലെന്നും വരില്ലെന്നും പറയരുത്.

പുല്ലിൽ ചവിട്ടി, പൂവിലുറങ്ങി
കാറ്റും മഴയും കൊണ്ട്
വെയിലും വേവലാതിയും കണ്ട്
ഞാൻ, നിങ്ങൾക്കിടയിൽ
ഇവിടെ, എവിടെയൊക്കെയോ ഉണ്ട്.

അരുത്, പറയരുത്
ഞാൻ ഇവിടെയില്ലെന്നു മാത്രം പറയരുത്.

എനിക്കറിയാം, എന്നെ അറിയുന്നവരാണ്
നിങ്ങളെന്ന്,
എന്നാലും
എന്റെ ബന്ധുക്കളെപ്പോലെ
ഉറ്റ ചങ്ങാതിമാരെപ്പോലെ
നിങ്ങളും എന്നെ ഭാഗം വെയ്ക്കരുത്

വെറും ഒരു 'നഗര'മാക്കി
പ്രകടനക്കാരെ അതിൽ കൊണ്ടു തള്ളരുത്.
എന്നെ ചവിട്ടി നടക്കരുത്

വയ്യ, വേദനിക്കുന്നു,
ചരിത്രം കരുവാളിക്കുന്നു. ■

ഒളിച്ചുകളി

എവിടെയോ ഞാൻ ഒളിച്ചിരിപ്പുണ്ട്
കണ്ടുപിടിക്കാമോ?

മച്ചിൻപുറത്തും പത്തായത്തിലും
കിണറ്റിൻ കരയിലും വിറകുപുരയിലും
പടിപ്പുരയിലും പാടത്തും
കുളപ്പടവിലും കുന്നിൻചെരുവിലും
മഞ്ചാടിക്കുരുവിലും നിന്റെ ഹൃദയത്തിലും
എവിടേയും കണ്ടില്ല അല്ലേ?

അപ്പുറത്തെ കിളിക്കൂട് നോക്കിയോ?
അതിനപ്പുറത്തെ മരപ്പൊത്ത്?
കണ്ടില്ല അല്ലേ?

ദാ, കടൽത്തീരം, തലപോയ തെങ്ങ്
ചെങ്കടൽ, ചെക്കിപ്പൂവ്
ആർത്തിരമ്പുന്ന ആൾക്കൂട്ടം
മടുപ്പിക്കുന്ന ഏകാന്തത
പൈതങ്ങളുടെ തൊട്ടിൽ.
ഇല്ല, അവിടെയൊന്നും ഞാനില്ല

തോറ്റുതൊപ്പിയിടാൻ വരട്ടെ
പണ്ടു നമ്മൾ പാടാറുള്ള
ആ പാട്ടുണ്ടല്ലോ
മറന്നില്ലെങ്കിൽ
അതൊന്നു മൂളി നോക്കുക.
അതിലെവിടെയോ
ഞാൻ ഒളിച്ചിരിപ്പുണ്ട്. ■

ആത്മരോദനം

എന്നും മരുന്നു കഴിക്കണം
എന്നും കവിത എഴുതണം
എങ്കിലേ എളുപ്പം അസുഖം ഭേദമാകൂ.
എന്താണ് എന്റെ രോഗം?
എനിക്കറിയില്ല.
എങ്കിലും അത് കാർമേഘം പോലെയാണ്
ചിലപ്പോൾ ഉരുണ്ടുകൂടി കരിമുകിലാകും
അപ്പോൾ തന്നെ മായുകയും ചെയ്യും.
മൂക്ക് കടിക്കുന്നുണ്ട്
ആരോ കുറ്റം പറയുകയാണ്.
ചിലപ്പോൾ കണ്ണ് പിടയ്ക്കും
അത് കരയാനാകും.
ഉള്ളംകൈ ചൊറിഞ്ഞാലും
ഇങ്ങനെയൊക്കെ പറയാറുണ്ട്.
കാശ് ചിലവാകുമെന്നും
ഭാഗ്യം വരുമെന്നും.
ഇത്തരം പൊട്ടൻ തെയ്യമായി
ഭാവിയിലേക്ക് ഉറഞ്ഞുതുള്ളുമ്പോൾ
അതാ കദളിവാഴക്കൈയിലിരുന്നു
ഒന്നാന്തരം ഒരു പട്ടുടുത്ത കാക്ക
വിരുന്നുവിളിക്കുന്നു
ആരാണാവോ? ഏതു തെയ്യം?
അങ്ങനെ തെയ്യങ്ങൾക്കും തിറകൾക്കുമൊപ്പം
ഞാൻ പതിവായി മരുന്നു കഴിക്കുന്നു
കവിത എഴുതുന്നു
എന്നെക്കുറിച്ചു പറയാൻ
ഇത്രയും മതി.
ഇതെന്റെ ആത്മരോഗം. ■

അവൾ

1

എന്നെ ഇങ്ങനെ വെറുക്കരുത്.
നീ തിരിച്ചു വിളിച്ചാൽ തീർച്ചയായും ഞാൻ വരും
എനിക്കറിയാം, പോസ്റ്റുമാനെ നീയെന്നും
കാത്തിരിക്കുന്നുണ്ടെന്ന്
കത്തൊന്നുമില്ലെന്നു പറഞ്ഞ് അയാൾ
കടന്നുപോകുമ്പോഴും.
നിന്റെ ഹൃദയം നനയുന്നുണ്ടെന്നും.

ഞാനിന്നു വീടില്ലാത്തവനാണ്
എങ്ങോട്ടും കത്തയയ്ക്കാൻ മേൽവിലാസമില്ലാത്തവനാണ്
എന്തില്ലാത്തവനായാലും അർബുദം വന്ന എന്റെ ഉമ്മയെ
നീ നന്നായി പരിചരിക്കുന്നുണ്ടെന്നറിയുമ്പോൾ
ആ അറിവിലാണ് പ്രിയേ, എനിക്കുള്ള ആശ്വാസം
അല്ലെങ്കിലും പണ്ടേ നീയൊരു മരുന്നാണ്
ഏതു മാറാവേദനയ്ക്കും പറ്റിയ കൈമരുന്ന്.

2

പടിയിറങ്ങുമ്പോൾ ഉമ്മ പറഞ്ഞിരുന്നു:
'ഓള് ചെയ്ത തെറ്റ് എന്നെങ്കിലും നീ തിരിച്ചറിയുമെന്ന്...'
ഇല്ല, അങ്ങനെ ഒരു തെറ്റിൽ ഞാൻ ഒപ്പ് വെച്ചിട്ടില്ല.
എന്റെ ആധാരം ഒന്നും എഴുതാത്ത
ഒപ്പില്ലാത്ത വെറും മുദ്രക്കടലാസ്.
എന്നിട്ടും ഞാൻ പുറത്തായി.
എന്നെ പുറത്താക്കിയത് എന്റെ ബീഡി വലിയാണെന്ന്
ഉമ്മ ഇന്നും പറയുന്നുണ്ടാകും.

ആ തീപ്പൊരിയിൽനിന്നാണ്
അവിടെ തീ പടർന്നത്, ആളിക്കത്തിയത്.
പിന്നെ എനിക്കൊന്നും അറിയില്ലായിരുന്നു.
ഇപ്പോൾ ഞാൻ എല്ലാം അറിഞ്ഞു തുടങ്ങിയിരിക്കുന്നു.
സ്നേഹം നടിച്ച് പടി കയറിവന്ന പകൽ
അതിൽ നിന്നാണ് ഉച്ചയും നട്ടുച്ചയും ഇരുട്ടും ഉണ്ടായത്.

3

കുറെ കാലത്തിനു ശേഷം ഞാനിന്ന് പുറത്തേക്കിറങ്ങി
വെറുതെ നഗരം ഒന്ന് ചുറ്റിക്കറങ്ങണം.
ഷോപ്പിങ് മാളിൽ വമ്പിച്ച തിരക്ക്.
എല്ലാ സാധനത്തിനും വിലക്കുറവുണ്ട്.
ഒരു വെളുത്ത പൂച്ചക്കണ്ണി വന്നു ചോദിച്ചു:

"സാറ് ഒറ്റയ്ക്കാണോ?"
ഞാൻ പറഞ്ഞു: "അല്ല"
അവൾ പറഞ്ഞു:
"എല്ലാത്തരം മാച്ചിങ് സാധനങ്ങളും ഇവിടെ കിട്ടും.
വൈഫിനു പറ്റിയ എന്തെങ്കിലും എടുക്കട്ടെ?"

ഞാൻ പറഞ്ഞു:
"അവൾക്കു ചേർന്ന ഒരു കിടക്ക വേണം,
ഒരു തലയിണയും..."

അപ്പോൾ അവൾ പറഞ്ഞു:
"ഇത് കിടപ്പറയല്ല സാർ..."
അതുകേട്ട് ഞാൻ ചോദിച്ചു:
"പിന്നെയെന്തു മാച്ചിങ് സാധനമാണ് ഇവിടെ ഉള്ളത്...?"

അവൾക്കൊന്നും മനസ്സിലായില്ല.
അവളുടെ വെളുത്ത നോട്ടം എനിക്കും.

തിരിച്ചു വരുമ്പോൾ നഗരത്തിൽ മഴ പെയ്യുന്നു.
വഴിയോരത്തിരുന്ന് ഫിലാഫിലും[1] ഹമൂസും[2] കഴിക്കുന്നവർ
കഫ്റ്റേരിയയുടെ അകത്തോട്ടു വലിഞ്ഞു.

അകത്തിരുന്ന് ഹുക്ക വലിക്കുന്നവർ പുറത്തോട്ടും.
മഴയ്ക്ക് ഇവിടെ രണ്ടുതരം ആസ്വാദനമാണ്.

---

1. പുതിയിന ചേർത്ത വട
2. കടല അരച്ചത്

മഴയിൽ വഴുതിപ്പോകുന്ന ഒലിവെണ്ണയും
മഴയിൽ നനഞ്ഞു കുതിരുന്ന ജീൻസും.

4

വെറുതെ ഇരിക്കുമ്പോഴാണ് ഓരോന്നിങ്ങനെ തോന്നുക.
അങ്ങനെ തോന്നിയതുകൊണ്ടാണ്
ഞാനൊരു തോന്ന്യവാസിയായത്.
പണ്ടേ നക്ഷത്രങ്ങൾ ഇഷ്ടമല്ല.
അത് ഇരുട്ടിൽ മാത്രം പ്രത്യക്ഷപ്പെടുന്നവ.
വിശ്രമത്തിന്റെ വ്യാഖ്യാനം, സ്വപ്നത്തിന്റെയും.

എനിക്ക് പകലാണ് ഇഷ്ടം.
എന്നിട്ടും കുടുംബം പോറ്റാൻ അറിയില്ല.
പണി എടുക്കാനല്ലാതെ
കുറ്റപ്പെടുത്തലുകൾക്കിടയിൽ
വീട് വളർന്നു, നാട് വളർന്നു
മതിലുകൾ ഉയർന്നു, ആകാശം കാണാതായി.
ഞാൻ തിരിച്ചു നിന്നിലേക്ക് വരട്ടെ?
അതിനു നീയിപ്പോൾ എവിടെയാണ്...?

അകത്തളം വേവുന്നു
പച്ചയായ മണം, അതോ കരിഞ്ഞതോ...?

ഓർമ്മകളിൽ മറക്കാനാവാത്ത പഴയ ബീഡിക്കുറ്റി.
ആരോ അടുത്തേക്ക് വരുന്നുണ്ട്.

അത് തീ ചോദിച്ചു വരുന്നവനായിരിക്കും.
അന്നും തീ ചോദിച്ചു വന്നവനാണ് ആ നാശം വിതച്ചത്.
ഒരു ആളൽ, പിന്നെയെല്ലാം എത്ര പെട്ടെന്നാണ് തീർന്നത്? ■

പുളി

പുളിച്ചവൻ
പുളിപ്പിക്കുന്നവൻ
പുളിച്ചു തികട്ടുന്നവൻ.
ഇങ്ങനെ ഏറെയുണ്ട്
പുളിയുടെ നാനാർത്ഥങ്ങൾ.

പച്ച മാങ്ങ തിന്നുന്നവളോടു
പുളിയുടെ കാര്യം ചോദിച്ചാൽ
അവൾ പറയും
അവിഹിത ഗർഭത്തിന്റെ വിശേഷങ്ങൾ.
എന്നാൽ
പുളിങ്കുരു വിൽക്കുന്നവൾക്കു
ഒറ്റ പദമേയുള്ളൂ.
'അതൊരു കിട്ടാത്ത മുന്തിരിയാണ്
പുളിക്കും.'

പുളിമരം മുറിച്ചു വിറ്റവന്റെ
തലച്ചുമടാണ് എന്റെ തറവാട്.
ഭക്ഷണത്തിൽ പുളി കുറയ്ക്കാൻ
വൈദ്യർ കല്പിച്ച പിറ്റേന്നാണ്
അത് മുറിച്ചു മാറ്റിയത്.
അതിൽപ്പിന്നെ
വീട്ടിൽ എന്നും പുളിയാണ്
പുളിച്ചു തികട്ടലാണ്.

പുളി ഒരു രസമാണ്.
അത് പറയുമ്പോഴും
വായിൽ വെള്ളമൂറും.

മുത്തശ്ശി, മുത്തശ്ശൻ, പത്തായം, നെല്ലറ,
തെങ്ങ്, കവുങ്ങ്, മാവ്, പ്ലാവ്,
പേരക്ക, സപ്പോട്ട, പശുത്തൊഴുത്ത്, പാല്,
കിണ്ടി, മുറം, അളന്നു മുറിച്ച ബന്ധങ്ങൾ...

ഇപ്പോൾ ഞാനും പഴകിയ ഒരു ഓട്ടോഗ്രാഫ്
പുളിമാറാത്ത കാലത്തിലെ
മുറിച്ചു മാറ്റപ്പെട്ട ജീവിതം. ■

പ്രായപൂർത്തിയായാൽ നമ്മളെന്തു ചെയ്യും?

നീ ഒറ്റയ്ക്ക്
ഞാനും ഒറ്റയ്ക്ക്
ഇതിനിടയിൽ
നീയെന്റെ കണ്ണുകെട്ടി
ഞാൻ ഇരുട്ടിലായി.
പിന്നീട് ഞാൻ വിളിച്ചു ചോദിച്ചു:
'നീ ഏടയാ ഒളിച്ചിരിക്കുന്നേ...'
അന്ന് നമ്മൾ രണ്ടുപേരും
ഏറെക്കുറെ സ്വതന്ത്രരായിരുന്നു.
കുട്ടിക്കാലത്തിന്റെ സ്വാതന്ത്ര്യം.
പ്രായപൂർത്തി ഒരു ഘടകമാണ്
ജീവിതത്തിന്റെ കയറ്റമാണ്.
വോട്ടു ചെയ്യാം
താറടിക്കാം
കല്ലേറിയാം
ഒളിച്ചോടാം.
അതോടെ ആണ്
പൂർണ്ണസ്വതന്ത്രനാകുന്നു.
പെണ്ണ്, വീടകം പൂണ്ടു
കരിപുരണ്ടു
കാമുകിയായി
ഭാര്യയായി
ഗർഭിണിയായി
അമ്മയായി...
നീ അവിടെ ഒറ്റയ്ക്ക്
ഞാനിവിടെ ഒറ്റയ്ക്ക്
ഇതിനിടയിൽ
നമ്മളെന്തിനാണ്
ഇങ്ങനെ വളർന്നുപോയത്?
പ്രായപൂർത്തിയായത്? ■

മനുഷ്യൻ, മൃഗം, ജന്മം

മനുഷ്യൻ

മണൽത്തലവരെ പോണം
മറവിക്കു മരുന്ന് വാങ്ങണം
ദേഹമാസകലം പുരട്ടണം
തലയിൽ പൊത്തണം
നെറ്റിയിലൂടെ ഒലിപ്പിക്കണം
മണലിൽ കിടന്നുരുളണം.
ഒടുവിൽ മണ്ണിൽ പൂണ്ട ദേഹവുമായി
മടങ്ങി വന്നപ്പോഴുണ്ട്
എന്റെ മനസ്സുമായി
മറ്റൊരാൾ ഇറങ്ങിപ്പോകുന്നു.

മൃഗം

പുരപ്പുറത്ത് പുല്ല് വളരുന്നു
പുലിയെ അങ്ങോട്ട് മാറ്റിക്കെട്ടുന്നു
ഗതികേടുകൊണ്ടാണ്
ഇല്ലെങ്കിൽ പുലി എന്നെ തിന്നും
ഞാൻ പുല്ല് തിന്നും
ഇത്രയും മതി കേവലമൊരു മനുഷ്യന്
പുലിക്കും പുല്ലിനുമിടയിൽ
മൃഗമായി വളരുവാൻ.

ജന്മം

ഒരു കൈയിൽ ഭാര്യയ്ക്കുള്ള മരുന്ന്
മറുകൈയിൽ എഴുത്തോലയും പുസ്തകങ്ങളും
ഇതിനിടയിൽ മക്കൾക്കുള്ള ആഹാരം തേടണം
ഒരേ സമയം രണ്ടു കൈകൊണ്ടുള്ള
മൂന്നാമത്തെ പ്രകടനം
ഗൃഹനാഥൻ+കലാകാരൻ+യാചകൻ. ■

തേനീച്ച

നിന്റെ വസ്ത്രത്തിൽ കുടുങ്ങിയ
തേനീച്ചയെ പിടികൂടാനായിരുന്നു
ഞാനന്നു വന്നത്.
അപ്പോൾ സമയം നോക്കിയില്ല
നഗരത്തിൽ രാത്രിയില്ലാത്തതുകൊണ്ട്
രാവും പകലും ഞാനോർത്തില്ല
പക്ഷേ, അപ്പോൾ രാത്രിയായിരുന്നു.
രാവിൽ, ഒരാൾ മറ്റൊരാളെ തേടിവരുമ്പോൾ
സംഭവിക്കുന്നതുതന്നെ അന്നു സംഭവിച്ചു.

തേനീച്ച പെട്ടെന്നാണ്
'തീനിച്ച' ആയത്.
ആളുകൾ പറഞ്ഞു:
'ഞാൻ തേനീച്ചയെ വളർത്തുന്നവനാണെന്ന്'
അതെങ്ങനെ ശരിയാകും?
തേനീച്ച കുത്തിയാലും
ആളുകൾ മരിക്കുന്നുണ്ടല്ലോ...

കാടിളകിപ്പോയ തേനീച്ചകൾ
നാട്ടിൽ കൂട്ടുകൂടുന്നു.
വാസ്തവത്തിൽ ഈ അറിവാണ്
എന്റെ വരവിനു പിന്നിൽ.
പിന്നെ എന്തുണ്ടായി എന്നു എനിക്കറിയില്ല
പഴയ ചങ്ങാതി എന്ന നിലയിൽ
പണ്ടു കടന്നൽക്കൂട്ടിൽ കയ്യിട്ടു നടന്നകാലം,
ആ ഒരൊറ്റ തെളിവുമതി
എനിക്കു രക്ഷപ്പെടാൻ. ■

ദിവസേന നാല് കളികൾ

ദിവസേന നാല് കളികൾ
മോണിങ്ങ് ഷോ, മാറ്റ്നി
ഫസ്റ്റ് ഷോ, സെക്കന്റ് ഷോ.
തിയേറ്ററിൽ ഇപ്പോൾ ഇരുട്ട്.
ശാന്തയുടെ പതിവുകാരൻ
വാതിലിൽ മുട്ടുന്നു
അവൾ വലിയ ചന്തി കുലുക്കി
വയറ് കാണിക്കുന്നു.
പതിവുകാരൻ അകത്തേക്കും, ശാന്ത
അയാളിലേക്കും മറിഞ്ഞു വീഴുന്നു.
കട്ട്...
ഇതേത് ചിത്രമാണ്?
ഏത് സീനാണ്?
നായികയ്ക്ക് ഇത്രയും വലിയ വയറോ?
സംവിധായകൻ പറഞ്ഞു,
വയറിന് രണ്ടു ഭാഗങ്ങളുണ്ട്
വിശപ്പും കാമവും.
പ്രേക്ഷകൻ ചോദിച്ചു
അപ്പോൾ കാലിനോ?
അത് തടവാനും ചവിട്ടാനും...
പ്രേക്ഷകൻ നിഷേധിക്കുന്നതാണ്
ഇന്നത്തെ ഷോ.
എത്ര നിഷേധിച്ചാലും ആ തിയേറ്ററിൽ
'അഡൾട്സ് ഓൺലി' മാത്രം.
ശാന്ത, സുബൈദ, മല്ലിക, മഹാറാണി
ദിവസേന നാല് കളികൾ.
വെളിച്ചം കെടുന്നു, ഇരുട്ട് പരക്കുന്നു.
കളി തുടരുന്നു.
അരയ്ക്ക് മുകളിലും താഴേയും
കഥ വികസിക്കുന്നു. ■

മഴ മാറിയാൽ

മഴ, പെരുമഴയായി
അടുപ്പുകളും പഠിപ്പുകളും മുടക്കി.
കാലവും അകാലവും
തൊടിയും തോരണങ്ങളും
ചെടികളും പൂക്കളും കഴുകി.
മനുഷ്യർ ഒന്നായി
തോടെല്ലാം പുഴയായി
വരാലും ചെമ്പല്ലിയും
ചട്ടിയിലായി.
വഴികളെല്ലാം വഴുക്കായി
ചെരിപ്പും ഷൂസും മൂലക്കായി.

ഇടയ്ക്ക് ചാഞ്ഞും
ഇടയ്ക്ക് തളർന്നും.
മഴ മാറിയാൽ
കൂലിപ്പണിക്ക് പോണം
മാവേലി വേഷംകെട്ടണം
കൊമ്പൻ മീശയും കുടവയറും
കാണിക്കണം.
ഇതിനിടയിൽ
അന്യഭാഷക്കാർ തല്ലുണ്ടാക്കിയാൽ
മത്സരത്തിൽ ഓണത്തല്ലാകും.
പൂക്കളം ചിരിക്കുന്നു. ■

ചിലത്

ഒന്ന്:
ഷുഗറുണ്ട്, കൊളസ്ട്രോൾ ഉണ്ട്, ഗ്യാസുണ്ട്,
അർശസുണ്ട്, മൂത്രത്തിൽ കല്ലുണ്ട്.
ഇല്ലാത്തത് ജീവിതമാണ്.
അത്, ഭാര്യയും മക്കളും കൂടപ്പിറപ്പും ബന്ധുക്കളും
നാട്ടുകാരും നായാട്ടുകാരും വീടും ചികിത്സയും
പലിശയും വട്ടപ്പലിശയും ബാങ്കും ജപ്തിയും താഴിട്ടു.

രണ്ട്:
തിരിച്ചു തരാതിരുന്നപ്പോഴാണ്
കൊടുത്തതെന്തായിരുന്നു എന്ന്
തിരിച്ചറിഞ്ഞത്.
ഒന്നും കൊടുക്കരുത് എന്ന്
ആരും പഠിപ്പിക്കാത്തതുകൊണ്ടാണ്
വീണ്ടും കരളു പറിച്ചു കൊടുത്തുകൊണ്ടേയിരുന്നത്.

മൂന്ന്:
എന്റെ സ്വപ്നവും നിന്റെ സ്വപ്നവും
കൂട്ടിമുട്ടുമ്പോഴാണ് ഇടിയുണ്ടാകുന്നത്.
അപ്പോൾ മഴ?
അത് ഏറെക്കഴിഞ്ഞ്
ഞാൻ നിന്നെ ഉപേക്ഷിക്കുമെന്നറിയുമ്പോൾ. ■

മുടി

'മുടികൊണ്ട് കളിക്കരുത്
മുടിഞ്ഞുപോകും...'
ഡൈ ചെയ്തു
അതുണങ്ങുന്നതുവരെ
പിന്നെ ഞാനെന്തു ചെയ്യും?
അച്ഛനു അസൂയയാണ്
കഷണ്ടിയാണ്.
മുടിയെക്കുറിച്ചു അങ്ങനെയല്ലാതെ
അച്ഛൻ പിന്നെന്തു പറയാൻ?

പെങ്ങൾക്ക് ധാരാളം മുടിയുണ്ട്
അതുകൊണ്ട് അളിയൻ എന്നും
മുടിക്കെട്ടു പിടിക്കുന്നു, തൊഴിക്കുന്നു.
ഇത് പതിവായപ്പോൾ,
സഹിക്കാനാവാതെ
ഒരു ദിവസം അവൾ
തലയിൽ നിന്നും വിഗ്ഗ് അഴിച്ചു.
അന്നു മുതൽ
പിന്നെ അളിയൻ എഴുന്നേറ്റിട്ടില്ല
ഹാർട്ട് അറ്റാക്കായിരുന്നു.
തല പോയാലും
വെപ്പുമുടി പോകരുത്
അതിലൊരു പൂ വെക്കണം.

കുടുംബത്തിൽ എനിക്കു മാത്രമേ മുടിയുള്ളൂ
ഞാനൊരു മുടിയനായ പുത്രനാണ്.
അച്ഛൻ അങ്ങനെയും പറയുന്നു.
'വേരുറച്ച തലയോട്'
അച്ഛന്റെ തലയിൽ
അമ്മ മരുഭൂമി കാണുന്നു

ഒറ്റപ്പെട്ട മുടിയിഴകളിലൂടെ
ഞാൻ കാറോടിക്കുന്നു.
മരക്കാടുകളെല്ലാം വിഗ്ഗ് വെച്ചിരിക്കുന്നു.
പേനുകൾ ഷാംപൂ തേച്ച് കുളിക്കുന്നു
വിജനതയുടെ തമ്പുകളിൽ
മുടിഞ്ഞവരുടെ ഒത്തുകൂടൽ.

അവർ പറയുന്നു;
'മുടി ആവശ്യമാണ്
അനാവശ്യവും.
സ്ഥാനമാനങ്ങൾക്കും സന്ദർഭങ്ങൾക്കും
അനുസരിച്ചു അതിന്റെ പേര് മാറുന്നു
മുടി, രോമമാകുന്നു
താടിയും മീശയുമാകുന്നു
പിന്നീട് അതിരുവിട്ടു
പര്യായം പതഞ്ഞൊഴുകി
വെറും മുടിയായി ഒടുങ്ങുന്നു...' ■

മൃഗം

തൊഴുത്തിൽ നിന്നും
അഴിക്കുമ്പോൾ
മേയ്ക്കാനാണെന്നു
കരുതിയോ?

കെട്ടഴിക്കുന്നതിലേറെ
കെട്ടിലിടാനെളുപ്പം
ചിലപ്പോൾ വാൽ ചുഴറ്റും
ചിലപ്പോൾ കുത്തിമലർത്തും.

ജയിൽവളപ്പിൽ പാറ
ശവപ്പറമ്പിൽ തലയോടുകൾ
മേയാനും മേയ്ക്കാനും
ചുടുകാടും ചുടലപ്പറമ്പും.

വളർത്താനറിയില്ലെങ്കിൽ
കൊല്ലാനറിയുക
രണ്ടുമറിയില്ലെങ്കിൽ
കെട്ടഴിച്ചു വിടുക.

ചാണകം ശുദ്ധിയാണ്
വാലില്ലെങ്കിലും
ചാണകത്തിൽ ചുരുണ്ടു
സ്വയം കെട്ടിലാവുക.

ശേഷിക്കുന്നു തികട്ടിയരയ്ക്കൽ
മൂത്രത്തിൽ, വിൽപ്പത്രത്തിൽ
അവസാനം ചാട്ടവാറടിയിൽ
അറവുകാരന്റെ കുളമ്പിൽ. ■

മല്ലന്റെ ദേശഭക്തിഗാനം

കാടും മലയും മറന്നുപോയി
കാറ്റാടിക്കൊമ്പിന് തൂക്കമേറി
കായകളെല്ലാം കൊഴിഞ്ഞുപോയി
തേനീച്ചയെല്ലാം പറന്നുംപോയീ,
അയ്യോ, അയ്യ അയ്യെന്റെ മുത്ത
അങ്ങാടീലേക്കെത്ര ദൂരമുണ്ട്?

കാവിൽ തുടിപ്പാട്ടിൻ താളം വരുന്നു
കാട്ടിൽ മലയിക്ക് കുഞ്ഞുപിറന്നു
ഞാറ്റുവേലപ്പൂങ്കാറ്റൂതി വരുന്നു
ഞാവൽപ്പഴത്തിന്റെയോർമ്മ വരുന്നു
അയ്യോ, അയ്യ അയ്യെന്റെ മുത്ത
അങ്ങാടീലേക്കെത്ര ദൂരമുണ്ട്?

വെള്ളോട്ടുകിണ്ടിയിൽ വെള്ളം നിറച്ചു
വേലാണ്ടി വന്നപ്പോൾ വെള്ളം തിളച്ചു
ഇല്ലിക്കുളത്തിലെ വെള്ളം കഴിഞ്ഞു
ഒല്ലൂരെ മല്ലനും ചുണ്ണാമ്പുതിന്നു,
അയ്യോ, അയ്യ അയ്യെന്റെ മുത്ത
അങ്ങാടീലേക്കെത്ര ദൂരമുണ്ട്?

എല്ലാരും വന്നു പാക്കനും വന്നു
എള്ളോളംപെണ്ണിന്റെ മൂക്കും പിഴിഞ്ഞു
ഏത്തക്ക തിന്നു ഏക്കിട്ടമിട്ടു
ഏലേലം പാടിയുറക്കിക്കടന്നു,
അയ്യോ, അയ്യ അയ്യെന്റെ മുത്ത
അങ്ങാടീലേക്കെത്ര ദൂരമുണ്ട്?

വെറ്റിലടക്ക വെള്ളിത്തളിക
വെയിലത്തു വാട്ടിയ പച്ചക്കടുക്ക
പച്ചരിച്ചോറും പച്ചക്കറിയും
കാക്കയ്ക്കും പൂച്ചയ്ക്കും തിന്തക തെയ് തെയ്,
അയ്യോ, അയ്യ അയ്യെന്റെ മുത്ത
അങ്ങാടീലേക്കെത്ര ദൂരമുണ്ട്?

പുകയില തിന്നു പൂപ്പലും തിന്നു
പൂരം കഴിഞ്ഞു പുത്തിയും വന്നു
ചേറും കഴികിച്ചേലയും ചുറ്റി
അങ്ങേത്തലയ്ക്കിവൾ കൂടെ വരുന്നു,
അയ്യോ, അയ്യ അയ്യെന്റെ മുത്ത
അങ്ങാടീലേക്കെത്ര ദൂരമുണ്ട്?

ഒന്നാനാംകുന്നിൽ ചന്ദിരൻ വന്നു
ഓരടികുന്നിൽ ചെമ്പകം പൂത്തു
പാമ്പിൻപുറ്റിൽ വള്ളി പുളഞ്ഞു
പാലാട്ടു കോമന് നേർച്ചയും നേർന്നു.
അയ്യോ, അയ്യ അയ്യെന്റെ മുത്ത
അങ്ങാടീലേക്കെത്ര ദൂരമുണ്ട്?

ആട്ടം മറന്നു പാട്ടും മറന്നു
ആദിതാളത്തിനു ഊറ്റം കുറഞ്ഞു
അങ്ങോട്ടുപോകാം ആനയെക്കാണാം
അരയടി മെതിയടി തിന്തക തെയ് തെയ്,
അയ്യോ, അയ്യ അയ്യെന്റെ മുത്ത
അങ്ങാടീലേക്കെത്ര ദൂരമുണ്ട്?

ചോമനും ചെറുമനും ചങ്ങാതിയാണേ
ചേലൊത്ത മുറ്റത്തെ ചെക്കിപ്പൂവാണേ
ചാമുണ്ഡിയാണേ ചാരായമാണേ
കാവടി തിറയടി തിന്തക തെയ് തെയ്,
അയ്യോ, അയ്യ അയ്യെന്റെ മുത്ത
അങ്ങാടീലേക്കെത്ര ദൂരമുണ്ട്?

വണ്ണാൻമലയിലെ അണ്ണാറക്കണ്ണൻ
തൊണ്ണൂറുവാലൻ തൊള്ളയില്ലാത്തോൻ
ഊരിലെ മൂപ്പന് കുടുമകൊടുത്തു
പാരിലെ മൂപ്പന് പൂണൂലുമിട്ടു,

അയ്യോ, അയ്യ അയ്യെന്റെ മുത്ത
അങ്ങാടീലേക്കെത്ര ദൂരമുണ്ട്?

നാടകം കണ്ടേ നാട്ടിലും വന്നേ
നാട്ടുനടപ്പിന്റെ ദീനം പിടിച്ചേ
തപ്പെന്റെ മാരാ തപ്പെന്റെ മുത്താ
തപ്പിത്തടഞ്ഞെന്റെ ചെക്കനും വീണേ,
അയ്യോ, അയ്യ അയ്യെന്റെ മുത്ത
അങ്ങാടീലേക്കെത്ര ദൂരമുണ്ട്?

അങ്ങോട്ടുനോക്കുമ്പോളാരാന്റെ മണ്ണ്
ഇങ്ങോട്ടുനോക്കുമ്പോളായിരം കണ്ണ്
അക്കണ്ണിലുണ്ടപ്പയെരിയുന്ന വെയ്ല്
എരിയുന്ന വെയിലിനും വേലിക്കും തിമൃതെയ്,
അയ്യോ, അയ്യ അയ്യെന്റെ മുത്ത
അങ്ങാടീലേക്കെത്ര ദൂരമുണ്ട്? ■

പുതിയ പാട്ട്

ഇപ്പോൾ പാടുന്നതാരാണ്?
പാണനാരാണെന്റയ്യപ്പോ...
ഇപ്പോൾ പാടിയതെന്താണ്?
എല്ലാ പാട്ടിലും കതിര്
എല്ലാ വീട്ടിലും പതിര്
ഇടം ചാഞ്ഞ് വലം വെട്ടി
വലം ചാഞ്ഞ് ഇടം വെട്ടി
തപ്പു താളം തകിലു മുട്ടി
അങ്ങ്ട്ടെ വീട്ടിൽ കുമ്മിക്കളി.

ഇപ്പോൾ പാടുന്നതാരാണ്?
കുറുച്ചിയും കുംഭയും കുന്നുമ്മലമ്മയും.
ഇപ്പോൾ പാടിയതെന്താണ്?
ആശാരി മൂശാരി കൊല്ലച്ചെറുക്കൻ
അമ്മിണി കൊമ്മിണിയാലോലം
അടിയാറ് കെട്ടിയ കല്ലുമാല
അത്താഴത്തിനു തുമ്പപ്പൂ
തപ്പു താളം തകിലും മുട്ടി
അങ്ങ്ട്ടെ വീട്ടിൽ കുമ്മിക്കളി.

ഇപ്പോൾ പാടുന്നതാരാണ്?
കരിമലക്കുന്നിലെ പെരുംഭൂതം...
ഇപ്പോൾ പാടിയതെന്താണ്?
പൂത്താലിക്കുളത്തില് പൂതങ്ങള്
പുല്ലാഞ്ഞിപ്പാടത്ത് കരിനെച്ചി
കണ്ടാലറിഞ്ഞൂടാ കൊണ്ടാലറിഞ്ഞൂടാ
കള്ളക്കരച്ചിലെന്നെന്തന്നറിഞ്ഞൂടാ

തപ്പു താളം തകിലു മുട്ടി
അങ്ങ്ട്ടെ വീട്ടിൽ കുമ്മിക്കളി.

ഇപ്പോൾ പാടുന്നതാരാണ്?
മണ്ണും ചാരി നിന്നവനാണേ...
ഇപ്പോൾ പാടിയതെന്താണ്?
മണ്ണും വേണം പെണ്ണും വേണം
മല്ലികപ്പൂ കാതിലും വേണം
അരിയും കലവും തീയും വേണം
ഇത്തിരി തേനും ഇരുനാഴി നെയ്യും
തപ്പു താളം തകിലു മുട്ടി
അങ്ങ്ട്ടെ വീട്ടിൽ കുമ്മിക്കളി.

ഇപ്പോൾ പാടുന്നതാരാണ്?
പാണ്ടിമലയിലെ വേലത്തീ.
ഇപ്പോൾ പാടിയതെന്താണ്?
ആശാരി മൂശാരി കൊല്ലപ്പെട്ടു
അമ്മിണി കൊമ്മിണി പെരുവയറ്
അടിതെറ്റി വീണൊരു പൂന്തിങ്കള്
അത്താഴത്തിനു കരിക്കട്ട
തപ്പു താളം തകിലു മുട്ടി
അങ്ങ്ട്ടെ വീട്ടിൽ കുമ്മിക്കളി.

ഇപ്പോൾ പാടുന്നതാരാണ്?
മാരിയമ്മന്റെ മോനാണേ...
ഇപ്പോൾ പാടിയതെന്താണ്?
തേവര് ചെരിഞ്ഞു ആന വിരണ്ടു
അത്തിമരക്കൊമ്പിൽ അണ്ണാൻ കരഞ്ഞു
മുറ്റത്തിരിക്കുന്ന പെണ്ണ് കുഴഞ്ഞു
കുലുക്കിട്ടം വിൽക്കുന്ന ചെക്കൻ പറഞ്ഞു
'അത്തിക്കൊത്തിപ്പതിനാറ്
അങ്ങ്ട്ടെ വീട്ടിൽ എന്താണ്....?' ■

കവിയരങ്ങ്

കൈമാറ്റം

ആട് പെറ്റു
രണ്ടു കുട്ടികൾ
കറുപ്പും വെളുപ്പും.

പോറ്റാൻ കൊടുത്ത ആടാണ്
അതുകൊണ്ടാണ്
അവകാശം പറഞ്ഞ്
കയറുമായി അവകാശി വന്നത്.

എന്നാൽ,
അവകാശിയുടെ കൂടെ പോകാൻ
ആട് വിസമ്മതിച്ചു.

പിന്നെ ആരുടെ കൂടെപ്പോകും-?
“കെട്ട്യോൻ വരണം
കെട്ടഴിച്ചു വിടണം...”
ആട് വാശിപിടിച്ചു.

അങ്ങനെയാണ്
ആടും കുഞ്ഞും കയറില്ലാതെ
അറവുശാലയിലേക്കെത്തിയത്
അവകാശിയുടെ കഴുത്തിൽ കയറു വീണത്.

കളി

നെറ്റിയിൽ രാവൊളിപ്പിച്ച്
അവൾ വിലപേശി.

പിറ്റേന്നു
പ്രഭാതവും പത്രവും വന്നപ്പോഴാണ്
തന്റെ അയൽക്കാരിയെ അറിഞ്ഞ്
അയാൾ നിലവിളിച്ചത്.

പറഞ്ഞിട്ടെന്ത്?
അപ്പോഴേക്കും
അയാളുടെ വീടും പറമ്പും
അരക്കെട്ടും ആണത്തവും
നൈറ്റിയിൽ അവൾ
മുദ്രവെച്ചിരുന്നു
രാവിനു സമർപ്പിച്ചിരുന്നു.

താഴ്

കത്തുന്ന തലയണ
ഉരുകുന്ന മെത്ത.
ഇതിനിടയിൽ കട്ടിലും കാലും
നടന്നു തളർന്നു
പുതപ്പിൽ വന്നു വീണു.

അതോടെ,
പുതച്ചുറങ്ങുകയായിരുന്ന ഉടൽ
തപ്പിത്തടഞ്ഞ്
മുറിപൂട്ടി പുറത്തിറങ്ങി.
പിന്നീടു കേട്ടത്
തടവുചാടിയതിനു
ഉടലിനെ ശിക്ഷിച്ച
വാർത്തയായിരുന്നു. ■

കവർച്ച

പൊള്ളുന്നു നക്ഷത്രങ്ങൾ
പൊൻതൂവലുകൾ.
വാതിലടയ്ക്ക്, മിന്നാമിനുങ്ങുകൾ
കൂട്ടത്തോടെ വരും.

പ്രദർശനം കഴിഞ്ഞു
കാണികൾ പിരിഞ്ഞു
തട്ടുകടയിലെ സ്റ്റൗവ്വും കെട്ടു
തുമ്മിയും ചീറ്റിയും
ഒരോട്ടോറിക്ഷ മാത്രം
നനഞ്ഞ പാതയിൽ.

ഒന്നും ബാക്കിവെയ്ക്കരുത്
ഒരടയാളവും മോഹവും.
തൊണ്ടിസഹിതം പിടിക്കപ്പെട്ടാൽ
'ഒരാലിംഗനം...' അത്രമാത്രം.
മറ്റൊന്നും മൊഴിയരുത്.

വെറുതെ, കാഴ്ചകണ്ടു മടങ്ങാൻ
പട്ടണത്തിലേക്കു വന്നത്
മുറി എടുത്തത്.
ആ കാണുന്ന താഴ്ചയിലാണു
ഓപ്പറേഷൻ
അവിടെ വരണ്ട പുഴ മാത്രം
മണലൂറ്റിയ കുഴിമാത്രം.
വേറൊരു തുമ്പും കിട്ടില്ല
ഹൃദയം ചോരില്ല.

അതിനപ്പുറം ക്ഷേത്രമാണ്
ഉത്സവമാണ്
കൊട്ടും കുരവയും ആർപ്പുവിളിയും.
അതിന്റെ മേളക്കൊഴുപ്പിൽ
ഇപ്പുറത്തുനിന്നും ബോംബെറിയും.

അപ്പോൾ ഞാൻ,
ആൾക്കൂട്ടത്തിന്റെ നിലവിളിയിൽ
നിന്റെ നെഞ്ചുഴിഞ്ഞ്, പൂവിട്ട്
താഴികക്കുടവും അരഞ്ഞാണവും
അഴിച്ചുമാറ്റും.
പിന്നെ കൊതിയോടെ
പതുക്കെ താഴോട്ടിറങ്ങി
എല്ലാം കവർന്നെടുക്കും
വാരിപ്പുണരും, മുത്തും. ■

ചാകര

ചാകര

ഐലയ്ക്കും മത്തിക്കും ഇടയിൽ
കടലിളകി.
അപ്പോഴും കരയിൽനിന്നു വിലപറഞ്ഞ്
പരീക്കുട്ടി ഉപ്പുവെള്ളത്തിലിറങ്ങി.
പിന്നീടു കരക്കാർ പറഞ്ഞപ്പോഴാണ്
കറുത്തമ്മ പിടഞ്ഞത്;
തോണി മറിഞ്ഞത് ഒരു കാരണമേയല്ല
കണവൻ നീന്തി രക്ഷപ്പെട്ടത് വലിയൊരു
സ്രാവിനെയും കൊണ്ടായിരുന്നു.

മരം

മുള്ളുകൊണ്ടപ്പോൾ ഇല പറഞ്ഞു:
“ഇനി ഞാനെങ്ങനെ അപ്പം പൊതിയും?
സദ്യവട്ടത്തിരിക്കും?”
അപ്പോൾ മുള്ളു പറഞ്ഞു:
“ഞാൻ നിന്നെ ചവിട്ടിയാലും
നീ എന്നിൽ വീണാലും
പിന്നേയും അവർ
ഇല വിരിക്കും, സദ്യവിളമ്പും.
കാരണം, അവരെന്നും
ഇലയില്ലാത്ത ഒരു മരമാണ്.” ■

ഇതിനിടയിൽ

കിണറും പുസ്തകവും
എനിക്കൊരുപോലെയാണ്.
രണ്ടും എന്റെ ദാഹം ശമിപ്പിക്കുന്നു.
അറ്റമില്ലാത്ത ആഴത്തിലേക്കും
ആത്മവിലേക്കുമുള്ള ദാഹശമനം.
കപ്പി കരയുന്നു, കയറ് മുറുകുന്നു
പടവുകൾ നനയുന്നു, ചരിത്രം കവിയുന്നു.

അതുപോലെതന്നെയാണു
പശുവും പുല്ലും.
രണ്ടും എന്നെ ജീവിതം പഠിപ്പിക്കുന്നു.
കെട്ടിയിട്ടു പോറ്റുന്ന ഒരു വീട്ടുമൃഗമാണു പശു.
ചവിട്ടും കുത്തും ഏറെ സഹിക്കണം.
ചാണകം വാരണം, മുടങ്ങാതെ കാളകൂട്ടണം
അടുത്തപറമ്പിൽ അഴിച്ചുകെട്ടണം
കുളമ്പുരോഗം ശ്രദ്ധിക്കണം.

ഇതിനിടയിൽ,
പശുവിന് പുല്ല് നിർബന്ധമാണ്.
പുല്ലിന് വളവും വെള്ളവും.
(അത് ഏതു പാറപ്പുറത്തും വളരും)
എന്നിട്ടും, പച്ചപ്പുല്ല് തിന്നിട്ടും
മുറുക്കാൻ ചവച്ച് ചുകപ്പിക്കും പോലെ
പാല് വെണ്മയാവണമെന്നുതന്നെയാണ്
നമ്മുടെ എക്കാലത്തെയും ആത്മസുഖം. ■

തീവണ്ടി

ആദ്യമായി ഏലിയാമ്മയ്ക്കു മനം മറിഞ്ഞത്
തീവണ്ടിയിൽവെച്ചായിരുന്നു.
അന്നവൾ തെക്കോട്ടുള്ള യാത്രക്കാരിയായിരുന്നു.
ഇന്നവൾക്ക് തീവണ്ടിയുടെ മണമാണ്.

ഖാജാസേട്ടുവിനു സമ്പന്നത വീണുകിട്ടിയത്
തീവണ്ടിയിൽവെച്ചായിരുന്നു.
അന്നയാൾ നാരങ്ങാക്കച്ചവടക്കാരനായിരുന്നു.
ഇന്നയാൾക്ക് തീവണ്ടിയുടെ സ്വഭാവമാണ്.

ഖമറുന്നിസായ്ക്ക് അലിക്കത്ത് നഷ്ടപ്പെട്ടപ്പോൾ
തീവണ്ടി കൂകി.
കണ്ണൻനായർക്ക് കണ്ണില്ലാതായപ്പോഴും
തീവണ്ടി കൂകി.

തീവണ്ടി കരിപിടിച്ച ഒരു ചങ്ങാതിയാണെന്ന്
കവി പറയുന്നു.
അതിന് ഒറ്റക്കണ്ണും തീ വിഴുങ്ങുന്ന
ഹൃദയവുമാണെന്ന്
ഏലിയാമ്മ പറയുന്നു.
ഏലിയാമ്മ ഇന്നൊരു
അടയ്ക്കാൻ മറന്നുപോയ ഗെയ്റ്റാണ്.

ഖമറുന്നിസായ്ക്കുമുണ്ട് ഏറെ പറയാൻ.
വിശേഷങ്ങളുടെ നീണ്ട നിശ്ശബ്ദതയിൽ
അവൾ റെയിൽപ്പാളത്തിൽ ചൂളം വിളിക്കുന്നു.
ആത്മഹത്യകളേറെയും റെയിലുകളിലാണ്.

അതിനു ടിക്കറ്റോ പാസ്സോ
പച്ചക്കൊടിയോ ആവശ്യമില്ല.

ഗിരിജ വയറ്റത്തടിച്ച് പാടുമ്പോൾ
യാത്രക്കാർ കണ്ണടച്ച് ഉറക്കം തൂങ്ങുന്നു.
കണ്ണൻനായർക്ക് കണ്ണില്ല.
അതുകൊണ്ടയാൾ ഒന്നും കാണുന്നില്ല.

ഗിരിജ വീണ്ടും പാടുന്നു.
ഇപ്പുറത്തൊരു പ്രേമനാടകം അരങ്ങേറുന്നു
തൊട്ടടുത്തിരിക്കുന്ന ഭർത്താവിൽനിന്നും
കാല് കാമുകനിലേക്ക്
നീക്കിവെച്ച്
ഇപ്പോൾ അവളും ഉറക്കം ഭാവിക്കുന്നു.

സ്ലീപ്പിങ് ബെർത്തിൽ ഷൂട്ടിങ്
ഏസി കോച്ചിൽ കൈമാറ്റം
ഇതര കമ്പാർട്ടുമെന്റു നിറയെ
കളിയും കച്ചവടവും.
പറയൂ, ഈ യാത്രയിലെങ്കിലും പറയൂ,
തീവണ്ടി എന്നാൽ എന്താണ്?
ഇതെങ്ങോട്ടാണ്? ■

അതിഥി

കയറിയിരിക്ക്
ഞാനിപ്പം വരാം.
വഴിയിൽ ആളനക്കമുണ്ട്
പുല്ലരിയാൻ പോയതാണ്
കയ്യിൽ കത്തിയുണ്ട്
അവരൊന്നു പോയിക്കോട്ടെ.

മോന്തായം വളഞ്ഞതാണ്
എന്നും ഇരുട്ടിലാണ്
കിണ്ടിയിൽ തീർത്ഥമാണ്
ഉറിയിൽ ഉമിക്കരിയും.
മോരു തണുത്തതാണ്
മോഹങ്ങൾ പുളിച്ചതും.

നനഞ്ഞ കാൽപ്പാദമാണ്
നട്ടുച്ചയാണ്
തൊടിയിൽ പശുവുണ്ട്
അടുപ്പത്ത് ചോറുണ്ട്
മക്കൾ സ്കൂളിലാണ്
പൊന്നാങ്ങള കടലിലും.
ഞാനൊരുങ്ങിക്കഴിഞ്ഞു
നമുക്കു പുറപ്പെടാം
നെഞ്ചു കലങ്ങുന്നല്ലോ,
നെറ്റിക്കുറി പടരുന്നല്ലോ,
എപ്പോഴാണു സംഭവിച്ചത്?
ആരാണു ഒപ്പമുണ്ടായത്?
കുത്ത്, കഴുത്തിലോ? നെഞ്ചിലോ?
ആരാണു ചെയ്യിച്ചത്?
ആരാണു കൊന്നത്?
എന്റെ മക്കൾക്ക് അച്ഛനില്ലാണ്ടായല്ലോ... ■

പുരപ്പണി

മൊത്തം ഒരഴിച്ചുപണി ആവശ്യമായിരിക്കുന്നു
അതിൽ ആദ്യം മാറ്റേണ്ടത് എന്നെത്തന്നെയാണ്.
അവിടെ ദഹിക്കാത്ത ഒട്ടനവധി അഴുക്കുകളുണ്ട്.
ഹൃദയവാൽവിനും ഭിത്തിക്കുമിടയിൽ
എണ്ണ കുടിച്ച നെയ്ത്തിരിയുണ്ട്.
ചതഞ്ഞുപോയ രാത്രികളും
പറന്നുപോയ കിളികളുമുണ്ട്.
പേടിപ്പെടുത്തുന്ന സ്വപ്നങ്ങളും
തൈലം മണക്കുന്ന ഇടവഴികളുമുണ്ട്.
ഭൂതത്താൻക്കുന്നും സൂര്യാസ്തമനവും
മാഞ്ഞുപോയ കാലടികളുമുണ്ട്.
ഊരിയെടുത്ത കഴുക്കോലുണ്ട്.
പണയപ്പെടുത്തിയ നക്ഷത്രങ്ങളുണ്ട്.
പാതിവഴിയിൽ ഉപേക്ഷിച്ച കളിക്കോപ്പും
മറന്നുവെച്ച പലഹാരപ്പൊതിയുമുണ്ട്.
ആരിലും ചാരാതെ പാതിവളഞ്ഞ ജീവിതമുണ്ട്.
ആർക്കും പാകമാകാത്ത ഒറ്റയുടുപ്പിട്ട പേക്കോലമുണ്ട്.
ആരും തിരിച്ചറിയാതെ
പത്തായത്തിനും കതിർക്കറ്റകൾക്കും ഇപ്പുറം
ഞാൻ "വെടിക്കണ്ണനായി"
ആരുടെയോ പുരപ്പണിക്കു
അതിന്നും കാവൽനിൽക്കുകയാണ്. ■

ബസാർ

ബസാറിന് അതിന്റേതായ ഒരു മണമുണ്ട്.
മൊത്തമായും ചില്ലറയായും
തൂക്കിവിൽക്കുന്നതിന്റെ മണം.
ഇവിടെ എല്ലാം തൂക്കിലേറ്റപ്പെടുന്നുണ്ട്.

പണ്ടത്തെ അനാദിപ്പീടികയിൽ
എടുത്താൽ പൊങ്ങാത്ത ബാല്യമുണ്ട്.
ഓടും സിമന്റും അടർന്നുപോയ വരാന്തയിൽ
ഇപ്പോൾ ഒരനാഥൻ ചുരുണ്ടുകിടക്കുന്നു.

കുരുമുളകിനു തറവിലയുണ്ട്.
പഴത്തിനും പച്ചക്കറികൾക്കും
പാണ്ടുരോഗം വന്ന പയറുവർഗങ്ങൾക്കും
നികുതിയും ഓണച്ചന്തയുമുണ്ട്.

ഇന്നലെ വില നിശ്ചയിച്ച പച്ചമുളക്
വിൽപ്പനയ്ക്കു മുമ്പേ ചുകന്നിരിക്കുന്നു.
ആദ്യമെല്ലാം പച്ചയാണ്,
പിന്നീടാണു ഓരോന്നും നിറം മാറുന്നത്.
വ്യാപാരിഭവനിൽ വ്യാപാരികളില്ല.
ഷട്ടർ താഴ്ത്തി അവരൊക്കെ
കൂട്ടഹർത്താലിനു കൂട്ടുപോയിരിക്കുന്നു.

മലഞ്ചരക്കും കൈത്തറിയും
ഹാർഡ്വേഴ്സും ഇലക്ട്രിക്കൽസും
ബസാറിനു പുതുമയേറുന്നു

പഴയ ഓട്ടുകമ്പനിയും അടച്ചുപൂട്ടി
ചുറ്റും മാർബിൾ പതിച്ചിരിക്കുന്നു.

പുതിയ കച്ചവടക്കാർ വിലപേശി
തെരുവിലിറങ്ങുന്നു
പഴയവർ അഴുക്കും ചീഞ്ഞുനാറ്റവും ഭക്ഷിച്ച്
തെരുവിലുറങ്ങുന്നു.
ഇതൊരു ചുമടെടുപ്പാണ്
ഒരിക്കലും ഇറക്കിവെയ്ക്കാനാവാത്ത
ചുമലുതേയുന്നവരുടെ സിരാകേന്ദ്രം. ■

ദക്ഷിണ

അസ്ത്രം പണയം വെച്ചു
പുലരിക്കു നേർച്ചയും നേർന്നു
ഏകലവ്യസൂത്രം ഒന്നേ ബാക്കി
ദ്രോണരുണ്ടോ, വാതിൽ തുറക്കുന്നു?
ഏഴാകാശം ചുറ്റി
എഴുപതുപണം മടിയിൽ
പടുതിരിയൂതി
പടത്തലയ്ക്കൽ കാത്തിരുന്നു.
കീറക്കടലാസിൽ അമ്പെയ്യുന്ന ചിത്രം
മാറാപ്പിൽ സ്വന്തം വരയും മുദ്രയും
വിരലില്ല, വിദ്യയുമില്ല
വിളിച്ചാൽ വിളികേൾക്കും.
പെരുവിരൽ പണ്ടേ പോയി.
'ഒൻപതു വിരലിൽ അൻപതു താളം'
ചർക്കയും നൂലും ഉപ്പും ദണ്ഡിയും
അങ്കത്തിനു ദക്ഷിണ.
രാത്രിക്കു രാത്രി, ഉറുമിക്കുറുമി
ഖദറും കച്ചയും ചവിട്ടും കുത്തും
കസേരയും കയ്യൂക്കും വകുപ്പും വെച്ചുകെട്ടും
മലനാട്ടിൽ കോഴിപ്പോര്.
ഇന്നു ഞാൻ വെറുമൊരു ഏകലവ്യൻ
വെയിലിനു വേണ്ടാത്തവൻ
വേണാട്ടിനു ചേരാത്തവൻ
കൈവിരൽ ഛേദിച്ചവൻ
കർക്കടകത്തിലെ നിഴലിനു
പനിയുടെ തായമ്പക
പഠിക്കുന്നവനു പാഠം ദക്ഷിണ
പഠിപ്പിക്കുന്നവനു അങ്കം ദക്ഷിണ. ■

നൊസ്സ്

അച്ഛൻ പറഞ്ഞു
ഗുലുഗുലാദി എണ്ണ തലയിൽ പൊത്ത്
അമ്മ പറഞ്ഞു
തലയും മനസും തണുക്കട്ട്
അമ്മായി പറഞ്ഞു
പച്ചിലയും നീരുള്ളിയും കുത്തിപ്പിഴിഞ്ഞാലോ?
അമ്മൂമ്മ പറഞ്ഞു
ഇത്തറവാട്ടിൽ ഇതിങ്ങനെ ആദ്യം.
അളിയൻ പറഞ്ഞു
അലോപ്പതിയാണുത്തമം.
മരുമകൻ പറഞ്ഞു
അടിയാണ് അതിനെക്കാളുത്തമം
അനിയൻ പറഞ്ഞു
കുതിരവട്ടത്തേക്കു കെട്ടിയെടുത്താലോ?
കാര്യസ്ഥൻ പറഞ്ഞു
നൂറ്റൊന്നു ധാരയും കഴിയട്ട്.
പെങ്ങൾ പറഞ്ഞു
ശല്യം, അറയിൽനിന്നൊഴിവാക്ക്.
ഭാര്യ പറഞ്ഞു
ഇയാളുടെ കൂടെ കിടക്കാൻ ഇനി ഞാനില്ല.
അമ്മാമൻ പറഞ്ഞു
ഇതൊന്നും വേണ്ട, ഒരു ചങ്ങല മാത്രം മതി.
അയൽക്കാരി പറഞ്ഞു
ഇതെന്തു ഭ്രാന്ത്?
ഞാൻ പറഞ്ഞു;
കുടുംബത്തിൽ മൂത്തവനാണോ
എങ്കിൽ നിങ്ങൾക്കും ഭ്രാന്തു വരും

ഭ്രാന്തു വരാതിരിക്കണമെന്നുണ്ടോ
എങ്കിൽ കുടുംബത്തെ സ്നേഹിക്കാതിരിക്കുക.
യുവത്വം പണയംവെച്ച്
ജീവിതം മറ്റാർക്കും നുള്ളിക്കൊടുക്കാതിരിക്കുക.
ഇല്ലം നിറയെ ചതിക്കുഴികൾ
നിങ്ങൾ നിങ്ങളെ തിരിച്ചറിയുക
പെങ്ങളെ അവിശ്വസിക്കുക
അളിയനാണു തറവാട്ടു ഭരണം
മരുമക്കളെ തീറ്റിക്കാതിരിക്കുക
തീറ്റിക്കുകയാണെങ്കിൽ
തല്ലു നാളെ കിട്ടുമെന്നുറപ്പിക്കുക
(ഇല്ലെങ്കിൽ സകലതും
പെൺമക്കൾക്കു അളന്നു കൊടുക്കും)
പഠിച്ചത് മറ്റാർക്കും പഠിപ്പിക്കാതിരിക്കുക
ഒന്നും പറയാതിരിക്കുക

പെണ്ണു കെട്ടാതിരിക്കുക
കെട്ടിപ്പോയാൽ
"സ്നേഹം എന്തോന്ന്?
അതിതുവരെ നിങ്ങളെനിക്കു തന്നിട്ടുണ്ടോ"
എന്നു പിറുപിറുത്തുകൊണ്ടേയിരിക്കും
(പകരം നിങ്ങളിങ്ങനെ പറഞ്ഞേക്ക്
ഞാൻ നിന്റെ നിഴൽ
നീയെന്റെ പാതി
പിന്നെ പണ്ടാരം
തൽക്കാലം വായ പൊത്തിക്കൊള്ളും)
ബാല്യം മറക്കുക
മയിൽപ്പീലിയും പൂമ്പാറ്റയും
കരിമുകിലും കാമുകിയും
കർക്കടവും കാക്കപ്പുലരിയും
ഞാറ്റുവേലയും പൂവാലൻകിളിയും
കനകനിലാവും പാതിരാവും
പുൽപ്പായും പാനീസും
കരളിൽ തുടിപ്പത്
തുടികൊള്ളുമെൻ ജന്മം
ഹായ് ഹായ്, ജീവിതം... ■

വിസ്മയം

ഞാനൊരു മരമാണ്
വെയിൽ നട്ടമരം
എന്നിട്ടും മഴ നനയുന്നു
ആവശ്യക്കാർ മുറിച്ചു വിൽക്കുന്നു.

ഞാനൊരു മരമാണ്
വേരില്ലാത്ത പാഴ്മരം
പണ്ട്, ഏതോ ഒരു പറവകൊണ്ടിട്ട വിത്ത്
എന്നിട്ടും പക്ഷികൾ കലപില കൂട്ടുന്നു.

ഞാനൊരു മരമാണ്
വഴിപോക്കിലെ ഒറ്റമരം.
ആവശ്യക്കാർ എടുത്തുകത്തിക്കുന്നു
അതുകഴിഞ്ഞ് ചാരമായി നദിയിൽ ഒഴുകുന്നു.

ഞാനൊരു മരമാണ്
ആധാരത്തിലില്ലാത്ത വന്മരം.
വഴിയാത്രികാ, ഇനിയെങ്കിലും പറയൂ,
ഏതുകോടാലിയാണു എനിക്കുള്ള വരം? ■

ക്രിക്കറ്റ്

കുട്ടിയും കോലും ഒരു പഴയ കളിയാണ്
ഇന്നത് പലരും എറിഞ്ഞു കളിക്കുന്നു.
ഒടുവിൽ
കളിയുടെ കടന്നാക്രമണത്തിൽ
മൈതാനം നിറയെ ചിതയൊരുങ്ങുന്നു
കാണികളുടെ ശവസംസ്കാരത്തിന്.

പിറ്റേന്ന്
മൈതാനത്തിനു വെളിയിൽ നിന്നു കിട്ടിയ പന്തിൽ
ബൗളിങ്ങിന്റെ അവശിഷ്ടങ്ങൾ
എടുത്തുനോക്കിയപ്പോൾ
സിക്സറിന്റെ കാഹളം.
പൊടുന്നനെ തീപ്പന്തമായും
തലയോടായും വിക്കറ്റ് കീറുന്നു.

കുട്ടിക്കും കോലിനുമിടയിൽ
അമ്പയർ ഒറ്റയ്ക്ക്.
അയാളെപ്പോഴും ഒറ്റയ്ക്കാണ്
ഒറ്റയ്ക്കുള്ള പോർവിളിയിലാണ്.
വെളുത്ത ഹാറ്റും വെളുത്ത ഷൂസും
ഇടയ്ക്കിടെ സമയം നോക്കുന്നു
പിച്ചിൽ നിൽക്കുന്നു.

ആകാശത്തിന്റെ നിറം നീല
ഭൂമിയുടേത് പച്ച
കളിക്കും കളിസ്ഥലത്തിനും
നിറം അനുവദനീയമല്ല.

എന്നിട്ടും ഇരുടീമുകളും
വിവിധ നിറങ്ങളിൽ
കളിച്ചുകൊണ്ടേയിരിക്കുന്നു.

കുട്ടിയിൽ നിന്നും കോലുവാങ്ങണം
കോലുകൊണ്ടു കുട്ടിയെ അടിച്ചുതെറിപ്പിക്കണം.
ഇങ്ങനെ കളികൾ മാറി മാറി
ആവേശം കൊള്ളുമ്പോൾ
ബാറ്റിങിൽ നിന്നും ഔട്ടാക്കാൻ
ഒരാളെപ്പോഴും ഫീൽഡിൽത്തന്നെ നിൽക്കുന്നു.
അയാളാണത്രെ ക്രിക്കറ്റിന്റെ ഉപജ്ഞാതാവ്. ■

കാഴ്ചവൃത്തം

തെങ്ങ്

തേങ്ങ കട്ടവൻ
തെങ്ങായി വളർന്നു
അതിനു ചോട്ടിൽ
തടം കോരിയവനും
വെള്ളമൊഴിച്ചവനും
തഴമ്പായി, തളയായി.
പിന്നീട്
ഏണി വെച്ചു
നടു നിവർത്തിയപ്പോൾ
ഉടമസ്ഥൻ
മരംകൊത്തിയായി.

കത്തി

കത്തിയില്ലാത്ത വീടില്ല
കറിക്കത്തി
വാക്കത്തി
മടക്കുകത്തി
പേനാകത്തി.

ഒരു കത്തിയെങ്കിലും
ഇല്ലാത്ത വീടില്ല
ഇടമില്ല.
അങ്ങനെ കത്തി നിൽക്കുമ്പോഴാണ്
അയാൾ നല്ലൊരു കത്തിയായയതും
കത്തിയേറിൽ പുറംതള്ളപ്പെട്ടതും.

കറി

കറി
ഒരു കൂട്ടുൽപ്പന്നമാണ്.
ചേരുവകളുടെ ക്രയവിക്രയം
അതിനെ സ്വാദിഷ്ഠമാക്കുന്നു.

മുളക്, മഞ്ഞൾ, കറിവേപ്പില
(ചോപ്പ്, മഞ്ഞ, പച്ച)
ഉള്ളി, തക്കാളി, കടുക്
ഇവ പൊതിഞ്ഞ്
അങ്ങാടിയിൽ നിന്നും
അടുക്കളയിലെത്തുമ്പോൾ
അടുപ്പൂതുമ്പോൾ,
പുളി വാങ്ങാൻ മറന്നതിന്റെ ദാർശനികത
പിറകു വശത്ത്
ആളിക്കത്തുന്നു
തിളച്ചുമറിയുന്നു.

പിന്നെ
ഒന്നും പറയാനാവാതെ
അടുപ്പ് കെടുത്താനും
കറി മാറ്റി വെക്കാനും
ഉപദേശം തേടി
പടിയിറങ്ങവെ,
നിശ്ചയമില്ലാത്ത കാലത്തിൽ
മസാലകൾ ഉപ്പു പുരണ്ട്
അടുക്കളയിൽ നിന്നും
അരങ്ങത്തേക്കു
വീണ്ടും പ്രത്യക്ഷപ്പെടുന്നു. ■

പുറപ്പാട്

ഇടവപ്പാതി നനഞ്ഞുകുതിർന്നു
ഇടവഴിയിൽ വീണുകരഞ്ഞു
ഉടയാടകൾ മാറ്റിയുണക്കി
വരിവരിയായ് വരിയിൽ ചേർന്നു.

വയനാടൻ മഞ്ഞളരച്ചു
വരപോലെ മഞ്ഞൾ വരച്ചു
പുലികളിയായ് പോവുക പോവുക
പുലരിക്കൊരു നേർച്ചയുമായ്.

കളിചിരിയായ് കാലം വന്നു
കരളിൽ തീയാളിയുണർന്നു
കണ്ണേറും കള്ളിക്കൊമ്പും
കരിമലയിൽ കാത്തുകിടന്നു.

കൊട്ടുണ്ട് കുരവയുമാർപ്പും
കോലോത്തെ പീറച്ചെണ്ടയും
കൊതുകടിയും കൊല്ലപ്പണിയും
കൊയ്ത്തരിവാൾ പാണ്ടിപ്പടയും.

മഷിയെഴുതിയ കണ്ണുകൾ ചുറ്റും
മാനോടും പെരുവഴി നീളേ
വെയിലാറിയ വേഷം കെട്ടി
വേണ്ടാത്തതു പാടിയുറഞ്ഞേ...

കുരുവികളും കൂമൻ, ഭഗവതി
കൂത്താടും പേമഴ, പൂമഴ
മൈലണ്ണനും മങ്ങാട്ടച്ചനും
മാലോകരും പാടിവരുന്നേ....

ഏടക്ക് പോണിന്റപ്പാ?
പോരട്ടെ, ഞാനും മഹളും
വെള്ളോട്ടെ കടവു കടക്കാം
കാലത്തിന് കാവലുമാകാം.

പോയത്തം പറയാതെ നീ
പേക്കോലം കെട്ടിമരിക്ക്
വെള്ളോട്ടെ കാവിനുള്ളിൽ
നെയ്ത്തിരിയായ്യെരിഞ്ഞുകത്ത്.

നിറയുന്നു, പറ നിറയുന്നു
നിലമൊന്നിന് അരിയും മണലും
നീലാണ്ടന് ചോറില്ലപ്പാ
നേതാവിന് പെണ്ണും കരളും.

മഞ്ഞിൽ വിരിഞ്ഞുള്ള പൂ
ചൂടിവരുന്നൂ പെണ്ണ്
മണമെല്ലാം വീരനുവേണ്ടി
ഗുണമെല്ലാം മാരനുവേണ്ടി.

മലയോളം കേറിവരുന്നു
മലവെള്ളം പോലെവരുന്നു
മുറതെറ്റിയ പെണ്ണിന് നൽകാൻ
മുല്ലപ്പൂകൊണ്ടുവരുന്നു.

മുടിയാട്ടം കണ്ടുമടങ്ങാം
മുത്തപ്പനെ കണിയും കാണാം
കണിയോ കണി കാണിക്കയും
കണി കണിയോം ശരണം താതാ... ■

കുഴി

വിരിനീക്കി നോക്കല്ലേ
വിളക്കണച്ചുറങ്ങല്ലേ
വീണു കിടക്കുന്നു ഞാൻ, നിൻ-
വഴിയിലൊരു വേദന പോലെ.

ഉദയമിന്നും കിഴക്കുതന്നെ
ചെരിപ്പ് ഇന്നും കാലിൽത്തന്നെ
കണ്ണ് ഇന്നും മുഖത്തുതന്നെ
തലസ്ഥാനമോ ദില്ലി തന്നെ.

കാഴ്ച മങ്ങുന്നുവോ സഖീ
കാൽത്തള വിങ്ങുന്നുവോ?

നോക്കൂ,
ബസ്സിന്നും ആരാന്റെ നെഞ്ചിൽ
ബ്രേയ്ക്കിടുന്നു
പുതുപെണ്ണിൻ മറുകും
ആദിരാവും ചതയുന്നു
ഉണ്ണിതൻ ചോറ്റുപാത്രത്തിൽ
അക്ഷരവും വറ്റും ചോരയും തിളക്കുന്നു
ആരാന്റമ്മയ്ക്ക് ഭ്രാന്തിളകുന്നു
നടൻ അരങ്ങത്തുറങ്ങുന്നു
അണിയറയിൽ ബലാത്സംഗം വിങ്ങുന്നു
നട നട നട നടയാണിവിടെ താളം
ചിലങ്ക ചിതറുന്നു ചിരിയണയുന്നു.
കാഴ്ച മങ്ങുന്നുവോ സഖീ
കാൽത്തള വിങ്ങുന്നുവോ?

കണ്ണിമ പൂട്ടി മയങ്ങാതെ
മുഖം തുടയ്ക്കൂ, തിരികൊളുത്തൂ
വിരിപ്പിട്ടെന്നെ മൂടിവെയ്ക്കാതെ
വിളിക്കൂ നീയെന്നെ വിളിച്ചുണർത്തൂ.

ഇന്ത്യതൻ ഭാഷ ഇന്ത്യ തന്നെ
അർദ്ധരാത്രിക്കു കറുപ്പുതന്നെ
ചേല ചുറ്റുന്നതു പെണ്ണുതന്നെ
ചെള്ളു കുത്തിയാൽ നോവുതന്നെ.

കാഴ്ച മങ്ങുന്നുവോ സഖീ
കാൽത്തള വിങ്ങുന്നുവോ?

വീണയിനിയും പാടട്ടെ
വിരലുകളിനിയും പൊള്ളട്ടെ
മഷിക്കൂടിൽ കുങ്കുമം നിറയട്ടെ
'മാനിഷാദ'കളുയരട്ടെ.

നോക്കൂ,
രണ്ടുപേർ, നാലുപേർ
നാലായിരം പേർ
കുഴിവെട്ടിമൂടിയ സത്യത്തിലേക്കിവർ
എന്നെ ചുമക്കുന്നു, എല്ലാരും ചൊല്ലുന്നു:
"കുഴിവെട്ടി മൂടുക വേദനകൾ
കുതികൊൾക ശക്തിയിലേക്കു നമ്മൾ..." ■

അവനവൻ കടമ്പ

വയറോളം കസവുകരയുടുത്ത്
നരച്ച നെഞ്ഞും കുടവയറും തടവി
മുറുക്കിത്തുപ്പി നടവരമ്പിലെത്തിയപ്പോൾ
കാരിച്ചിയും കുംഭയും വഴിമാറി.
അവർ പതുക്കെ പറഞ്ഞു:
"വാഴുന്നോർ..."
പളപള ജുബ്ബയും ഡബിൾ വേഷ്ടിയും
അഞ്ചുവിരലിൽ പത്തുമോതിരം
ഒരു കൈ അങ്ങോട്ടും ഒരു കൈ ഇങ്ങോട്ടും
ഗമയോടെ ഇടവഴിയിലെത്തിയപ്പോൾ,
പറമ്പിലെ പണിക്കാർ പറഞ്ഞു:
"തമ്പ്രാ..."
തൊപ്പിയും കാലുറയും
പേരയ്ക്കജ്യൂസും ഇളനീരും
പൈപ്പും കടിച്ചുപിടിച്ച്
കുതിരപ്പുറത്തേറി നാട്ടുവഴി വന്നപ്പോൾ,
തെങ്ങുംചാരി നിന്നവർ പറഞ്ഞു:
"യെശ്മാൻ..."
കോട്ടും സ്യൂട്ടും ലാപ്ടോപ്പും
റിയലെസ്റ്റേറ്റും ഗ്രിൽഡ് ചിക്കനും
സ്വർണ്ണക്കപ്പും മുന്തിരിക്കുലകളുമായി
പുത്തൻ കാറിൽ പൊതുവഴി വന്നപ്പോൾ,
വഴിയാത്രക്കാർ പറഞ്ഞു:
"ഉടയോൻ..."
വഴികളെല്ലാം അടഞ്ഞപ്പോൾ
അടഞ്ഞ വഴിയിൽ കയറിനിന്നു
തെങ്ങും പുരയും പതിച്ചുനൽകി
ഒഴിഞ്ഞ വയറും നെല്ലറയും നോക്കി,
അവരെല്ലാം ഒന്നിച്ചു പറഞ്ഞു:
"മാരണങ്ങള്..." ■

വിസിൽ

ആളാരാണെന്ന് അവൾ പറഞ്ഞിരുന്നില്ല
പറഞ്ഞത് ഇത്ര മാത്രം.

അടിവയറ് കനം വെയ്ക്കുന്നു
അതിലൂടെ ഒരു ബസ്സെന്നും പായുന്നു.
എന്തിനാണ് വിസിലൂതുമ്പോൾ
ബസ് നിൽക്കുന്നത്?
അടുത്ത വിളിയിൽ ഓടുന്നത്?
അപ്പോൾ കയറുന്നതും
ഇറങ്ങുന്നതുമാണ് ജീവിതം.
അതിനൊരു വിസിലുണ്ട്.
പലതരം കളികൾക്കും.

സ്ഥിരം ബസ്യാത്രക്കാരിയിരുന്നു
ഇതിൽ ആരെയാണ് തിരയേണ്ടത്?
ഏത് വിസിലാണ് ഊതേണ്ടത്?
എല്ലാ കൈയിലുമുണ്ട് ഓരോ വിസിലുകൾ
കയറാനും ഇറങ്ങാനും ഉപയോഗിക്കുന്നത്.
ഇങ്ങനെ അന്വേഷണം വഴിമുട്ടിയപ്പോഴാണ്
അവസാനം കളിക്കളത്തിൽ എത്തിച്ചേർന്നത്.
അറിയാതെ ഫൗൾ ചെയ്തുപോയത്.
എല്ലാ കളികളും ഇങ്ങനെയാണ്
കളി നിയന്ത്രിക്കുന്ന ആൾ വിസിലൂതും
കാണികളും കളിക്കാരും ഐക്യപ്പെടും
ചിലർ കുറുകെ ചാടും
ചിലർ കമഴ്ന്നടിച്ചുവീഴും
അപ്പോഴും അവൾ ആളാരാണെന്ന് പറഞ്ഞില്ല
അടിവയറ്റിൽ വളരുന്നത് ഏത് വിസിലാണെന്നും. ■

സ്വത്വം

റോഡു വളരെ മോശമാണ്
കുണ്ടും കുഴിയുമാണ്.
മരങ്ങളെല്ലാം പ്രേതം കണക്കെയാണ്
ചുറ്റും തീയാണ്.

ഇപ്പോൾ കയറ്റമാണ്
അതുകഴിഞ്ഞാൽ ഇറക്കവും
വഴി വിജനമാണ്.

ആരുടെ നെഞ്ചിലാണു
ബ്രേയ്ക്കിടേണ്ടത് എന്നു ചിന്തിച്ചപ്പോഴാണു
ഒരു ആന കുറുകെ വന്നത്.
പിന്നെ ഒന്നും ആലോചിച്ചില്ല
പതുക്കെ വണ്ടി നിർത്തി
ആനപ്പുറത്തു കയറി.

ഇങ്ങനെയാണു
ആനയും വണ്ടിയും,
ഞാനും വഴിയും
എനിക്കു സ്വന്തമായത്.

സ്വത്വം എന്ന വാക്കിന്റെ
അർത്ഥം ബോദ്ധ്യമായത്. ■

ഒരു പതാക മഴ നനയുന്നു

സ: പി.കൃഷ്ണപിള്ളയെ അറിയില്ല
പാമ്പു കടിയേറ്റു മരിച്ച ഏതോ ഹതഭാഗ്യൻ
ഒളിവു ജീവിതം അറിയില്ല.
ഒരു 'കട്ടൻചായ' കാലം
കർഷക സമരം അറിയില്ല.
കൈക്കോട്ടും ചളിയും തഴമ്പും.
അറിയാത്തതൊക്കെയും സഹനമാണ്.
അറിയുന്നതൊക്കെയും ഇതിഹാസവും
ഓരോ തുള്ളി ചോരയിൽ നിന്നും
എരിഞ്ഞു കത്തിയ വിളക്ക്
കൈവിലങ്ങിന്റെ കരുത്ത്
ഊതിക്കെടുത്തരുത്
ആളിക്കത്തിക്കരുത്.

ഊതിക്കെടുത്താൻ ആളുണ്ടാകുമ്പോൾ
ഞാനെന്തിന് വെറുതെ
കത്തിക്കൊണ്ടിരിക്കുന്നത്?

ചുരുട്ടിക്കൂട്ടാൻ ആളുണ്ടാകുമ്പോൾ
ഞാനെന്തിനാണ് വെറുതെ
കൊടിമരത്തിൽ തൂങ്ങി നിൽക്കുന്നത്?
ലോക്കപ്പ് തുറക്കുന്നു.
മുദ്രാവാക്യങ്ങൾ ഇറങ്ങിപ്പോകുന്നു.

ഇന്നും സന്ദർശകരില്ല
കസേരയും മേശയും
കടലാസും പേനയും
അന്ത്യവിശ്രമം കൊള്ളുന്നു. ■

വണ്ടീ വണ്ടീ നിന്നെപ്പോലെ...

എന്റെ വീട്ടിലേക്കു തീവണ്ടി കുതിച്ചു വരുന്നു
കൽക്കരി തുപ്പി, തീയും വെള്ളവും തെറിപ്പിച്ച്
അടുപ്പിനു മുന്നിൽ വന്നു കൂകുന്നു.
വെന്തുകൊണ്ടിരിക്കുന്ന ഓരോ വറ്റും
ഇപ്പോൾ എഴുന്നേറ്റു നിൽക്കുന്നു.

കെട്ട്യോൻ ഏതോ ട്രാക്കിൽ, ക്രോസിങ്ങിൽ.
ഒരു മോനുള്ളത് അങ്ങ് ആളില്ല, സ്റ്റേഷനിൽ
അച്ഛൻ എപ്പോഴും സ്ലീപ്പർ കോച്ചിലും.

ഈ വീടിന്റെ സിഗ്നൽ പണ്ടേ മുറിഞ്ഞുപോയി.
ഞാനിപ്പോൾ എന്തു ചെയ്യണം?
ചോറ് വാർക്കണോ, ഗെയ്റ്റ് അടയ്ക്കണോ?
പച്ചയും ചോപ്പും ഒന്നിച്ചു വീശണോ?

പ്ലാറ്റ്ഫോമിൽ തിക്കും തിരക്കും.
തീവണ്ടിപോലെ, പാളത്തിലൂടെ
എന്റെ വീട് ഓടിക്കൊണ്ടിരിക്കുന്നു. ■

ഒരു മുതിർന്ന പൗരൻ

യാത്ര ചെയ്യുമ്പോൾ മാത്രമാണ് ഞാൻ ജീവിക്കുന്നത്.
മറ്റുള്ള സമയം
മെഡിക്കൽ വിദ്യാർത്ഥികൾക്ക് പഠിക്കാൻവെച്ച ശവംപോലെ
നാട്ടുകാർ നോക്കി രസിക്കുന്നു.

പ്രായമാകുമ്പോൾ മുതിർന്ന പൗരനായി
പെൻഷനായി, ആർക്കും വേണ്ടാതായി.
യാത്രയയപ്പുവേളയിൽ സ്വീകരണക്കമ്മിറ്റി പറഞ്ഞു:
"എത്ര വലിയ മരവും ഒരു നാൾ കടപുഴകും..."

പഴന്തുണിയിലായിരുന്നു ജീവിതം.
ഒരു തയ്യൽക്കാരന്റെ മക്കളുടെ വളർച്ച.
അച്ഛൻ പുതിയത് തുന്നുമ്പോൾ
മക്കൾ പഴയത് ഉടുക്കുന്നു.
പിന്നീട് ജീവിതം മുഴുവനും പഴയതുതന്നെയായിരുന്നു.
പഴന്തുണികൊണ്ട് മൂടിയ തറവാട്.

ദേ, ആരൊക്കെയോ എന്നെ പുതിയത് ഉടുപ്പിക്കുന്നു.
മരിച്ചവർക്കുള്ള കോടി പുതപ്പിക്കൽ.
ഞെട്ടലുകൾ, പൂവെക്കൽ, കരച്ചിലുകൾ,
മരണാനന്തര ബഹുമതികൾ,
ആചാരവെടികൾ, ഔദ്യോഗിക ഫ്ളാഷുകൾ.

ഞാൻ മരിച്ചത് എനിക്ക് തോന്നാതിരിക്കാൻ വേണ്ടിയാണ്
മുതിർന്ന സീറ്റിലിരുന്ന്,
ഞാനിങ്ങനെ യാത്ര ചെയ്തുകൊണ്ടിരിക്കുന്നത്.
യാത്ര ചെയ്യുമ്പോൾ മാത്രമാണ് ഞാൻ ജീവിക്കുന്നത്. ■

പതിന്നാല്,
ഒരു ജീവപര്യന്തമാണ്

വഴി ചോദിച്ചപ്പോൾ
നീയെന്നെ പാതിവഴിയിൽ ഉപേക്ഷിച്ചു.
പെരുവഴി കാട്ടിത്തന്നു.

എന്തിനാണെന്നെ വഴിയിൽ ഉപേക്ഷിച്ചത്?
വീണ്ടും കാട്ടിലേക്കുതന്നെയാണല്ലോ.

സീത ഒപ്പമില്ലെങ്കിലും
പതിന്നാലുവർഷം നീണ്ടതാണ്.
കല്ലും മുള്ളുമാണ്.

പതിന്നാല്, ഒരു ജീവപര്യന്തമാണ്
നാല് ജീവപര്യന്തം കഴിഞ്ഞവനാണ് ഞാൻ.

നീ ഉപേക്ഷിച്ചവരിൽ ഇപ്പോൾ ഞാനും.
എത്ര അനായാസമായാണ്
മാലിന്യംപോലെ നീയെന്നെ വലിച്ചെറിഞ്ഞത്?

ഇതിൽ കണ്ണീരുണ്ട്, വിലാപമുണ്ട്,
വഴിയരികിലെ ശിലകളുണ്ട്.

ഓരോ വഴിയും ഓരോ വഴികളാണ്.
തിരിഞ്ഞു നോക്കുമ്പോൾ,
പലരും വന്നവഴിയിൽ ഉറങ്ങിപ്പോയവരാണ്.

ഉറങ്ങിപ്പോയ കഥ പറഞ്ഞാണല്ലോ
അന്നും ആമയോടു തോറ്റത്. ■

അടുക്കള

ഒരടുപ്പിൽ ബീഫ്
മറ്റേയടുപ്പിൽ മട്ടൻ.
ബീഫ് വിറകടുപ്പിലും
മട്ടൻ ഗ്യാസടുപ്പിലും.
ഇതിനിടയിൽ ഉമ്മാലി.
അവളാണിപ്പോൾ വേവുന്നത്.

ചെക്കന്റെ ആൾക്ക് മട്ടൻ
പെണ്ണിന്റെ ആൾക്ക് ബീഫ്
മെയ്തീനു കോഴി.
അവനെല്ലാവരുടെയും അളിയനാണ്
അവനെന്നും കോഴിയാണ്.

'ഉമ്മാലീ...'
ദേ, വിളി വന്നു.
ഏതാണിപ്പം ആദ്യം വിളമ്പേണ്ടത്?
വന്നത് ചെക്കന്റെ ആൾക്കാരോ,
അതോ പെണ്ണിന്റേയോ?
ഒന്നും തിരിയുന്നില്ലല്ലോ, റബ്ബേ...
ഇനി ആൾക്കാര് മാറിയാലും
ഇറച്ചി മാറാതിരുന്നാൽ മതി.
വിളമ്പലിലാണ് പെണ്ണിന്റെ മിടുക്ക്.

'ഉമ്മാലീ...'
ഇപ്പം വിളിച്ചത് മെയ്തീനാണ്.
ഞാനിപ്പം വരാമേ,
അവൻ കോഴിയാണ്. ■

കടൽ

വിളക്കു കത്തിച്ചുവെച്ച് ഉറങ്ങുന്നതാണ്
അവളുടെ ശീലം.
ആരും അത് കെടുത്തുന്നത് അവൾക്കിഷ്ടമല്ല.

അങ്ങനെയിരിക്കെ മഴപെയ്ത രാത്രിയിൽ
ആ വിളക്ക് തനിയെ കെട്ടു.
രാത്രി അവളെന്നും തനിച്ചാണ്.

ഞെട്ടി ഉണർന്നപ്പോൾ പുറത്തെ ഇരുട്ടിൽ.
ആരോ കൈമാടി വിളിക്കുന്നു.
പോയി നോക്കിയപ്പോൾ
അതൊരു വാഴക്കൈ ആയിരുന്നു.

ഇപ്പോൾ മനസ്സിലായില്ലേ
ഒറ്റയ്ക്ക് പുറത്തിറങ്ങുന്ന പെൺമനസ്സ്?
പിന്നെന്തിനാണ് ഉറങ്ങുമ്പോൾ അവൾ
വിളക്കു കത്തിച്ചുവെക്കുന്നത്?

അയാൾ കടലിൽ മീൻകോരാൻ പോകുന്നത്
രാത്രിയിലാണ്.
അവളെ തനിച്ചാക്കിയാണ് ആ യാത്ര.
പെണ്ണിന്റെ പ്രാർത്ഥനയാണ്
കടലിൽ പോയവന്റെ കരുത്ത്.

മഴപെയ്ത രാത്രിയിൽ
കാറ്റായിരുന്നു അവളുടെ വിളക്കു കെടുത്തിയത്.
അന്നേദിവസം കടലിന്റെ ആഴത്തിലും പരപ്പിലും
കാറ്റ് വീശിയിരുന്നു.

കാറ്റും കോളുംകൊണ്ട് തിരിച്ചെത്തിയപ്പോൾ
അവൾ വീട്ടിലില്ല.

വിളക്കുകെട്ട ദിവസം വീട്ടുമുറ്റത്തു തോണിയിറക്കി
അവൾ ചാകര കളിച്ചതായി നാട്ടുകാർ പറയുന്നു.
നാട്ടുകാർക്ക് എന്തും പറയാം.

മൂന്നാംദിവസം പരീക്കുട്ടിയോടൊപ്പം
കരയ്ക്കടിഞ്ഞത് അവളായിരുന്നു.
അത് കറുത്തമ്മയല്ല,
പാത്തുമ്മയാണെന്നു നാട്ടുകാർ.

സമ്മതിക്കില്ല, സമ്മതിക്കില്ല,
ഒരു പരീക്കുട്ടിയും കറുത്തമ്മയും
കെട്ടിപ്പിടിച്ചു ചാകാൻ കടലും സമ്മതിക്കില്ല.

ചെമ്മീൻ മാറ്റി എഴുതാൻ തിരകളിലും സമ്മർദ്ദം.
അതാ, അവളുടെ വിളക്കുമായി വടിയുംകുത്തി
തകഴിയിലേക്ക് ഒരാൾ നടന്നുപോകുന്നു. ■

ആൽബം

ആൽബം ഒരു പക്ഷിയാണ്
പിറകോട്ടു പറക്കുന്ന പക്ഷി.
കഴിഞ്ഞുപോയതൊക്കെയാണ്
അതിന്റെ ചിറകുകൾ.

എല്ലാ ആൽബത്തിലും ഒരു ഘടികാരമുണ്ട്.
സമയനിഷ്ഠയുള്ള അച്ഛനും.
പിന്നിൽ നിന്നെടുത്തതാണെങ്കിൽ
ചാരുകസേരയിലെ കഷണ്ടി തിളങ്ങും.
ആ തിളക്കത്തിലുമുണ്ട് വലിയ സമയസൂചിക.
പെൻഡുലംപോലെ വിശ്രമമില്ലാത്ത ജീവിതം.

ഈ വീട് ചെത്തിക്കെട്ടിയത് പിന്നീടാണ്.
ആദ്യം ഇതൊരു പുൽക്കൂടായിരുന്നു
തൊട്ടടുത്തുള്ള ആരാന്റെ പറമ്പിൽ
വാഴക്കൂമ്പും തേനൂറുന്ന അണ്ണാനും.
എല്ലാം പലതരം ക്ലിക്കുകളാണ്.
ക്യാമറയിൽ പതിഞ്ഞതും പതിയാത്തതും.
വാതിൽ തുറക്കുമ്പോൾ
ആരെടുത്തതാണ് ഇതൊക്കെ?

അടുപ്പിനും അമ്മിക്കല്ലിനുമിടയിൽ
പുകകൊണ്ടു വെന്ത ശില്പം.
ഇതെന്റെ അമ്മയാണ്.
പ്രഭാതത്തിലെ തെളിയാത്ത ഗോപുരം.
ചിത്രഭാഷയിൽ ഔട്ടോഫ് ഫോക്കസ്.

വളരേണ്ടായിരുന്നു എന്നു തോന്നുന്നു.
വള്ളിട്രൗസറുതന്നെ മതിയായിരുന്നെന്നും.

തറവാട് പോയി, വയലും കുളവും മണ്ണിട്ടു മൂടി.
കളിചിരിയും കാലം കൊണ്ടുപോയി.
പോകാത്തത് വിഭജനം കഴിഞ്ഞും ഓഹരി വാങ്ങിയും
അച്ഛനേയും അമ്മയേയും അനാഥാലയത്തിൽ കുഴിച്ചിട്ടതും.

ജയിച്ചുവരുന്നവർക്കിടയിൽത്തന്നെയാണ്
തോറ്റവന്റെയും ഭൂമി.
ഈ രണ്ടു ചിത്രങ്ങൾക്കിടയിൽ എന്റെ നാടുണ്ട്.
ഒപ്പിട്ടുകൊടുത്തതിന്റെയും വാങ്ങിയതിന്റെയും ഹൃദയം.

ഓരോ ചിത്രത്തിനും ഓരോ പശ്ചാത്തലമുണ്ട്,
കല്യാണആൽബത്തിൽ മുല്ലപ്പൂ.
പന്തലിന്റെയും പായസത്തിന്റെയും രുചി.
പിറ്റേന്ന് മേല് നൊന്ത സൂര്യോദയം.

പുഴയ്ക്കുമുണ്ട് നൊമ്പരങ്ങൾ.
ബലാത്സംഗം, കൊലപാതകം
കെട്ടിത്താഴ്ത്തൽ, മുങ്ങിത്തപ്പൽ.
ഇപ്പോഴുമുണ്ട് പുഴക്കരയിൽ
അഴിച്ചിട്ട മുടിയും കുന്തളകാന്തിയും.
ആട്ടിയിറക്കപ്പെട്ടവളുടെ അടിയൊഴുക്കാണ്
വറ്റിപ്പോയ ഓരോ പുഴയും.

പിണങ്ങിപ്പോയവരും മടങ്ങിവന്നവരും ഇന്നില്ല.
അവരൊക്കെ പശപോയ ആൽബത്തിൽ.
എത്ര ഒട്ടിച്ചിട്ടും കാണാനാവുന്നില്ലല്ലോ
എന്റെ വീടും ആൽബത്തിലെ ചവിട്ടുപടികളും.
ഓർക്കുമ്പോൾ ഞാനെത്ര പിന്നിലാണ്? ■

ഇവിടെ തൊഴിലാളി മരിക്കുന്നു

1

തൊഴിലില്ലായ്മയിൽനിന്നു
തൊഴിലാളിയില്ലായ്മയിലേക്കെത്തിയപ്പോൾ
ഞാൻ ഉറങ്ങിപ്പോയി.
അടുത്തത് ഏതു സ്റ്റേഷനാണ്?

2

അയാളുടെ നെഞ്ചിൽ ബാഡ്ജ്
ഇയാളുടെ നെഞ്ചിൽ വെടികൊണ്ട പാട്.
ഇതിനിടയിൽ ഹൃദയം എവിടെയാണ്?

3

വിപ്ലവം, ചൊറിയുന്ന സസ്യമാണെന്നു
മൂത്ത നെല്ലിക്ക പറഞ്ഞാലും
ആദ്യം ചവർപ്പുതന്നെ.
പിന്നെയാണ് ചൊറിച്ചിൽ.

4

ഇവിടെ എന്നും തൊഴിലാളി മരിക്കുകയാണ്
മുതലാളി മൺമറയുകയും.
എന്നിട്ടും ദുഃഖാചരണം
ഹാ, കറുപ്പിൽത്തന്നെ.

5

മതേതരം പലതരം.
നിൽക്കൂ, രാജ്യംവിട്ടു പോകണമെങ്കിലും
ഒരുറച്ച മതം വേണം, പാസ്പോർട്ട് വേണം.

6

ബുദ്ധിജീവികൾ എന്നും മൗനത്തിലാണ്
വാ തുറക്കുന്നത് ഭക്ഷണത്തിനുമാത്രം.
അവർക്കെന്നും വിശപ്പാണ്.

7

അപ്പുറത്തു രാജ്യത്തിനുവേണ്ടി യുദ്ധം.
ഇപ്പുറത്ത് മതത്തിനുവേണ്ടിയും.
ഇതിനിടയിൽ സ്വാതന്ത്ര്യം?
അതെന്നും അർദ്ധരാത്രിയിൽത്തന്നെ.

8

ഞാനെന്റെ മക്കളെ
ഡ്രൈവിങ് പഠിപ്പിക്കില്ലെന്നു പറഞ്ഞിട്ടും
ഇപ്പോൾ അയാൾ ഓടിക്കുന്നത് ആരെയാണ്?

9

തൊഴിലുറപ്പ് കവിത ചൊല്ലിയതിനാണ്
അവരെന്നെ തൊലിയുറപ്പ് കവിയാക്കിയത്. ■

മഴ എന്റെ വീട്ടുപേരാണ്

മഴ എന്റെ വീട്ടുപേരാണ്
കുടുംബം തോരാത്ത മഴയായതുകൊണ്ടാണ്
വീടും മഴയായത്.
ഇങ്ങനെ നനയുന്ന പാരമ്പര്യത്തിൽനിന്നു
ഉണക്കാനിട്ടതാണു എന്റെ ജീവിതം.

ഇടിയും മിന്നലുമുള്ള രാത്രിയിൽ
മഴയോടൊപ്പം വന്നതാണ് ആ കരച്ചിൽ.
അച്ഛൻ മരിച്ചത് മഴക്കാലത്തായിരുന്നു
ഞാൻ ജനിച്ചതും ഒരു മഴക്കാലത്താണെന്ന്
അച്ഛൻ പറയുമായിരുന്നു.

ചുകന്ന പൂവിരിയുന്ന കുന്നിൻമുകളിൽ
മഴ നനയുന്ന ഒരു പെൺകുട്ടിയായിരുന്നു
എന്റെ അമ്മ.
അച്ഛനു ആ പൂവ് വലിയ ഇഷ്ടമായിരുന്നു
ഇങ്ങനെ അച്ഛൻ എഴുതിവെച്ച ഡയറിക്കുറിപ്പിലും
മഴപ്പാറ്റകൾ യഥേഷ്ടം പാറിനടന്നു.

തറവാട്ടുമുറ്റത്ത് കണ്ണടച്ച് ഇടിവെട്ടുന്നു
അതിനുമുമ്പ് മിന്നലിന്റെ തീവെളിച്ചം
ആ വെളിച്ചത്തിലാണ് ചിലർ കുട പിടിച്ചത്
നനഞ്ഞുകയറിയത്.

മഴക്കാലത്ത് ഒലിച്ചുവന്ന മണ്ണിലാണ്
വീടിപ്പോഴും
ചില ശക്തമായ കാലവർഷത്തിൽ
വീട് അപ്രത്യക്ഷമാകും. ■

ചിലപ്പോൾ

ചിലപ്പോൾ ഞാനിങ്ങനെയാണ്.
നിന്നോട് കലഹിക്കും
നിന്നെ ശാസിക്കും
കഴുത്തിന് പിടിക്കും
ചെരിപ്പുചവിട്ടി മെതിക്കും.

ചിലപ്പോൾ ഞാനിങ്ങനെയാണ്.
നിന്നെ അമിതമായി സ്നേഹിക്കും
ചെടിയിലുള്ള പൂവുപോലെ
തഴുകും, തലോടും, പൊട്ടിച്ചെടുക്കും.

ചിലപ്പോൾ ഞാനിങ്ങനെയാണ്.
ഞാൻ, ഞാനല്ലാതായിത്തീരും
നിന്നെ അറിയാത്തതായി ഭാവിക്കും
ചിലന്തിവല നെയ്യും.

ചിലപ്പോൾ ഞാനിങ്ങനെയാണ്.
കുട്ടികളുടെ നല്ല അച്ഛനാകും.
ഒറ്റയ്ക്കിരുന്ന് പ്രാർത്ഥിക്കും.
മക്കൾക്കും നിനക്കും വീടായി നിലകൊള്ളും.

ചിലപ്പോൾ ഞാനിങ്ങനെയാണ്.
ഞാനല്ലാത്ത ഞാൻ
എനിക്കുപോലും വേണ്ടാത്ത ഞാൻ
എന്നിലെ പഴന്തുണിയിൽ മുഷിഞ്ഞു നാറും.

എന്തിനാണ് നീ കരയുന്നത്?
നിന്നെ ചിരിപ്പിക്കാനാവാത്തതിനാണോ?
അതിനെനിക്കു ഭ്രാന്തുണ്ടായിട്ടു വേണ്ടേ?

നോക്കൂ, ഞാനിങ്ങനേയും അങ്ങനേയുമല്ല.
ഒരു യാഥാർത്ഥ്യം, കുറച്ചു ചരിത്രം,
പിന്നെ, ജീവിതമറിയാത്തതിന്റെ മാഹാത്മ്യം. ■

വരൾച്ച

കവിത വല്ലാത്തൊരു ഞെരുക്കത്തിലാണ്
എത്ര അപേക്ഷിച്ചിട്ടും പാസ്സാകാത്ത ലോണുപോലെ
എത്ര ശ്രമിച്ചിട്ടും പണിതീരാത്ത വീടുപോലെ
കവിത വല്ലാത്തൊരു സങ്കടത്തിലാണ്.

വയസ്സായ അച്ഛൻ പറഞ്ഞു:
'അലങ്കാരത്തിന് ഒരു കുറവുമില്ല
എന്നിട്ടും ജീവിതത്തിലെവിടെയൊക്കെയോ കല്ലുകടി.
സുകൃതക്ഷയം... സുകൃതക്ഷയം...
പ്രാസം തെറ്റിച്ച ജന്മങ്ങൾ...'

പ്രസാധകർ പറയുന്നു:
'വിറ്റുവരവിൽ അച്ചടിക്കൂലിപോലും കഷ്ടം...'
പത്രാധിപർ പറയുന്നു:
'കവികളെക്കൊണ്ട് ശ്വാസം മുട്ടുന്നു.
എത്രയെണ്ണമാണ് ദിവസേന വാതിലിൽ മുട്ടുന്നത്...'

കവിതയിൽ കല്ലും മണ്ണും നിറയുമ്പോൾ
കവി ഉണ്ണാനിരിക്കും.
അപ്പോൾ തൊണ്ടയിൽ കുടുങ്ങിയ വാക്കുകൾ
പാതി അകത്തേക്കു പോകും.

ലോൺ പാസ്സാകുന്നതും വീടുപണി പൂർത്തിയാകുന്നതും
കവിത എഴുതുംപോലെ അത്ര എളുപ്പമല്ല.
ആധാർ കാർഡ് വേണം, സ്വത്തു വിവരം വെളിപ്പെടുത്തണം,
അരിയില്ലെങ്കിലും റേഷൻ കാർഡ് നിർബന്ധം.
എല്ലാം കഴിഞ്ഞു സാക്ഷികൾ കൂറുമാറിയാൽ
അതോടെ പിന്നെയെല്ലാം തീർന്നു.
കവിത ഒരിക്കലും വെളിച്ചം കാണില്ല. ■

സൂക്ഷിക്കുക,
നിങ്ങൾ നിരീക്ഷണത്തിലാണ്

ഒരു മരം
തൊട്ടടുത്ത് പിടിയില്ലാത്ത മഴു
പിടിയുമായി വരുന്ന മനുഷ്യൻ.
ഇതിലേതെങ്കിലും ഒന്ന് തെരഞ്ഞെടുക്കുക
മരം, മഴു, മനുഷ്യൻ.

ഞാനാണെങ്കിൽ
മഴു തെരഞ്ഞെടുക്കും.
കാരണം,
അതുകൊണ്ടെറിഞ്ഞു
എനിക്ക് മറ്റൊരു നാടുണ്ടാക്കണം.

നീയാണെങ്കിൽ
മരം തെരഞ്ഞെടുക്കും.
കാരണം
ആസനത്തിൽ ആലു മുളച്ച നിനക്ക്
മരവും തണലും അത്യാവശ്യം.

ശേഷിക്കുന്നത് മനുഷ്യനാണ്.
അതാർക്കും വേണ്ട
വൃത്തികെട്ട ജന്തു.
എനിക്ക് വേണ്ട
നിനക്കോ? ■

ബ്രഡ്

ബ്രഡ് എങ്ങനെ ഉണ്ടാക്കുന്നു എന്നറിയില്ല
എന്നാൽ അത് കഴിക്കുന്നവരെ നന്നായറിയും.
അതിന് കാലമുണ്ട്, സമയവും സന്ദർഭവുമുണ്ട്.

നന്നെ ചെറുപ്പത്തിൽ മോണ കാട്ടിച്ചിരിക്കുമ്പോൾ
അല്ലെങ്കിൽ പല്ലൊക്കെ കൊഴിഞ്ഞ്
വായിൽ നാവുമാത്രം ബാക്കിയാകുമ്പോൾ.

മനുഷ്യാ, നിന്റെ വായിൽക്കൂടി എന്തെല്ലാം കടന്നുപോകുന്നു
എന്നിട്ടും ബ്രഡിനെ നമ്മൾ രണ്ടായി തരംതിരിക്കുന്നു.
രണ്ട് കാലത്തിലേയും ഓർമ്മപ്പിശകുകൾ.

ബ്രഡും ജാമും സായിപ്പിന്, ബ്രഡും പാലും കുതിരക്കാരന്,
കോരന് കുമ്പിളിൽ ആംപ്ലയ്റ്റും കഞ്ഞിപ്പശമുക്കിയ ഖദറും.
നാവേ അടങ്ങ്, ഇത് മാറ്റങ്ങളുടെ മനുഷ്യാവകാശം.
വൃദ്ധസദനത്തിൽ അന്തേവാസികൾ പനിച്ചു കിടക്കുന്നു.

ഒരു ബ്രഡ് സമരം പിറകെ വരുന്നുണ്ട്
വിദേശ ഭക്ഷണ ബഹിഷ്ക്കരണം.
കപ്പയും മീനും കഴിച്ച്, പാളത്തൊപ്പിവെച്ച്
ഞാളും കാണാൻ പോന്നുണ്ട്. ■

ക്ലോക്ക്

വീട്ടിലൊരു പഴയ ക്ലോക്കുണ്ട്.
അതിൽ ഏറ്റവും വേഗത്തിലോടുന്ന സൂചി
അമ്മയാണ്.
പതുക്കെ ഇഴയുന്നത് അച്ഛനും.
അതിലും പതുക്കെയാണ് ഞാൻ.
ഇങ്ങനെ ഇഴഞ്ഞിഴഞ്ഞ്
മിനുട്ടും മണിക്കൂറുകളുമാകാൻ
ഒരു ദിവസം കഴിയാൻ
ഒരുപാട് കാത്തിരിക്കണം.
അതിനൊക്കെ എവിടെയാണ് നേരം?
എന്നാലും സൂചികൾ മൂന്നും
ഒരേപോലെ ഓടിയാൽ
ക്ലോക്കിനെന്തെങ്കിലും സംഭവിക്കുമോ? ■

പ്രവാസികൾ

പീർബക്ഷ്, ദുറൂസിംഗ്, ഹനുമന്ത, മക്ബൂൽ
ഇവരൊക്കെ കേരളത്തിലെ പ്രവാസികളാണ്.
കുഞ്ഞമ്മദ്, ദാമോദരൻ, നൂറുദ്ദീൻ, ജോസഫ്
ഇവരൊക്കെ അറേബ്യയിലെ പ്രവാസികളാണ്.
കുടിയേറ്റവും കുടിയിറക്കവും.

ഹനുമന്ത കുഴൽക്കിണർ നിർമ്മിക്കുന്നു.
മക്ബൂൽ കെട്ടിട നിർമ്മാണത്തിനു പോകുന്നു.
പീർബക്ഷും ദുറൂസിംഗും
നാടൻപണി, നാടനടി, തല്ലുണ്ടാക്കൽ.
ഇവർക്ക് തെങ്ങു കയറ്റം വലിയ നിശ്ചയമില്ല.
താമസിയാതെ മതിലുകയറി
തെങ്ങിലും എത്തിക്കൊള്ളും.

എന്നാൽ, കുഞ്ഞമ്മദ്
ഏത് ഈന്തപ്പനയിലും വലിഞ്ഞുകയറും
ആകാശം വരെ പോകും.
വേണ്ടിവന്നാൽ, അവിടെയും ഒരു ചായക്കട,
സമ്മൂസക്കട തുടങ്ങും
ഒട്ടകത്തെ നോക്കും, ഒട്ടകമായി ജീവിക്കും.

അക്കരെ തൊഴിൽ മേഖലയിൽ കടലും കോളും
ക്രൂഡോയിലും ഡോളറും കലങ്ങുന്നു.
ഇക്കരെ തൊഴിലാളികളെ കിട്ടാത്ത നട്ടുച്ചകൾ.
ഒക്കെ മുതലാളിമാർ, സായാഹ്നത്തിലെ പിരിവുകാർ.
പൊന്നിനേക്കാളും വിലയുണ്ട് ഒരു തൊഴിലാളിക്ക്
ദിവസക്കൂലി എണ്ണൂറ്.

പിന്നെ, ചപ്പാത്തിയും വെള്ളവും
ഇഷ്ടം പോലെ സ്വാതന്ത്ര്യവും.
ഭാഗ്യം, പാസ്പോർട്ട് ആവശ്യമില്ലാത്ത പ്രവാസികൾ.

കുഞ്ഞമ്മദ് ചോദിക്കുന്നു;
ആരാണ് പ്രവാസത്തിന്റെ അടിമ?
കുടുംബത്തിന്റെ ചോർച്ചയാണെന്ന്
ദാമോദരൻ ഉത്തരം പറയുന്നു.
അതൊരു ഒറ്റപ്പെടലിന്റെ യാതന.
അനുഭവത്തിന്റെ വേദന. ■

പ്രവാസ കവിതകൾ

ചെരിവ്

പൊതുവെ എന്റെ വീടിനൊരു ചെരിവുണ്ട്.
വാസ്തുശില്പി പറഞ്ഞപ്രകാരം
ചാഞ്ഞുവീഴുന്ന വെയിലും
ചാഞ്ഞു പെയ്യുന്ന മഴയും
വീട്ടിലേക്കു തന്നെ നേരെ വരും.
സത്യത്തിൽ, ഇതില്ലാതാക്കാൻ വേണ്ടിയാണ്
ഞാൻ നാടുവിട്ടത്
പറഞ്ഞിട്ടെന്ത്...?
ഇപ്പോൾ ഞാൻതന്നെ ചെരിഞ്ഞുനടക്കുന്നു.

"പണ്ടിവിടെ ചെരിഞ്ഞു നടക്കുന്ന
ഒരാളുണ്ടായിരുന്നു..."
കാലം, തലമുറകളോട് കഥ പറയും.
ചെരിഞ്ഞ ഗോപുരം പോലെ
മഹാത്ഭുതങ്ങളിൽ അയാൾ മഹാമനുഷ്യനായി.
മതം കയറി, മരം മുറിച്ചു
കടലു കടന്ന്, കര കടന്ന്
കൈപ്പാടുകളും മണൽക്കാടുകളും കടന്ന്
അങ്ങനെ അയാൾ
ഒടുവിൽ രാജ്യത്തിന്റെ
എന്നാറൈകളിൽ ഒരാളായി.
കഥ തുടർന്നുകൊണ്ടേയിരിക്കും
കാലാവസ്ഥ കൊഴിഞ്ഞുകൊണ്ടേയിരിക്കും.

ചില്ല്

അങ്ങേയറ്റത്ത് കുടതുന്നി
ഇങ്ങേയറ്റത്ത് ചെരിപ്പുകുത്തി.

ഇതിനിടയിൽ ഒരു തെരുവ്
കത്തിക്കൊണ്ടിരിക്കുന്നു.
അപ്പോഴും കുടതുന്നി മേലോട്ടും
ചെരിപ്പുകുത്തി താഴോട്ടും മാത്രം
നോക്കുന്നതാണ് എന്റെ ബെഡ്റൂം.

ഈ പടം ആരാണ് ഇവിടെ വെച്ചത്...?
"വീട് പണിത ആളാണ്..."
അയാൾ ആരാണ്...?
"മറ്റാരുമല്ല, ഒരു ഗൾഫുകാരൻ..."

ചിലത്

ചെരിപ്പിട്ട് ചെരിപ്പുകുത്തിയെ
ചവിട്ടുന്ന ദിക്കിൽനിന്നും
ഇന്നലെ എന്റെ ഷൂസിട്ട കാല്
കളവുപോയിരിക്കുന്നു.
ഉപേക്ഷിച്ച സോക്സിൽ നിന്നും
ഒരു കുറിപ്പുകിട്ടി.
കാലുമാറ്റത്തിന്റെ പഴങ്കഥകൾ പോലെ
തിരിച്ചെത്തുന്നവന്റെ പുതിയ കഥ. ■

കാസർകോട്

"**ഞാ**ൻ കാസറകോടിൽപ്പെട്ടവനല്ലേ?
അതോ മറ്റേതോ ഇനത്തിൽപ്പെട്ടതോ...?"
അതെന്ത്ടോ ഇപ്പം അങ്ങനെ?
അറിയില്ലേ, ഇവിടെ പലതരം ഭാഷയുണ്ട്
അറിഞ്ഞില്ലെങ്കിൽ കൂട്ടത്തിൽ ചേർക്കില്ല.
ഒറ്റക്കോലമാക്കും, ഒറ്റക്കോലം.

ഇത് വടക്ക്.
ഇവിടെ ചരിത്രമുണ്ട്, വിപ്ലവമുണ്ട്, ഇടിയുണ്ട്,
ഇതിനിടയിലും കുറേപ്പേർ
ചപ്പും[1] ചവറും എള്ളും പൊള്ളും
കൃഷി ചെയ്തു, ചാണകമിട്ടു.
അപ്പോഴാണ് കപ്പൽ മുങ്ങിയത്,
ആകാശം കരഞ്ഞത്.

തെങ്ങുകയറ്റം, ചെത്തിക്കുടി, ഇഞ്ചി, പുഞ്ച,
പാറ്റല്, തൂറ്റല്, ഡാക്കിട്ടർ, മരുന്ന്,
മന്ത്രം, മയക്കം, മാണിക്യം, പുന്നാരം,
മാറ് മറക്കൽ, സുയിപ്പാക്കൽ[2], കുശുകുശു[3]
നടന്നുപോകൽ, നടക്കാതെ പോകൽ,
ഓടുത്തു[4], ഓളോടുത്തു,
ഭഗോതീ, ഓക്ക് മാസക്കുളി.

---

1. പുകയില
2. തമാശയാക്കൽ
3. സ്വകാര്യം
4. എവിടെ, അവളെവിടെ

[5]തച്ചുപായിക്കെടാ നായിന്റെ മോളെ.
ബൈരം[6] തന്നെ ബൈരം.
കുലുക്കട്ടം, ഓലപ്പീപ്പി, കബഡി, സോഡി,
അയ്യെന്റമ്മോ, ഓളും കുഞ്ഞീം
കളി കാണാതെ മുപ്പട്ടേ[7] പോയീ...

കവി വിഷയം അവതരിപ്പിക്കുന്നു.
കവിത വിഷം ഛർദ്ദിക്കുന്നു.
ഇതെന്തപ്പാ ഇങ്ങനെ?
ചോദ്യം എന്നോടെന്തിന്?
എനക്ക് എഴ്ത്തൂല്ലപ്പ, കൊയ്ത്തൂല്ലപ്പ,
അറിയുന്ന പണിയൊട്ടും തരുന്നൂല്ലപ്പാ...

ആളോഹരി വാങ്ങി കവറിലിട്ട്
കുടയും പിടിച്ചു കാർന്നോരു പോയി.
വെയിലേ കാക്ക്, തണലെ കാക്ക്.
മടങ്ങിവരുമ്പോ ഓറ് കുറേ ഒപ്പുമായിവരും
കാഴ്ചക്കാർക്ക് തെയ്യമാവും.
നോട്ടുമാല ഇല്ലെങ്കിലും
കോട്ടുമാല മതി.
ആൾക്ക് സന്തോഷാവും.

അയ്യപ്പാ,
ഇക്കുറിയും ഞാൻ നടന്നുതന്നെ വരും.
എരുമേലി എത്തിയാൽ വിളിക്കും
പമ്പയും കുളിയും കഴിഞ്ഞു
തോർത്താതെ[8] തിരോന്തരത്ത് കൂടണം.
അപ്പോ നമ്മളും വലുതാകും.
തമ്മിൽ കാണാതാവും. ■

---

1. അടിച്ചോടിക്കെടാ
2. കരയൽ
3. നേരത്തെ പോയ്
4. നനവോടെ

ഈ നമ്പർ ഇപ്പോൾ നിലവിലില്ല

പൊതുവെ ഫോണെടുക്കുന്നില്ല
എന്ന പരാതിയായിരുന്നു.
ഇപ്പോൾ,
ഈ നമ്പർ നിലവിലില്ലെന്നും.

ശരിക്കും ആരൊക്കെയായിരിക്കാം
എന്നെ വിളിച്ചിട്ടുണ്ടാവുക?
ഇപ്പോൾ,
നിലവിലില്ലാത്ത നമ്പറിലേക്ക് വിളിക്കുന്നതും
ആരാണ്?
പറയത്തക്ക ഒരു ആത്മബന്ധം
എനിക്കാരുമായും ഉണ്ടായിരുന്നില്ലേ?

ആരെയൊക്കെയോ ഞാൻ തൊട്ടു വിളിച്ചിരുന്നു.
അതൊക്കെ എന്റെ ഫോണിൽ നിന്നല്ലെന്നു പറഞ്ഞാൽ
വിശ്വസിക്കുമോ?
മറ്റൊരാളുടെ ഹൃദയം കൊണ്ട്
ജീവിക്കുന്നതുപോലെ.
അതോ, ഞാനിപ്പോഴും ജീവിച്ചിരിപ്പില്ലേ? ■

കളി

ഞാനടിച്ച പന്തൊന്നും ഗോൾപോസ്റ്റിൽ എത്തുന്നില്ല.
എത്തിയതൊന്നും ഗോളി തരുന്നുമില്ല.

അവനെ കളിക്കാരനാക്കിയതും
ഇവനെ കളിയിൽനിന്നു പുറത്താക്കിയതും
കോച്ചാണ്.

വളർന്നവരാരും തിരിഞ്ഞു നോക്കാറില്ല.
അവർ പന്തയംവെച്ച മുയലിനെപ്പോലെ.

വളർത്തലിനും ഒരു പക്ഷമുണ്ട്.
കളി ജയിച്ചു വരുന്നവനെക്കാണുമ്പോൾ
കളിപ്പിച്ചവനെയും കാണണം.

എല്ലാ കളിക്കും സമയപരിധിയുണ്ട്.
ഇന്ന് ജയിച്ചവർതന്നെ നാളെയും ജയിക്കുന്നതാണ്
പുതിയ കളികൾ.

രണ്ടു കളിക്കാർ തമ്മിൽക്കാണുമ്പോൾ
അവർ കളിയെക്കുറിച്ച് ഒന്നും പറയുന്നില്ല. ■

ബെഡ് സ്പേസ്

കട്ടിലിനു ചോട്ടിലാണ് ഞാൻ കിടക്കുന്നത്
എനിക്ക് ബെഡ് സ്പേസില്ല.
എനിക്കു മുകളിൽ കിടക്കുന്നത്
ഒരു ആന്ധ്രക്കാരനാണ്.
ഉറങ്ങാനും ഉണരാനും ഭാഷ വേണ്ട
പരിപ്പിനും ബീഫിനും മാത്രം മതി.

ലേബർ ക്യാംപിലെ ബെഡ് സ്പേസ്
ശവം വെയ്ക്കാനുള്ള സ്ഥലമാണ്.
അത്രയേ അതിനു വ്യാപ്തിയുള്ളൂ.
ശവം അനങ്ങില്ല
ആന്ധ്രക്കാരൻ അനങ്ങുന്നു,
ചുമയ്ക്കുന്നു, കൂർക്കം വലിക്കുന്നു.

ഇന്നലെയും ഉറക്കത്തിൽ അയാൾ പുലമ്പി.
"ഈ മാസവും ശമ്പളം വന്നില്ല.
കിട്ടിയാൽ ഉടനെ അയയ്ക്കും
അപ്പോൾ തന്നെ
വീട്ടുവാടകയും അമ്മയുടെ മരുന്നും വാങ്ങണം..."

ഞാൻ തറയിലാണ്, താഴെയാണ്.
ആന്ധ്രക്കാരൻ ഒഴിഞ്ഞതിനുശേഷമാണ്
കട്ടിൽ എനിക്കു കിട്ടിയത്.
ഓരോ ഒഴിഞ്ഞുപോക്കും
മറ്റൊരാളെ കൊണ്ടുവരുന്നു.

ബെഡ് സ്പേസ് ഒഴിയുന്നതും കാത്ത്
പുറത്ത് മറ്റൊരാൾ.
രംഗവേദിയിലേക്ക് ഊഴം കാത്തിരിക്കുന്ന
ചായമിടാത്ത ഒരു കോമാളിയെപ്പോലെ... ■

അങ്കം

ഏകലവ്യാ, ഞാനെന്റെ പത്തുവിരലും മുറിച്ചെടുത്തു.
ദക്ഷിണ വെയ്ക്കാൻ ഗുരുനാഥനില്ലാത്തതുകൊണ്ട്
ഞാനതൊക്കെ കുഴിച്ചിട്ടു.
വയ്യ, ഇനിയുമെനിക്ക് വിരലുകൾകൊണ്ട് പാപം ചെയ്യാൻ.

ഞാനെയ്യുന്ന അസ്ത്രങ്ങളൊക്കെ
എങ്ങോ തെറിച്ചു പോകുന്നു.
അമ്പ് തിരിച്ചുവന്ന് എന്നെത്തന്നെ ഉപദ്രവിക്കുന്നു.
പാപത്തിന്റെ ശമ്പളം മരണമാണെന്നിരിക്കെ
നോട്ടപ്പിശകിനു ആരും ശമ്പളം എഴുതുന്നില്ല.

ഏകലവ്യാ, ദ്രോണർ എവിടെയാണ്?
അങ്ങേര് പഠിപ്പിച്ചുവിട്ടതൊന്നും
ഇപ്പോൾ എവിടെയും ഏൽക്കുന്നില്ലല്ലോ...
ഒരു യുഗം അവസാനിക്കുന്നു.
തലകുത്തിമറിയലാണ് പുതിയ മെയ്യഭ്യാസം.
അതിനുറച്ച ശരീരം വേണം, മെലിയാത്ത മനസ്സും.

വിരലില്ലാത്ത ഞാൻ, ആയുധബലമില്ലാത്ത ഞാൻ,
വിദ്യയും വിവേകവുമില്ലാത്ത ഞാൻ,
ഇനിയേത് അങ്കം ജയിക്കും? ■

മനുഷ്യൻ

പുസ്തകം മടക്കിവെച്ച്
ഞാനിപ്പോൾ മനുഷ്യനെ വായിക്കുന്നു.
നാവുകൊണ്ട് രുചിക്കുകയും
അതേ നാവുകൊണ്ട്
തുപ്പിക്കളയുകയും ചെയ്യുന്ന മനുഷ്യനെ.

മനുഷ്യൻ, എത്ര നല്ല ആഖ്യാനം
എത്ര അറിഞ്ഞാലും മതിവരാത്തത്
എത്ര വായിച്ചാലും മുഷിയാത്തത്.
ആൺവായനയും പെൺവായനയും.
പുസ്തകത്തിൽ അവർ കഥാപാത്രങ്ങളാണ്
ജീവിതത്തിൽ തിളയ്ക്കുന്ന പാത്രവും.

മഴക്കാലം പോലെ പുതിയൊരു ചോരക്കാലം
അതിൽ ചവിട്ടി മനുഷ്യൻ നടക്കുന്നു.
വർത്തമാനത്തിൽ നിന്നു ഭൂതത്തിലേക്ക്,
പകയിൽനിന്നു പുകയുന്ന കാലത്തിലേക്ക്.
വേവുന്നു, മനുഷ്യൻ വേവാതിരിക്കുന്നു.

സത്യം, പുസ്തകത്തേക്കാളും തെറ്റ് മനുഷ്യനിൽ
അതൊന്ന് തിരുത്തണം, ഏകോപിപ്പിക്കണം.
ആരു ചെയ്യും? ആരെക്കൊണ്ട് ചെയ്യിക്കും? ■

കുപ്പായം

ഞാൻ കീശ ഇല്ലാത്ത ഒരു കുപ്പായമാണ്.
എവിടെ വേണമെങ്കിലും തൂക്കിയിടാം.
ആരും കൈകടത്തില്ല.

എന്തുകൊണ്ട് കീശ വെയ്ക്കുന്നില്ല
എന്നു ചോദിച്ചാൽ എനിക്കൊന്നും പറയാനില്ല.
അതല്ല, എനിക്കൊന്നും സൂക്ഷിക്കാനില്ല.

എത്ര അലക്കിയിട്ടും നിറം വരാത്തത്
എത്ര തേച്ചിട്ടും ചുളിവ് മാറാത്തത്
ആരും ഇട്ടു നോക്കാത്തത്, മുഷിഞ്ഞത്.

വേണം, ജീവിതത്തിനൊരു കീശ.
എങ്കിലേ എടുത്തുപൊക്കാൻ ആളുണ്ടാകൂ,
തിരുമ്പാനും തിരിച്ചറിയാനും ആളുണ്ടാകൂ. ■

ഭ്രാന്ത്

കൊട്ടിലകത്തെ കട്ടിലിൽ മാമൻ കിടക്കുന്നു.
കാലിൽ ചങ്ങലയുണ്ട്.
മാമൻ മലർന്ന് കിടന്ന് ചിരിക്കുന്നു
അട്ടത്ത് കെട്ടിത്തൂക്കിയ വെള്ളരിക്ക നോക്കി.
വെള്ളരിയേയും കയറിൽ കെട്ടിത്തൂക്കിയിരിക്കുന്നു.

നേരെ മുറ്റത്താണ് കിണർ.
ഒരുപാട് പടികളുള്ള ആഴമുള്ള കിണർ.
കിണറ്റിൽനിന്ന് വെള്ളം കോരുന്ന കപ്പിക്കും കയർ.

തൊടിയിലേക്കിറങ്ങിയാൽ പശുവിനെക്കാണാം.
ഇടയ്ക്ക് ചവിട്ടുകയും പാലു ചുരത്തുകയും ചെയ്യുന്ന പശു
അതിനെയും കയറിൽ കുടുക്കിക്കെട്ടിയിരിക്കുന്നു.

2

മാമന് ഭ്രാന്താണെന്നറിയാം.
അതുകൊണ്ടാണ് ചങ്ങലയ്ക്കിട്ടതെന്നും.
എന്നാൽ വെള്ളരിക്കയ്ക്കും വെള്ളം കോരുന്ന കപ്പിക്കും
പാലു തരുന്ന പശുവിനും ഏതുതരം ഭ്രാന്താണ്?

കുട്ടിക്കാലത്ത് ഭ്രാന്ത് പലവിധത്തിലാണ്
മുതിർന്നപ്പോഴും അത് മാറിയില്ല.
ഇതിൽ ഏത് ഭ്രാന്താണ് നല്ലത്?
തിരഞ്ഞെടുക്കുമ്പോൾ ഭ്രാന്തിനും അവകാശമുണ്ട്.
നല്ലതും ചീത്തയും ഉണ്ട്. ■

അമ്മേ...

അമ്മ മരിച്ച ദിവസം
പൂക്കളും പുസ്തകങ്ങളും മണക്കും.
പൂക്കളെ മണത്തു അമ്മ പറഞ്ഞു:
"ഹാ, എന്റെ മക്കളുടെ മണം..."
പുസ്തകങ്ങളോട് അമ്മ പറഞ്ഞു:
"എന്റെ മക്കളെ കാക്കണേ..."

അമ്മയെ കാക്കാൻ മറന്നുപോയ മക്കൾ,
ഒടുവിൽ, നഗരച്ചൂടിന്റെ സൂര്യനായി.
പണ്ട്, പത്തുപൈസ വിഴുങ്ങിയപ്പോൾ
പിറ്റേന്നുതന്നെ വിഴുങ്ങിയത് കണ്ടെടുത്തു.
ഓരോ ഉരുളച്ചോറിന്റെയും കടങ്കഥകൾ...

എന്തൊരത്ഭുതം?
അമ്മ ഒന്നാണ്, ഏകപക്ഷീയമാണ്.
ഉപ്പ്, പുളി, എരിവ്, മധുരം ചേർന്ന
വീട്ടിനുള്ളിലെ കൃഷിയാണ്.

ഉദയംപോലെയല്ല, അസ്തമനം.
അതെന്നെ വേദനിപ്പിക്കുന്നു.
ഒരു പകലിന്റെ ദഹനം.
ഇരുട്ടും ചോപ്പും കലർന്ന മേഘരൂപം,
അതാ, അന്തിമാനത്ത് ആ നക്ഷത്രം. ■

കൂട്

ഏട്ടന്റെ ചങ്ങാതിയാണെന്നു പറഞ്ഞ്
മുറ്റത്തൊരാൾ നിൽക്കുന്നു.
വാതിൽ തുറക്കണോ?
ആരുമില്ല, ഞാനകത്തും
അയാൾ പുറത്തും.

ഒറ്റയ്ക്കാണല്ലോ ഭഗവാനേ
എന്തു ചെയ്യും? തുറന്നാൽ
അയാൾ അകത്ത് കയറും
തുറന്നില്ലെങ്കിൽ
ഏട്ടനോട് ഞാനെന്തു പറയും?

ഇഴഞ്ഞിഴയുന്നു ഘടികാരം
മനസ്സിന്റെ അകാലനോവിൽ
എവിടേയും പെണ്ണ് ഒറ്റയ്ക്കായാൽ
ചിലമ്പൊലികൾ ചിതറും
ചിരകാല കഥകൾ പൊടിയും.

പേടിയുണ്ട്, ആളാരായിരിക്കും?
ഇപ്പോഴും കൺമുന്നിലുണ്ട്
വാർത്താചാനലിൽ വിശദീകരണം
ചോര വാർന്നൊലിക്കുന്നു, സ്ത്രീ
ചോപ്പിനാൽ ചമയിക്കപ്പെടുന്നു.

എത്തിനോക്കി, കിളിവാതിലിൽ
ആരുമില്ല, മുറ്റത്ത് കോഴിയും
കുഞ്ഞുങ്ങളും വട്ടമിട്ടുപറക്കുന്ന
ആകാശപ്പരുന്തും.
മതി, കൊത്തിപ്പെറുക്കിയത്
കൂട്ടിലടയ്ക്കട്ടെ എന്നോടൊപ്പം. ■

ഉത്സവം

എന്നെ ചവിട്ടിത്താഴ്ത്തുകയാണ്
വാമനാ, നിന്നോടെനിക്ക്
ഒട്ടും പകയില്ലല്ലോ.

ഉണ്ണിപോലും ജയിച്ചു.
ഞാനിന്നും പ്രായം കവിഞ്ഞു
വരപോലും ചവിട്ടാനാവാതെ.

ഇതെന്തൊരു കളിയാണ്?
വർഷത്തിൽ മഹാബലി വരുന്നു
എനിക്ക് പ്രജകളില്ലല്ലോ.

നന്ദിയുണ്ട്, ഉത്സവത്തിന്
എന്നെ എഴുന്നള്ളിക്കാത്തതിന്
നാട് കാണിക്കാത്തതിന്.

പുര കത്തുന്നു പൂണൂലിട്ടതിന്.
അഗ്നിച്ചിറകുകൾ തന്നു
ഹോമം തെറ്റിക്കുകയാണോ?

പക്ഷികൾ പറക്കുന്ന ആകാശം.
അതിനു ചോട്ടിൽ പിന്നെയും
ദഹനക്കേടും ദാരിദ്ര്യവും. ■

രണ്ടു വീടുകൾ

വലിയ വീട്

ഭാര്യ എന്നും പൊക്കിപ്പറയും.
അതുകൊണ്ടാണ്
വീട്ടിൽ എനിക്കിത്ര അഹങ്കാരം.

അപ്പുറത്തെ വീട്ടിൽ
ഭാര്യയും ഭർത്താവും
ഒന്നിലും അഹങ്കരിക്കുന്നില്ല.
അതുകൊണ്ടാണ്,
ആ വീടൊരു ആശ്രമമായത്.

ചെറിയ വീട്

ആദ്യം മതിൽ, പിന്നെ വീട്.
രണ്ടിന്റെയും പണി കഴിയുമ്പോഴേക്കും
അയാൾ തടവിലാകും.

അയാൾ ഗൃഹനാഥനായിരിക്കാം
വീട് എന്ന സ്വപ്നം
കൊണ്ടുനടന്ന് ആളായിരിക്കാം
അല്ലെങ്കിൽ, ആധാരത്തിൽമാത്രം പേരുള്ള.

ആരുമാവട്ടെ, അയാളിന്ന് തടവിലാണ്.
സ്വയം പണിത കൂറ്റൻ മതിലിനകത്ത്
മാർബിളും സീലിങ്ങും പതിച്ച വീടിനകത്ത്.

പണ്ടൊക്കെ മതിലില്ലാത്ത വീടുകളായിരുന്നു
കോരിക്കുടിക്കാൻ മധുരമുള്ള കിണറുകളായിരുന്നു
കൂട്ടിനു കിളികളും പൂക്കളുമായിരുന്നു.

വീട് വിറ്റു, മതില് വിറ്റു
അയാളിന്ന് പുറമ്പോക്കിലാണ്.
കണ്ണേറ്കൊണ്ട് കരിഞ്ഞുണങ്ങുകയാണ്. ■

പെണ്ണ്

എപ്പെണ്ണ് ഇപ്പെണ്ണ് കുഞ്ഞിപ്പെണ്ണ്
അപ്പുറം ഇപ്പുറം ബയ്യപ്പുറം[1]
തൈനട്ട നാട്, പുല്ലിട്ട വീട്
തങ്കത്തിന്റമ്മ കുഞ്ഞമ്മ.

തിന്താരോ തകതിന്താരോ
മാവിന്റടിയിലും തിന്താരോ
മാനത്തിലുണ്ട്, മണ്ണിലുമുണ്ട്
മായാത്ത കാഴ്ചകളെങ്ങുമുണ്ട്.

കുച്ചിലപ്രം[2] കണ്ട്, കൊട്ടിലപ്രം[3] കണ്ട്
കുഞ്ഞിപ്പെണ്ണിന്റെ പെണ്ണാരം
കാലിലും കാതിലും വെള്ളച്ചിറ്റ
കാണുന്ന ആണിനു മുല്ലമൊട്ട്.

കോണി കേറിയത് നാണിയമ്മ
എണ്ണിക്കൊടുത്തത് പാറുവമ്മ
അട്ടത്തു[4] കണ്ടത് കൊട്ടത്തേങ്ങ
അട്ടിക്കുവെച്ചത് പാട്ടിയമ്മ.

തിന്താരോ തകതിന്താരോ
മച്ചിൻ പുറത്തും തിന്താരോ...
നെല്ലുണങ്ങി, ചോറായി
ചോറു വിളമ്പിപ്പാട്ടായി, പടുപാട്ടായി. ■

---

1. പിന്നാമ്പുറം
2. അടുക്കളഭാഗം
3. മുൻവശം
4. മച്ച്

തത്ത

മൊബൈലിൽ അവൾ വിളിച്ചു പറഞ്ഞു:
നമ്മുടെ തത്ത പാടാൻ തുടങ്ങിയെന്ന്.
അതുകേട്ടപ്പോൾ എനിക്ക് വലിയ സന്തോഷമായി.
അങ്ങനെയാണ് യാത്ര മാറ്റിവെച്ചത്
ഞാൻ തിരിച്ചെത്തിയത്.
എന്നിട്ടെന്തായി?
എന്നെക്കണ്ടപ്പോൾ പാട്ട് നിർത്തിക്കളഞ്ഞു.
ഇപ്പോൾ തത്ത എന്നോടു പറയുന്നു:
ഞാൻ, എസ്.ജാനകിയേയും കൂട്ടിവരണമെന്ന്.
ഞാൻ വിളിച്ചാൽ അവർ വരുമോ?
വരുമായിരിക്കും ആകാശവാണിയിലൂടെ.

ഞാനൊരു തത്തപ്രാന്തനാണെന്ന് അവൾക്ക് അറിയും.
ഇത് അവളുടെ നാടകമാണെന്ന് എനിക്കും.
ഊരു ചുറ്റുന്ന എന്നെ കൂട്ടിലടയ്ക്കാനുള്ള ഉപായം.

സത്യം പറയാലോ, ഇപ്പോൾ എനിക്ക് പണിയൊന്നുമില്ല.
തത്തയേയുംകൊണ്ട് ഇങ്ങനെ കറങ്ങുകയല്ലാതെ
അവളോട് ലക്ഷണം പറഞ്ഞ് തോൽക്കുകയല്ലാതെ. ■

കോഴിക്കോട്

കോഴിക്കോട് പഴയ കോഴിക്കോടല്ല
എന്നാലും
കോഴി കൂകുമ്പോൾതന്നെ എത്തിപ്പെടും പലരും.

ആകാശവാണിയിൽ വയലും വീടും
ഒന്നും കേൾക്കാൻ വയ്യ.
ശബ്ദം, മധുരം, വൃത്തം, പുരാതനം.
സംഭാഷണം പോലെ
ഇടയ്ക്ക് വഴുതിപ്പോകുന്നു ജീവിതങ്ങൾ.

'ഒരു ചായെടുക്ക് മോനേ...'
കുതിരവട്ടം കുലുങ്ങിച്ചിരിക്കുന്നു.

രാധയിൽ, കൂട്ടുകുടുംബം.
മകൾക്കു ടിക്കറ്റു കിട്ടാത്തതിനു
അച്ഛനെ പൊലീസ് പിടിച്ചു.
ബാലൻ കെ.നായർ തോക്കെടുക്കുമ്പോൾ,
കെ.പി.ഉമ്മർ വെടിവെക്കുന്നു...

കല്ലായിപ്പുഴയിൽ 'തടി' യന്മാരുടെ സമ്മേളനം
ചീഞ്ഞ കാറ്റ് പാളയം മാർക്കറ്റിലെത്തുമ്പോൾ,
പച്ചക്കറികൾ എഴുന്നേറ്റു നടക്കുന്നു
വലിയങ്ങാടിയിൽ വലിയ കച്ചവടം
ചെറിയങ്ങാടിയിൽ ചെറിയ കച്ചവടം.

കോഴിക്കോടൻ ഹലുവയിൽ നിറം കൂടുന്നു.
തിന്നുമ്പോൾ ചോപ്പ്
തിന്നാതിരിക്കുമ്പോൾ പച്ച.... മഞ്ഞ.

ഉറൂബ് നിശ്ശബ്ദം നടന്നുപോയ വഴിയിൽ
വെളുത്ത ജുബ്ബയിട്ട ചിരിയുടെ സ്മാരകം.
എല്ലാവരേയും ഒരേ കയറിൽ ഉണക്കിയെടുക്കുന്ന
മാനാഞ്ചിറയിലെ അലക്കുകാരും പ്രതിമകളായി.
കംപ്യൂട്ടറിൽ അലക്കുന്നവരുടെ കാലത്തിലേക്ക്
ഒറ്റയ്ക്കൊറ്റയ്ക്ക് വെളുപ്പിക്കുന്നവരുടെ കൂട്ടത്തിലേക്ക്.

കോർപ്പറേഷൻ സ്റ്റേഡിയത്തിൽ മഴയുടെ കിക്കോഫ്
അപ്പോൾ ബാബുക്കയുടെ
ഹാർമോണിയം പാടാൻ തുടങ്ങും.
'കണ്ണൊന്നു തുറക്കൂ ദീപങ്ങളേ...
മണ്ണിലിറങ്ങിയ താരങ്ങളേ...'
പാട്ട് നിലയ്ക്കുമ്പോൾ ബീച്ച് റോഡ് നിറയെ
ഏകാന്ത ജാലകങ്ങൾ.

മിഠായിത്തെരുവിലൂടെ കുട പിടിച്ച
ഒരു സഞ്ചാരി നടന്നു വരുന്നു.
ഏതോ യാത്ര കഴിഞ്ഞു വണ്ടിയിറങ്ങി വരുന്നതാണ്.
പടക്കം പൊട്ടിയ തെരുവിൽ പഴയ ചിത്രകാരൻ.
അയാളുടെ ബ്ലാക്ക് ആൻഡ് വൈറ്റ് ജീവിതത്തിൽ
ഉറങ്ങാത്ത ഒരു നഗരമുണ്ട്, ഉണങ്ങാത്ത ഒരു ബ്രഷുണ്ട്.
ആ വരയിലുമുണ്ട് ശ്വാസംമുട്ടുന്ന ഇമ്മിണി വല്ല്യോരാൾ. ■

നാടൻപട്ടി

ആ പട്ടിയെ എനിക്കിഷ്ടമാണ്.
എന്നെ എറിയുന്ന ഓരോ കല്ലിനും
കാലുപൊക്കി അത് മൂത്രമൊഴിക്കുന്നു.

ഓരോ നിമിഷവും തുടയെല്ല് കാണിക്കുന്നു.
കെട്ടിയിട്ടു വളർത്തിയതിന്റെ പാടുകൾ
കെട്ടഴിച്ചു വിട്ടതിന്റെ നോവുകൾ.

ചങ്ങലക്കാലം അതിനൊരു കൂട് ഉണ്ടായിരുന്നു.
നഷ്ടപ്പെട്ടപ്പോൾ ചങ്ങലയിൽത്തന്നെ നാടുവിട്ടു.
പിന്നീടാണ് കുരയും ഏറും വർദ്ധിച്ചത്.

ഇന്ന് ആരെറിഞ്ഞാലും ഏറുകൊള്ളുന്നു.
കുരയ്ക്കാനാവാതെ കടിവായിൽ ചോര കിനിയുന്നു.
ഓരോ ഏറിനും കല്ലിനുനേരെ കാലുപൊക്കുന്നു. ■

പർദ്ദ

പർദ്ദ ഒരു ജയിലാണ്.
അതിലേക്കു കടന്നാൽ
ആരും കാണില്ല.

പർദ്ദ ഒരു കളിയാണ്.
അതിൽ ഒപ്പനയും മൈലാഞ്ചിയും
ഫാഷൻ പരേഡും പരസ്യവും നിറയുന്നു.

പർദ്ദയ്ക്കുള്ളിൽ മൊബൈൽ കരയുന്നു.
അതെടുത്ത് അവൾ ചിരിക്കുന്നു.
അതിനുള്ളിൽ മുഹബ്ബത്ത് പെരുകുന്നു.

എന്നാൽ, പർദ്ദ ഇതൊന്നുമല്ല.
അതൊരു മുസ്ലിംപെണ്ണിന്റെ അച്ചടക്കമാണ്
പവിത്രമായ സംസ്ക്കാരമാണ്
അതിമനോഹരമായ കവിതയാണ്. ■

തിരിയാട്ടം

ഒന്നാംരാവ് വേഷം മാറി
വാതിൽ മറവിൽ ഒളിച്ചുനിന്നു,
നിഴലനങ്ങി, പൗർണ്ണമി തിങ്കൾ.

രണ്ടാംരാവ് പാലു കുടിച്ചു
പൂഞ്ചോലയഴിച്ചു, പുണർന്നു
വിളക്കൂതി മേഘത്തിലൊളിച്ചു.

മൂന്നാംരാവ് കണ്ണുചിമ്മി
വെറ്റിലച്ചെല്ലവുമായി പുറത്തേക്കിറങ്ങി
ഹേയ്, ചുണ്ണാമ്പും നിലാവും മാറിപ്പോകുന്നു.*

ഇങ്ങനെ ഇരുട്ടിനും പറയാനുണ്ട്
ആകാശവിളക്കിൻ തിരിയാട്ടം
തിരിയുടെ മോഹലാവണ്യം.

നിശ്ശബ്ദതയ്ക്കും നെടുവീർപ്പിനും താളമുണ്ട്,
ലാസ്യവർണ്ണമുണ്ട്,
പ്രണയനിലാവിൻ ഒപ്പനയ്ക്ക്. ■

---

* മഹാകവി പി.കുഞ്ഞിരാമൻ നായരുടെ മൊഴിമുത്ത്

ആൾക്കൂട്ടം

ആൾക്കൂട്ടം പ്രതിഷേധിക്കുമ്പോൾ
അവിടെ ഒരാൾ കൊല്ലപ്പെടുന്നുണ്ടാകും.
'യുദ്ധവും സമാധാനവും'
വായനശാലയിൽവെച്ചു
ജാതിയും മതവും തെരഞ്ഞെടുക്കുന്നുണ്ടാകും.

ആൾക്കൂട്ടം കയ്യടിക്കുമ്പോൾ
അവിടെ ഒരാൾ പൂമാല അണിയുന്നുണ്ടാകും.
വെള്ളത്താടി, ജുബ്ബയും പൈജാമയും.
കയ്യടി നിർത്തി ആൾക്കൂട്ടം പറഞ്ഞു;
'ഇതല്ല ഞങ്ങളുടെ ആത്മാവ്.....'

ആൾക്കൂട്ടം നിലവിളിക്കുമ്പോൾ
കാറ്റും മഴയും ജാലകം തുറക്കുന്നുണ്ടാകും.
ഉള്ളിലെ തീകെടുത്താൻ
വീട്ടിൽ കയറിയതാണ് മഴ.
സകലതും കഴിഞ്ഞു പടിയിറങ്ങുമ്പോൾ
നനഞ്ഞുവിറയ്ക്കുന്നു, തൊടിനിറയെ ബലിക്കാക്കകൾ.

ആൾക്കൂട്ടം കരയുമ്പോൾ
ജഡം മറവുചെയ്യാനുള്ള ഒരുക്കത്തിലായിരിക്കും.
ജീവിച്ചതിനും മരിച്ചതിനും
കരഞ്ഞു തീർക്കുന്ന ഭാവാഭിനയം.

ആൾക്കൂട്ടം പിരിഞ്ഞുപോയിട്ടും
അവിടെയുണ്ടെല്ലാരും ഒറ്റയ്ക്കൊറ്റയ്ക്ക്.
നാളെ ഹർത്താലായിരിക്കും. ■

മഴ പെയ്യുമ്പോൾ മഴയും നനയുന്നു

മഴ പെയ്യുമ്പോൾ മഴയും നനയുന്നു,
കുടപിടിക്കുമ്പോൾ കുടയും നനയുന്നു.
മഴയെ പുറത്താക്കാൻ
പുര മേയുന്നുണ്ടെന്റെ ബാല്യം.

വയൽ നനയുന്നു, വീട് നനയുന്നു,
മരം നനയുന്നു, കറണ്ടും കമ്പിയും നനയുന്നു.

ഇതിലേറെ നനഞ്ഞത്, ഞാനും നീയുമാണ്.
എത്ര നനഞ്ഞാലും നമ്മൾ പിഴിയും,
ഉണക്കിയെടുക്കും.

നനവ് ഭൂതകാലമാണ്,
ചോരുന്ന തറവാടാണ്,
പീടികത്തിണ്ണയിലെ കാത്തിരിപ്പാണ്,
ബീഡി വലിയാണ്, വിപ്ലവമാണ്,
പഴയ സാഹിത്യമാണ്,
പുസ്തകം കൊടുത്തുള്ള പ്രണയമാണ്.

അസ്തിത്വമാണ്, ആവലാതിയാണ്,
അസ്വസ്ഥതയും ഭ്രാന്തുമാണ്.
ഉണക്കാനിട്ട ഓർമ്മകളാണ്. ■

ഞാൻ എന്നെ കണ്ടപ്പോൾ

ഞാൻ എന്നെ കണ്ടപ്പോൾ
അയാൾ പറഞ്ഞു;
'ഒന്നാകാത്ത കാലത്തിലെ
രണ്ടുപേരാണ് ഇപ്പോൾ നിങ്ങൾ.

അപ്പോൾ ഞാൻ ചോദിച്ചു;
'നിങ്ങൾ ഏതാ ജാതി ?
അതുപോട്ടെ മോനേ,
ഞങ്ങളുടെ ഉള്ളിലും തീയുണ്ട്...'

അമ്മ മുള്ളുവിഴുങ്ങിയതിനാണ്
അച്ഛൻ പെങ്ങളെ തല്ലിയത്.
പെങ്ങൾ വീട്ടുജോലി ചെയ്യാത്തതിനാണോ
അമ്മ മുള്ളുവിഴുങ്ങിയത്?
അറിയില്ല.
അറിയുന്നത്, പെങ്ങളുടെ കരച്ചിലാണ്.

'അതിനിപ്പം എന്താ ഉണ്ടായേ?'
ഉണ്ടായതൊക്കെ പറയാൻ നിന്നാൽ
അളിയൻ എന്നെ തല്ലും.

ഞങ്ങളുടേത് തല്ലിക്കൊല്ലുന്ന
ഒരു തല്ലിപ്പൊളി തെരുവാണ്.
അതിനിടയിലാണ് ഞങ്ങളുടെ വീട്.

ശസ്ത്രക്രിയ കഴിഞ്ഞു
അമ്മ സുഖമായി വീട്ടിലെത്തി.
ആശുപത്രിയിൽനിന്നു വരുമ്പോൾ
അമ്മ മുള്ളുകൊണ്ടുവന്നിരുന്നു.

വീട്ടിലെത്തിയപ്പോൾ കാണാനില്ല.
ഈ സമയത്താണ്
ഞാൻ എന്നെ കണ്ടത്.
അച്ഛൻ വീടുവിട്ടു പോയത്.
അയാൾ, ഒന്നാകാത്ത കാലത്തെക്കുറിച്ചു
വീണ്ടും പറഞ്ഞത്. ■

ജനറൽ കമ്പാർട്ടുമെന്റിലെ കച്ചവടക്കാരൻ

ജനറൽ കമ്പാർട്ടുമെന്റിലെ
കച്ചവടക്കാരൻ പറഞ്ഞു;
'ഞാൻ ബാല്യം വിൽക്കുന്നവനാണ്,
നാരങ്ങമിഠായി, അരിമുറുക്ക്, എള്ളുണ്ട, ചക്കര...'

കുപ്പിയിലിട്ടുവെച്ച കുട്ടിക്കാലം.
കുപ്പിച്ചില്ലു വീണുടഞ്ഞ മധുരകാലം.

നല്ല തിരക്കുള്ള ദിവസമാണ്
ഉന്തും തള്ളുമുള്ള വണ്ടിയിലെ ഉത്സകാലം.
മൈതാനം കടന്ന്, ഉത്സവപ്പറമ്പു കടന്ന്,
വണ്ടി ചൂളം വിളിച്ചു.

ബാല്യകാലം വിറ്റു കച്ചവടക്കാരൻ
തിരിക്കിനുള്ളിലേക്കു പോയി.
പോകുമ്പോൾ അയാൾ പറഞ്ഞു;
'തിരക്കൊഴിയുമ്പോൾ മനുഷ്യന് ഒരുവിലയുമില്ല,
കാലിയായ പത്തായംപോലെ.....'

വണ്ടി ചെറുതായി ഒന്നനങ്ങി.
പിന്നെ അയാളെ കണ്ടതേയില്ല.
സ്റ്റേഷൻ പലതും കടന്നുപോയി.
ഒരുപക്ഷേ കച്ചവടം കഴിഞ്ഞു
അയാൾ വീടെത്തിക്കാണും.
ബാക്കിയായ ബാല്യവുമായി.

ദിവസേന ഇങ്ങനെ എത്രയെത്ര ബാല്യങ്ങൾ, നട്ടുച്ചകൾ,
അവർക്കൊക്കെ പറയാൻ എത്രയെത്ര യൗവ്വനങ്ങൾ?

പുകവണ്ടിക്കു വയസ്സായി, പാലം കടക്കാതായി,
പുതിയ വണ്ടികൾ പാളത്തിലൂടെ മിന്നുന്നു,
കാലം അതോടൊപ്പം ഓടുന്നു.

വണ്ടിയിൽ കയറുന്നതും ഇറങ്ങുന്നതും നോക്കി
ബോഗൻവില്ല ഇപ്പോഴും സ്റ്റേഷനടുത്തുണ്ട്.
ഇടയ്ക്കു പൂത്ത്, ഇടയ്ക്കു കൊഴിഞ്ഞ്.
അതിന്റെ നിഴൽ സാഹസപ്പെട്ട്
കമ്പിയിൽ തൂങ്ങി നിൽക്കുന്നു.
ജനറൽ കമ്പാർട്ടുമെന്റിലെ കച്ചവടക്കാരനെപ്പോലെ. ■

കാസ്രോട്ടെ പുള്ളോറ്
അഥവാ കാസർകോട്ടെ ചെക്കന്മാർ

കാസ്രോട്ടെ പുള്ളോർക്ക്
കാസർകോടിന്റെ തനിമയാണ്.
പലരും വായിക്കുമ്പോലെ
കാസർകോടിനുമാത്രം
ഒരു പൂതവും തെയ്യവുമില്ല.
ഞാനും നീയുമെന്നത്
ഞാനാണ് നീ എന്നതിന്റെ മറുവാക്ക്.

'ഓർക്ക് കഞ്ഞിയൊടുത്താ നീയ്യ്?
പൈക്കുമ്പം[1] പൈക്കുമ്പം,
ഞാനേട്ന്ന് കഞ്ഞിയൊടുക്കാനാണ്?'
അണിയറയിൽ ഓനും ഓളും[2] കലമ്പ്ന്ന്.
കലമ്പ് മൂത്തപ്പം കുഞ്ഞ്യോള്[3] ബൈരം കൊടുത്തു.
ഓർക്കിപ്പം തെയ്യംകെട്ടില്ലത്രെ!

മാരിക്കുരിപ്പിനും മാറാക്കുരിപ്പിനും
മോത്ത് വരച്ചു കുത്തണം,
ചീറിപ്പായണം, ആടിത്തിമിർക്കണം,
ആഞ്ഞുകൊത്തണം, തീയിൽ തുള്ളണം
തീച്ചാമുണ്ഡിയേ, തീയ്യത്തിപ്പെണ്ണേ,
അരിയും മലരും ചോരയും റാക്കും
കോഴിക്കുഞ്ഞുങ്ങൾക്ക് തൃപ്പാദം.

---

1. വിശക്കുമ്പോൾ
2. വഴക്കിടൽ
3. കരച്ചിൽ

ചിലങ്ക കേട്ടപ്പോൾ പുള്ളോറ് പറഞ്ഞു;
'നാട് നന്നാവാൻ തെയ്യം നടന്നാൽ മതി...'
തെയ്യം നടന്നു, തെയ്യം തുള്ളി,
തെയ്യത്തോടൊപ്പം നാടും നടന്നു.
അരിയും മലരും പെറുക്കി
ചേറിയ വഴിയിൽ പുള്ളോറും നടന്നു.
പുള്ളോറെ ആരും കുറ്റം പറയണ്ട,
കാട്ടിക്കൊടുത്ത വഴിയിലേ ഓറും പോകൂ,
ഓറ്, തെയ്യത്തിന്റെ നാട്ടിലെ പുതുവഴികളാ... ■

അർദ്ധരാത്രി

മതം തലയിൽവെച്ചവർ,
എന്റെ വീട്ടിലേക്കൊന്നു വരണം.
മുറ്റത്ത് ജാതിയുണ്ട്.
അതുംകൂടി മുറിച്ചു തലയിലേറ്റുക.

പേര് അച്ചടിച്ചുകാണാൻവേണ്ടിമാത്രം
എഴുതുന്നവരെപ്പോലെയാണ്,
പഞ്ചസാരഭരണിയിൽ
ഉറുമ്പുകൾ കടന്നു കയറുന്നത്.

അഭിനയിക്കാൻ അറിയില്ല.
ഒരു വേഷം തരുമോ?
ജീവിക്കാൻ വല്ലാത്ത മോഹമുണ്ട്.
ജീവിതത്തോട് കൊതിയുണ്ട്.

കാട്ടിൽ വെയിലുണ്ട്
നാട്ടിലും വെയിലുണ്ട്.
കാട്ടിലെ വെയിൽ അർദ്ധരാത്രിപോലെ.
നാട്ടിലെ വെയിൽ നേതാക്കന്മാരുടെ
സ്വാഭാവംപോലെ.

തട്ടുകടയിൽ കയറി
ബ്രഡ്ഡും ബുൾസൈയും കഴിച്ചു
പൂച്ച മുഖം തുടച്ചു;
'വീട്ടിലൊന്നും ഇപ്പോൾ അടുക്കളയില്ല....' ■

പ്രളയം

വെള്ളം കയറിയ കവിതയാണ്
ഒഴുക്കിൽപ്പെട്ടതാണ്
നനഞ്ഞൊലിച്ച ഹൃദയമാണ്
ദുരിതമാണ്
വെയിലു കാണാത്തതാണ്
ചളിയിൽ മുങ്ങിപ്പോയതാണ്
വൃത്തം ഇല്ലാത്തതാണ്
പ്രാസം ആഞ്ഞടിച്ചതാണ്
എഴുന്നൂറ് കോടിയുടെ അവകാശിയാണ്.
അവഗണിക്കാതെ
പുറത്തുനിർത്താതെ
എന്നെ ഒന്ന് വൃത്തിയാക്കൂ. ■

ലൈബ്രറി

മാവിന് എറിയുമ്പോൾ പ്ലാവിന് കൊള്ളുന്നു.
ഭൂമിയുടെ മറ്റൊരു ആകർഷണം.
ഏറുകൾ മാറിപ്പോയാലും
എത്ര ഉയരത്തിൽ എറിഞ്ഞാലും
വീഴ്ചകൾ താഴോട്ടു തന്നെ.

*

ഷൂസും കാലുറയും ധരിക്കുന്ന എന്നോട്
ചെരുപ്പ് തുടക്കാൻ പറയരുത്.
ഹേ മിസ്റ്റർ,
അഭിമാനവും അപമാനവും അറിയില്ലേ ?
രണ്ടും ചവിട്ടിന്റെ പര്യായങ്ങളാണ്.

*

കവിതയെക്കുറിച്ചു എനിക്കൊരു ബേജാറുമില്ല.
കാരണം, ഞാൻ കവിയല്ല.
പത്രാധിപർ എല്ലാവരെയും കവികളാക്കുന്നു.
അതുകൊണ്ടാണ് വായനക്കാർ
നിരൂപകരായിത്തീരുന്നത്.

*

മനുഷ്യന് ഒരു വിലയുമില്ല.
എന്നാൽ പെട്രോൾ കത്തിക്കൊണ്ടേയിരിക്കുന്നു.
കമ്പോളത്തിൽ കത്തുന്നതിനൊക്കെ
തീപിടിച്ച വിലയാണ്.
ആരുപറഞ്ഞു മനുഷ്യന് വിലയില്ലെന്ന് ?
കത്തുമ്പോൾ അവനും നല്ല വിലയുണ്ട്.

*

അയച്ചതൊന്നും തിരിച്ചുവരാറില്ലെന്നു കവി പറയുന്നു.
തൊടുത്തുവിട്ട റോക്കറ്റ് തിരിച്ചുവരാത്തതിൽ
ആർക്കും പരാതിയില്ല.
ഏതാകാശത്തുവെച്ചാണ് ഇതൊക്കെ പൊട്ടിത്തീരുന്നത് ?
പൊതുമുതൽ നശിപ്പിക്കുന്നതും ശിക്ഷാർഹമാണ്.

*

എന്റെ ഹൃദയം നീ മടക്കിത്തന്നപ്പോൾ
ഞാനത് തലയണയാക്കി.
ഹാ, ഇപ്പോൾ എന്ത് സുഖം.
ഇതുവരെ ലൈബ്രറിയിലെ പുസ്തകമായിരുന്നു ഞാൻ.
എല്ലാവരും മറിച്ചുനോക്കി മടക്കിവെച്ചത്. ■

സാമൂഹ്യം

ഞാൻ തിരിച്ചുപോകുന്നു.
എന്തിന്?
വീണ്ടും മടങ്ങിവരാൻ.

മടങ്ങിവന്നാൽ പിന്നെ പോകില്ലേ?
ഉവ്വ്.
അപ്പോൾ വരവും പോക്കുമാണല്ലേ?

കയറ്റുമതി ഇറക്കുമതിയാണോ?
അല്ല, ഇവിടെ കിട്ടുന്ന മൂന്നാം നമ്പറ്.

അപ്പോൾ ഒന്നും രണ്ടും?
അതല്ലേ മൂന്നായത്.

പൊയ്ക്കോ, എങ്ങോട്ടെങ്കിലും പൊയ്ക്കോ.
ഇവിടെ നനഞ്ഞ പടക്കവും പൊട്ടും
ജലത്തിനു മുകളിൽ തീ പിടിക്കും.
കണ്ണീരിനും വില പറയും
കഴിയുമെങ്കിൽ കുപ്പിയിലാക്കും.

മുട്ടയ്ക്കുള്ളിലെ വെള്ളയും മഞ്ഞയും
എങ്ങനെ മാറ്റും?
കോഴിക്കറിയില്ലല്ലോ, അതിന്റെ സാമൂഹ്യം.
മുട്ടയേറിന്റെ അപഹാസ്യം. ■

രാത്രി

എന്നും നൈറ്റ് ഡ്യൂട്ടിയാണ്
പകലുറങ്ങുന്ന മനുഷ്യൻ.
അങ്ങനെയാണ്
ആധികൾ വേവിച്ചെടുക്കാൻ പറ്റിയ സമയം
രാത്രിയാണെന്നു ബോദ്ധ്യമായത്
നക്ഷത്രങ്ങളുടെ തിളക്കം അറിഞ്ഞത്.

രാത്രി ഷിഫ്റ്റിനു പോകുമ്പോൾ
വീടും ഉണർന്നിരിക്കും.

കള്ളിമുള്ളും പനിനീരും ശ്മശാനത്തിലുണ്ട്.
മരിച്ചവർക്ക് രണ്ടും ഇഷ്ടമാണോ?

പാറാവുകാരൻ ഉറങ്ങുന്നില്ല.
അതൊരു സങ്കൽപ്പമാണ്,
ഉണർന്നിരിക്കുന്നവന്റെ ഭ്രാന്ത്.

ഡ്യൂട്ടി കഴിഞ്ഞു വീട്ടിലെത്തുമ്പോൾ
മകൾ മുടി ചീകുന്നു.
അവൾക്കു സ്കൂളിൽ പോകാൻ നേരമായി.

മുറ്റത്തെ ചെടിയിൽനിന്നും
അന്നു വിരിഞ്ഞ പൂവ് നുള്ളുമ്പോൾ
അവൾക്കു തോന്നിയോ
രാത്രി വിരിഞ്ഞ പൂവിന്റെ
ഒരു ദിവസത്തെ ആയുസ്സിനെപ്പറ്റി?

വഴി നിറയെ കള്ളിമുള്ളുകളാണ്. ■

ഗാലറി

അപ്പുറത്തും ഇപ്പുറത്തും ഗാലറിയുണ്ട്
ഇതിലൊക്കെ കളിക്കുന്നത് ആരാണ്?
ഇതേതുതരം കളിയാണ്?
ആരുടെ ഗാലറിയാണ്?

ഇടത്തോട്ടും വലത്തോട്ടും പായുന്നുണ്ട്
ബൊമ്മക്കുഞ്ഞുങ്ങൾ ചായുന്നുണ്ട്
ജയിച്ചതിനും തോറ്റതിനും മധുരമുണ്ട്
തോറ്റുകൊടുക്കാത്തതിനു ബലിച്ചോറുണ്ട്.

കളി കാണുന്നവരും കളിക്കുന്നുണ്ട്
ഗാലറി നിറയെ പുളയുന്നുണ്ട്
നമ്മളിപ്പോൾ ആരുടെ കാണിയാണ്?
ഏതു കളിയുടെ മധ്യത്തിലാണ്?

പതിനെട്ടടവും പാലും മുട്ടയും
മത്സരം ജയിക്കാൻ മതിയാവില്ല
ദിക്കിലും മുക്കിലും ആന വേണം
ആളുകൾ അതുകണ്ടോടിടേണം.

കളികൊണ്ടു നേടിയാൽ വീടുവെയ്ക്കാം
വീട്ടിലുള്ളോരെ കളി പഠിപ്പിക്കാം
ഇതേതു കളിയാണ് കുഞ്ഞിരാമാ?
പന്തയംവെച്ചവർ മുന്നേറുന്നു.

ജനിച്ചതിനും മരിച്ചതിനും ഇലയുണ്ടല്ലോ
കൈകഴുകിയാൽ ഒന്നു കുടയുമല്ലോ
ഗാലറിയിലിരുന്നാൽ താഴോട്ടില്ല
ഇറങ്ങിയാലൊട്ടും കയറ്റവുമില്ല. ■

ദഫ്

അകത്തളത്തിൽ അബ്ദുള്ള ദഫ് മുട്ടി
നസീമ ചുവടുകൾവെച്ചു.
'ആമിനാ...' മൗലാന കൈലി അലറി,
കോളാമ്പിയിലേക്ക് കാറിത്തുപ്പി.
'ഹെന്താടാ ഹറാമ്പെറന്നോനെ
പെരന്റകത്തൊരു ബെഹളം?'

ഇത്, ഇന്നലെകണ്ട നാടകത്തിന്റെ ആദ്യ രംഗം.
അകത്തളത്തിൽ ദഫ് മുട്ടും ചുവടുകളും പടർന്നു
വീട് ഉണർന്നു നാട് വളർന്നു
അരക്കൈയ്യും മൗലാന കൈലിയും കയ്യടിച്ചു
നസീമയുടെ മകൾ ഡോക്ടറായി
അബ്ദുള്ള വിദേശത്തുള്ള തൊഴിൽ മതിയാക്കി
നാട്ടിലുള്ള ഒപ്പനയ്ക്കും മൈലാഞ്ചിക്കും പാട്ടെഴുതി
തറവാട് ഭാഗംവെച്ചു
തറവാടികളെ പുതുക്കിപ്പണിതു
കേരളം കൊഴുത്തു, പണം ഒഴുകി
ദൈവത്തിന്റെ സ്വന്തം നാടായി.

രംഗം അവസാനിക്കുമ്പോൾ
കെ.ടി. മുഹമ്മദ് പുനർജ്ജനിക്കുന്നു.
അച്ഛനും ബാപ്പയും ഒന്നിക്കുന്നു.
അടുത്ത കാഴ്ച ദഫ് മുട്ടും ചുവടുകളുമാണ്
അച്ഛനും ബാപ്പയും എടുത്തുവളർത്തിയ
പൊന്നുമകളുടെ കല്യാണമാണ്.
അപ്പോഴാണ് കയ്യാലപ്പുറത്തേക്ക്
ആ ശബ്ദം വീണ്ടും ഇടിഞ്ഞുവീണത്.
'ജ്ജ് നല്ല ഒരു മനുസനാവാൻ നോക്ക്...'

ആരാണ് ആദ്യം അതു കേട്ടത്?
അച്ഛനോ ബാപ്പയോ? ■

പഴയ വീട്

പഴയ വീട് പുല്ലിട്ട വീട്
തീവണ്ടിപോലെ പുകയുന്ന വീട്
ചുറ്റും, ചുറ്റിലും പച്ചോലയാണ്
പച്ചപ്പിൽത്തീർത്ത കൗമാരമാണ്.

വീടകം നിറയെ ചാണകമാണ്
ചാലിച്ചെഴുതിയ കണ്ണീരാണ്
ആണിയടിക്കാൻ വയ്യാത്തതാണ്
കണ്ണാടിയില്ലാത്ത മുഖമാണ്.

കണ്ടില്ലെങ്കിലും കസ്തൂരിയാണ്
ചെറ്റപ്പുരയിലെ വിളക്കാണ്
മണ്ണിന്റെ മണമാണ്, ചെമ്പകമാണ്
കല്ലിൽ കൊത്തിയ കൽപ്പകമാണ്.

ചേറിൽ വളർന്ന ചേനയാണ്
ആനയില്ലാത്ത അമ്പലമാണ്
കല്ലും മുള്ളും അടുപ്പിലാണ്
കാർന്നോമ്മാരുടെ കഞ്ഞിയാണ്.

കാലം വിളക്കിയ കന്മദമാണ്
വേവിച്ചെടുത്ത മണമാണ്
ഓട്ടമുക്കാലിൻ കരുത്താണ്
ലേഹ്യം നിറച്ച ഭരണിയാണ്.

പഴയതെല്ലാം പഴയതല്ല
പണ്ടുള്ളതെല്ലാം ഒന്നാണ്
ഓടിട്ട വീടും മാർബിളാണ്
ഓടിളക്കിയാൽ വാർപ്പാണ്.

ഒത്തിരിയൊത്തിരി മോഹമാണ്
നമ്മൾ തമ്മിൽ പലതാണ്
ആരേയുമറിയാത്ത കാലമാണ്
കാണാൻ കഴിയാത്ത മതിലാണ്. ■

ഒരു മൃതദേഹം എഴുന്നേൽക്കുന്നു

ജീവിതവുംകൊണ്ട് കരഞ്ഞു പായുന്നു
അതേവേഗത്തിൽ മരണവുംകൊണ്ടും.
ഓരോ സൈറണും കരച്ചിലാണ്.

നിന്റെ ഓട്ടത്തിൽ എല്ലാവരും വഴിമാറുന്നു
ആധിയോടെ ഉറ്റുനോക്കുന്നു
പേടിയുടെ ഉൾക്കാഴ്ചയിൽ ബ്രേയിക്കിടുന്നു.

ഓരോ മിനുട്ടിലും ഇടനെഞ്ച് കുലുക്കി
എത്ര കൂകലുകളാണ് കടന്നുപോകുന്നത്?
പോകെപ്പോകെ ശവം അനങ്ങാതെ കിടക്കുന്നു.

കുറച്ചുമുമ്പ് ഇതിലൂടെപോയ ആംബുലൻസിൽ
ആരായിരിക്കും? കുത്തിയവനോ കുത്തുകൊണ്ടവനോ?
കാത്തിരിക്കുന്നവരും ഏറ്റുവാങ്ങുന്നവരും എവിടെ?

പോയത് മരിച്ചവനല്ല, മരിക്കാറായവനുമല്ല
മരണം മുന്നിൽ നിർത്തി, ജീവിതം പൊതിഞ്ഞ്
മൃതദേഹമായി മുന്നേറുന്നവരാണ്.

കാതുപൊത്തി അപശബ്ദം പറഞ്ഞു;
'മരണത്തിലും മായം ചേർക്കുമ്പോൾ
പൊതുവഴിയും ശവപ്പറമ്പാകും....' ■

ഓടയിൽ നിന്ന്

ഓടയിൽനിന്ന്* വീണ്ടും കരച്ചിൽ കേൾക്കുന്നു,
ഒരു ഗേരേജുകാരന്റെ മകൻ.
അച്ഛൻ വരുമ്പോഴൊക്കെ കരിപുരണ്ടിരിക്കും
കറുത്തിരിക്കും
ഓയിലും ഡീസലും മണക്കും.

അമ്മ പറയുന്നു;
'നിന്നെ മെക്കാനിക്കൽ എഞ്ചിനീയറാക്കിയ
ആ വലിയ മനുഷ്യനുണ്ടല്ലോ...
കണ്ടു പഠിക്കണം...'
പാഠവും പഠിപ്പും തെറ്റിപ്പോയ കാലത്ത്
വീണ്ടും ഓട കരയുന്നു.

പെങ്ങൾ പറഞ്ഞു;
'ഗേരേജിൽനിന്നും അച്ഛൻ വീട്ടിലെത്തിയാൽ
വലിയൊരു ടാങ്കർലോറി വന്നതുപോലെ.
വീട് കുലുങ്ങും
വിയർപ്പിന്റെയും വിശപ്പിന്റെയും ഇടയിൽ
അമ്മ സൈഡ് കൊടുക്കും
ഒരിടത്തും നിർത്താതെ
ആരേയും തട്ടിത്തെറിപ്പിക്കാതെ
ചീറിപ്പാഞ്ഞു പോകും...'

കാലം ഓടയിൽവീണ് വൃത്തികേടാകുന്നു
അഴുക്ക് ക്യാൻസറാകുന്നു
അത്, എല്ലാ കുടുംബത്തെയും കാർന്ന് തിന്നുന്നു.

---

* പി.കേശവദേവിന്റെ നോവൽ

ഓടയിൽനിന്ന് വീണ്ടും വായിക്കുമ്പോൾ
മുന്നിൽ മണ്ണെണ്ണ വിളക്കില്ല
റിക്ഷാവണ്ടിയില്ല
ഓട്ടമുക്കാലും മടിക്കുത്തുമില്ല.

എഞ്ചിനീയറിങ്ങ് കഴിഞ്ഞു തിരിച്ചെത്തിയപ്പോൾ
പെങ്ങളുടെ മക്കൾ തിരിച്ചറിയുന്നു;
'മാമന് നഗരത്തിന്റെ മണം, യന്ത്രത്തിന്റെ ശബ്ദം...'

എല്ലാതിരിച്ചറിവുകൾക്കും ഒരു ഗുണപാഠമുണ്ട്.
ഒടുവിൽ, ഓടയിൽനിന്ന്
അവന് അവനെത്തന്നെ വീണുകിട്ടുമ്പോൾ. ■

ഇപ്പോൾ ആ വീട്ടിൽ ആരുമില്ല

വീടിനു പെയിന്റടിക്കണം.
ഏതു നിറം തെരഞ്ഞെടുക്കും?

അച്ഛന് ഇഷ്ടമായത് മൂത്തമകന് ഇഷ്ടായില്ല.
അത് ശരിയല്ലല്ലോ? അച്ഛനല്ലേ ഗൃഹനാഥൻ.

അവനു ഇഷ്ടമായത് അനിയത്തിക്ക് ഇഷ്ടായില്ല.
അതും ശരിയല്ലല്ലോ? അവൾ അനിയത്തിയല്ലേ?

അമ്മയ്ക്ക് എല്ലാനിറവും ഒരുപോലെ.
എന്നാലും അച്ഛന്റെ നിറത്തിനോടാണ് ഏറെ ഇഷ്ടം.

ഇഷ്ടവും തന്നിഷ്ടവും നോക്കി
അളിയനും പെങ്ങളും ഇറങ്ങിപ്പോയി.

ബാക്കിയുള്ളത് വാരിക്കെട്ടി
മൂത്തമകനും അവന്റെ തലയിണയും പോയി.

ഇപ്പോൾ ആ വീട്ടിൽ ആരുമില്ല.
നിറമില്ലാത്ത വീട് ആർക്കും വേണ്ട.

നാളെ പറമ്പ് കൊത്തിക്കിളക്കുമ്പോൾ
മണ്ണിന്നടിയിലുണ്ടാകുമോ ഇവരുടെ നിറങ്ങൾ? ■

ഞായറാഴ്ചകൾ

എല്ലാ ഞായറാഴ്ചകൾക്കും
പകൽ, ബിരിയാണിയുടെ മണം.
രാത്രി, പൂവിന്റെയും.

അരമനയിൽ ആളൊഴിഞ്ഞ നേരത്താണ്
ഞാനും അവളും എത്തിയത്
മുട്ടുകുത്തി പ്രാർത്ഥിച്ചത്.
ഞായറാഴ്ചകൾക്ക് പ്രാർത്ഥനയുടെ സ്വഭാവവും ഉണ്ട്.

കാലം മാറി.
പെണ്ണുകാണൽ പാർക്കിലും ബീച്ചിലുമായി.
ചിലർക്ക് പ്രഥമരാത്രിയും അവിടെത്തന്നെ.

കല്യാണ ആൽബത്തിൽ, വധു
ചെക്കന്റെ കീശയിൽ കയ്യിട്ടു നിൽക്കുന്നു,
കീശയ്ക്കും ശരീരത്തിനും അവകാശിയായി.

കാലം പനിച്ചു തുള്ളുന്നു.
ഇന്നലെവരെ പ്രളയമായിരുന്നു.
എല്ലാം ഒഴുക്കിക്കളഞ്ഞു.
എല്ലാം കഴുകിക്കളഞ്ഞു.

നാളെ ഞായറാഴ്ചയാണ്.
എണ്ണയിട്ട് ഒന്ന് തേച്ചു കുളിക്കണം.
അതുകഴിഞ്ഞു എങ്ങോട്ടു പോകണം?

ഞായറാഴ്ചകൾ എന്നെ കൂട്ടിപ്പോകുന്നത്
എങ്ങോട്ടാണ്? ■

മറുക്

1

ഞാൻ അടുത്തേക്ക് വന്നപ്പോൾ
നീ അകന്നേപോയി.
നഗരത്തിൽനിന്നും വന്നത്
ഗ്രാമത്തിലേക്കല്ല,
മഹാനഗരത്തിലേക്കായിരുന്നു.
എവിടെയാണ് നമ്മുടെ ഊഞ്ഞാൽ?
ആ മാവിൻ തണൽ?

2

നുണയാണ് ഞാൻ
വായിച്ച
ഏറ്റവും നല്ല കവിത.

3

തെറ്റ്, ചെരിപ്പുപോലെയാണ്.
തേഞ്ഞുതീർന്നാലും
വെള്ളത്തിലിട്ടാൽ പൊങ്ങിക്കിടക്കും.

4

പ്രണയവും പാലും
അധികം തിളപ്പിക്കരുത്.
തൂവിപ്പോകും.

5

ചെടികളിൽ കമ്പിളിപ്പുഴു, പട്ടുനൂൽപുഴു.
വായനപ്പുരയിൽ
ചൊറിയൻപുഴു, പുസ്തകപ്പുഴു. ■

വിപരീതം

തീ ചോദിക്കരുത്
അയാൾ പുകവലി നിർത്തി.

മദ്യപിക്കാൻ ക്ഷണിക്കരുത്
അയാൾ വെള്ളം കുടിപ്പിക്കും.

വിളിച്ചുണർത്തരുത്
അയാൾ ഉറങ്ങുന്നില്ല.

പേന ചോദിക്കരുത്
അയാൾ ക്ഷുഭിതനാവും.

വിശപ്പിന്റെ രാഷ്ട്രീയം പറയരുത്
അയാൾ അരിയുടെ വർത്തമാനം പറയും.

ഇത്രയൊക്കെ ആയിട്ടും
അയാളെ ഞാനിതുവരെ
ഒരിടത്തും കണ്ടതേയില്ല.
കണ്ടിരുന്നെങ്കിൽ,
ഞാൻ അയാളാകുമായിരുന്നു. ■

മരിച്ചവരെ മലർത്തിക്കിടത്തുന്നു

മരിച്ചവരെ മലർത്തിക്കിടത്തുന്നു.
മറവു ചെയ്യുംവരെ,
കൊള്ളി വെക്കുംവരെ.

ജഡം അജ്ഞാതമെങ്കിലും
മലർന്നുതന്നെ കിടക്കണം
ആകാശം കാണണം
നക്ഷത്രമാകണം.

അജ്ഞാത ജഡങ്ങൾക്കു പേരില്ല
കാൽവിരലിൽ താലി കെട്ടും, നമ്പറിടും.
എല്ലാം കഴിഞ്ഞ് തെളിവുണ്ടെങ്കിൽ
ശവപ്പെട്ടിയിൽ,
അല്ലെങ്കിൽ പൊതു ശ്മശാനത്ത്.

മരിച്ചവർ മരണത്തെക്കുറിച്ച് അറിയുന്നില്ല.
ജീവിക്കുന്നവരാണ് പറയുന്നത്.
എത്ര മോശപ്പെട്ട ജീവിതമാണെങ്കിലും
പരേതനോട് ആദരവ് കാണിക്കും,
കാണപ്പെട്ട മനുഷ്യനാക്കും.

മരിച്ചവർക്ക് വേഷമില്ല.
അവരെ തുണിയിട്ട് മൂടുന്നു.
മലർത്തിക്കിടത്തുന്നു.

ജീവിക്കുന്നവരും മലർന്നു കിടക്കും.
മൂടിപ്പുതച്ച് ശവമായി. ■

അടയാളം

അച്ഛൻ ഉപേക്ഷിച്ചുപോയ ചെരിപ്പുണ്ട് വീട്ടിൽ.
എനിക്കു പാകമല്ല.
അച്ഛന്റെ കാല് വലുതാണ്.
അമ്മയുടെ വർത്തമാനത്തിലെ കാലമാടൻ.

പല വീട്ടിലും കാലമാടന്മാരുണ്ട്.
ചെരിപ്പിടാത്ത അമ്മമാരുടെ പൂർവ്വസ്മൃതികൾ.
ഓരോ ദിക്കിലും
തേഞ്ഞുപോയ കാലടികൾ, ഓർമ്മകൾ.

ചെരിപ്പിടാതെ കയറേണ്ട സ്ഥലം അമ്മ.
വാറുപോയ ചെരിപ്പിന്റെ അടയാളം. ■

ബാൽക്കണി

ബാൽക്കണിയിലിരുന്നാൽ
അവളെന്നെ കാണുന്നു.
ബാൽക്കണിയും ഒരു കെണിയാണ്.
ഞാൻ തന്നെ അതിൽ കുടുങ്ങുന്നു.

ബാൽക്കണി ഉപേക്ഷിച്ചാൽ
വേറെ എവിടെ ഇരിക്കും?
അടുക്കളയിൽ ഒരുത്തി വേവുന്നുണ്ട്.
കരിയില്ലാത്ത തീവണ്ടി.
എല്ലാം കഴിഞ്ഞു
ബെഡ്‌റൂമിലേക്ക് ഒരു വരവുണ്ട്.
മറ്റൊരു സ്റ്റേഷനിലും സ്റ്റോപ്പില്ലാത്തതുപോലെ.

എനിക്ക് ഒരു സ്ഥലത്തും
ഇരിപ്പുറക്കുന്നില്ല.
ഞാനെന്റെ ബാൽക്കണി
അവളുടെ ജാലകത്തിൽ കൊണ്ടുവെച്ചാലോ?
ഗെയ്റ്റുപോലെ
വണ്ടി വരുമ്പോഴൊക്കെ അടച്ചുവെക്കാമല്ലോ. ■

തീ

തിരിച്ചുവന്നപ്പോൾ ദേശം ചെരിഞ്ഞു നടക്കുന്നു.
ഞാൻ വീട്ടിൽ കയറിയില്ല.
മണ്ണിടിഞ്ഞു വീട് കാണാതായിരിക്കുന്നു.
എനിക്കൊന്നു നേരെ നടക്കണം.
അതിനാദ്യം ദേശത്തിന്റെ ചെരിവ് നീക്കണം.

ഒരു ചിത്രകാരൻ അയാളുടെ ചിത്രത്തിൽനിന്നും
ഗ്രാമം ഇല്ലാതാക്കി.
ഉറവ വറ്റിയതാണത്രെ അതിനു കാരണം.
ചായംതേച്ചു തേഞ്ഞുപോയ ഒരു ബ്രഷുണ്ട്
ഇനി അയാൾക്ക്, അയാളുടെ ജീവിതം വരയ്ക്കാൻ.

കവിതയിലൊന്നും ഇന്ന് പൂവിളികളില്ല.
പൂമ്പാറ്റകളുമില്ല.
പകരം, പശുവും കയറും ആലയും.
അതിനാലാണത്രെ കവി കാട് കയറിപ്പോയത്.
കാട്ടിലെത്തിയപ്പോൾ രാമനും സീതയും
ആലിംഗനബദ്ധരായി മരക്കൊമ്പിൽ.

രാവണാ, ലങ്കയിലോട്ടു ഞാനില്ല.
മറ്റൊരു പുതിയ വഴി കാണിച്ചു തരൂ.
തട്ടിക്കൊണ്ടുപോകലൊക്കെ പഴങ്കഥയാണ്.
എനിക്കൊന്നു ബലാത്സംഗം ചെയ്യണം.
കൊന്നു കുഴിച്ചുമൂടണം. ■

പ്രതിമ

നടത്തത്തിനിടയിൽ എന്റെ ചെരിപ്പ് പൊട്ടി.
പൊട്ടിയ ചെരിപ്പുമായി ഞാനേറെ അലഞ്ഞു.

അടുത്തെങ്ങും ചെരിപ്പുകടയോ ചെരിപ്പുകുത്തിയോ ഇല്ല.
അങ്ങനെയാണ്,
പതിവായി ചെരിപ്പേറു നടക്കുന്ന സ്ഥലം സന്ദർശിച്ചത്.
കിട്ടിയത് കാലായിരുന്നു.
അങ്ങനെ ഞാൻ കാലുമാറ്റക്കാരനായി.

രാഷ്ട്രീയത്തിൽ നടത്തത്തിനു വളരെ പ്രാധാന്യമുണ്ട്.
എല്ലാചരിത്രവും നടന്നുപോയതിന്റെ കാൽപ്പാടുകളാണ്.
ചെരിപ്പിടാതെ നേടിത്തന്നതൊക്കെ
ചെരിപ്പെറിഞ്ഞു നശിപ്പിച്ചതിന്റെ അവകാശം.

ചേരിതിരിഞ്ഞു എറിയുമ്പോൾ ചില്ലിട്ട ഫോട്ടോ തകരുന്നു.
ചെരിപ്പു തൂക്കാൻ, കാക്കകൾക്ക് തൂറാൻ,
കവലതോറും പ്രതിമയായിപ്പോയവർ.

ഇന്ന് നേതാക്കന്മാർ വെറുതെ നടക്കുകയാണ്.
നടന്നുനടന്നു ചെരിപ്പ് തേയുമ്പോൾ
അണികളുടെ കൈകൾക്കു ബലം കൂടുന്നു,
മുദ്രാവാക്യം ഉയരുന്നു, പുഷ്പ്പാർച്ചന കവിയുന്നു. ■

പദയാത്ര

അവരെന്നെ കൊന്നത്
കത്തിയോ കൊടുവാളോകൊണ്ടല്ല.
കയ്യിലുള്ള ആശയം പിടിച്ചുവാങ്ങിയായിരുന്നു.

മഴയിൽ വെള്ളം ചേർത്തവനെ
വെറുതെ വിട്ടു.
മഴ നനഞ്ഞവനെ തൂക്കിക്കൊന്നു.

പരാജയപ്പെട്ട ജനതയോട്
പകരം വീട്ടാനും ഉപ്പു കലക്കാനും
പറയരുത്.
അതൊരു സംസ്ക്കാരമല്ല.
ഏതു സംസ്ക്കാരമായാലും
നിങ്ങൾ വാഴ്ത്തപ്പെടും.
മഴയ്ക്ക് നിറമില്ലല്ലോ.

മഴ പെയ്യുന്നിടത്തുതന്നെ ചോര വീഴുന്നു.
മഴ, മണ്ണിലലിയുമ്പോൾ
ചോര, ഒരിടത്തും അലിയാതെ, ഉണങ്ങാതെ.

ദേശം ഇപ്പോൾ കരയുകയാണോ?
ചിരിക്കുകയാണോ?

ആൾക്കൂട്ടത്തിൽ
കരയുന്നവരെയും ചിരിക്കുന്നവരെയും
കണ്ടെത്താനാണ് അടുത്ത പദയാത്ര.

ഞാൻ തോറ്റിട്ടില്ല.
അവരെന്നെ കൊന്നതാണ്. ■

വരമൊഴി

വിരലുകൊണ്ടെഴുതുമ്പോൾ
ഒന്നും സ്പർശിക്കുന്നില്ല,
പഴയ മഷിക്കാലയോർമ്മകളും.

പേന കുടഞ്ഞു, കുത്തും കോമയിൽ
അന്നു എഴുതിവെച്ചതൊക്കെയും
മഷിയുടെ പ്രണയാക്ഷരങ്ങൾ.
പിന്നെയാണ് പേനയോടൊപ്പം
ലീക്കായത്.

മഷി പടർന്നു, പുസ്തകത്താളിൽ,
ഇരിക്കുന്ന ബെഞ്ചിൽ,
എന്റെ ഹൃദയത്തിൽ.

ഒളിപ്പിച്ചുവെക്കാൻ
സ്നേഹാദരം പകരാൻ
തിരിഞ്ഞു നോക്കാൻ
ഒളിഞ്ഞുനിന്നു ചിരിക്കാൻ
വിരലെഴുത്ത് വഴങ്ങുന്നില്ലല്ലോ.

കീശയിൽനിന്നു പേന എടുക്കുമ്പോൾ
വിരലുകൾ വെറുതെ വിറയ്ക്കുന്നു.
നെഞ്ചിലുണ്ടിനിയും
ബാക്കിയായ കനലാക്ഷരങ്ങൾ. ■

ഗസൽ കേൾക്കാൻ ആരും വരുന്നില്ല

ഗസൽ കേൾക്കാൻ ആരും വരുന്നില്ല.
വീടുവിട്ടവളുടെ കാഴ്ചയിൽ
ഗസൽ പൂത്തിരി കത്തിക്കുന്നു.
മടങ്ങിവരവ് ആഘോഷമേയല്ല.
അതൊരു ഓലപ്പടക്കമാണ്.

സൂക്ഷിച്ചു നോക്കൂ
നിലാവിൽ ഒരണ്ണാറക്കണ്ണൻ.
രാത്രിയിൽ കിടപ്പറയിൽ വരുന്നത് നിലാവല്ല.
തലയണയിൽ പറ്റിച്ചേർന്നു കിടക്കുന്നതും
സ്വപ്നം കാണുന്നതും അണ്ണാറക്കണ്ണനാണ്.
അണ്ണാറക്കണ്ണനും തന്നാലായത്.

ഉറക്കമില്ലാത്തവർ ഉറങ്ങുന്നതിനെപ്പറ്റി
ഗസൽ മന്ത്രിക്കുന്നു.
അവർ സ്വപ്നം കാണുന്നവരാണത്രെ.
മരിച്ചവരുടെ സ്വപ്നം.

മരണമേ, ജീവിക്കുമ്പോൾ
ഒരുപൂവുപോലും കൊടുക്കാത്തവരാണ്
മരിക്കുമ്പോൾ റീത്ത് വെക്കുന്നത്.
പൂക്കളുടെ കുന്നു പണിയുന്നത്.

പിറ്റേന്നു രാത്രിയും ആരും വന്നില്ല.
അവർ പൂക്കളുടെ കുന്നുകളിലാണ്.
പൂമ്പാറ്റയുടെ ലഹരിയിലാണ്.

മനുഷ്യാ, നിന്റെ നിഴലനങ്ങുന്നത്
നിനക്കുവേണ്ടിയാണോ?
അതോ, മറ്റൊരു പാവകളിയോ?
ഗസൽ വാതിൽ തുറക്കുന്നു, പൂക്കൾ ചൂടുന്നു. ■

അക്കരെ

അക്കരെ കടലു കടക്കുമ്പോൾ
നെഞ്ചിലൊരു പുഴയുണ്ടാകും.
ഓരോ കാലത്തും കവിഞ്ഞൊഴുകുന്ന പുഴ.
അത്, ഇക്കരെ കാത്തിരിക്കുന്നവളുടെ
കവിൾത്തടമാണ്.

ഒറ്റപ്പെടൽ വേദനയാണ്.
മരിച്ചവരെ പുതപ്പിക്കുമ്പോൾ അനുഭവപ്പെടുന്ന വേദന.
ഓരോ പെണ്ണും കാത്തിരിപ്പിന്റെ പുതപ്പിലാണ്.

അവൾ എഴുതി;
'അക്കരെ ഒറ്റയ്ക്ക് മണൽക്കൂന തീർക്കുന്നവനേ,
ഇക്കരെയുമുണ്ട് അതിന്റെ വലുപ്പം.
കേൾക്കുന്നില്ലേ,
ശബ്ദമില്ലാത്ത വിങ്ങിപ്പൊട്ടലുകൾ?'

അവളുടെ രാത്രി പകലാകുന്നു
അവളുടെ പകൽ രാത്രിയാകുന്നു.
നക്ഷത്രങ്ങൾ പൊട്ടിച്ചിരിക്കുന്നു.
മരുഭൂമിയിൽ വീണുടയുന്നു.

കാത്തിരിപ്പ് മൂക്കുത്തിയിടുന്നു
വൃശ്ചികക്കുളിര് ഞരമ്പുകളെ തൊടുന്നു
കാട്ടാറിന്റെ തീരത്ത്
തീ കായുന്നു
പുകയും മഞ്ഞും ആകാശം കാണുന്നു.
ഹോ, രാജ്യം വിട്ടുപോയവന്റെ സങ്കടം.
വിരഹം മുടിയഴിച്ചിട്ട ശപഥമാണ്.

ഇനി എന്നു വരും?
തീരം ചോദിക്കുന്നു.
തിര ആഞ്ഞുവന്ന്
കാത്തിരിക്കുന്നവളുടെ കണങ്കാല് കഴുകുന്നു.
തിരയുടെ ശുശ്രൂഷയിൽ
കൊതി തീരാത്ത ഗസൽ കണ്ണ് തുടക്കുന്നു. ■

സന്ധ്യ

സന്ധ്യയ്ക്ക്
രാവിന്റെ നീളമില്ല, പകലിന്റേതും.
എന്നിട്ടും രാവും പകലും
സന്ധ്യയിൽ ജനിമൃതികളാകുന്നു.

ചക്രവാളം അവളോട് പറഞ്ഞു;
എഴുന്നേറ്റ് പോ, പെണ്ണേ
ഞാനിപ്പം ഇരുട്ടാവും.
ചക്രവാളവും പേടിച്ചുതുടങ്ങി,
പെണ്ണ് ഇരുട്ടിലാവുന്നതിൽ.

സന്ധ്യ, നാമവും സന്ധ്യാനാമവും ആകുന്നത്
പെണ്ണിലൂടെയാണ്.
അപ്പോൾ തിരി തെളിയും
പ്രാർത്ഥന മുഴങ്ങും.
ചന്ദനത്തിരി കത്തിത്തീരുംമുമ്പേ
ഇരുട്ടിൽ ഒളിക്കും, മറയും.

ആരാണ് സന്ധ്യയെ ഇത്ര ചെറുതാക്കിയത്?
യാമം കവടി നിരത്തി ഗുണിച്ചപ്പോൾ
സന്ധ്യയ്ക്ക് വാൽനക്ഷത്രം.

സന്ധ്യയെക്കാളും ദൈർഘ്യമുണ്ടല്ലോ നട്ടുച്ചയ്ക്ക്.
അതിനിടയിൽ ചെറിയ ആയുസ്സിൽപ്പോലും
നിന്റെ വളപ്പൊട്ടുകൾ ഉടയുന്നു, ആകാശത്ത്
ചിന്നിച്ചിതറുന്നു. ■

വിൽപ്പന

എന്നെ വിൽക്കാൻ വെച്ചതറിഞ്ഞു
ആദ്യമെത്തിയത് എന്റെ നാട്ടുകാരിയാണ്.
അവൾ എന്റെ ആരുമല്ല.
ഒരു നാട്ടുകാരി.
മറ്റൊരു നാടും ചേരാത്തവൾ.
കപ്പലു വാങ്ങാൻ വന്നതുപോലെയുണ്ട്.
ചുറ്റും കൊട്ടിനോക്കുന്നു.
ചുരണ്ടി നോക്കുന്നു.
കപ്പലായിട്ടേ അവൾക്ക് തോന്നൂ.
കപ്പൽ ഏതുനേരവും വെള്ളത്തിലാണല്ലോ.

തൊട്ടുമുമ്പ് ആക്രിക്കച്ചവടക്കാരൻ
വന്നുപോയതേയുള്ളൂ.
ഇനിയും തുരുമ്പിക്കാൻ ബാക്കിയുണ്ടത്രെ.
അറിഞ്ഞിരുന്നില്ല, തുരുമ്പിച്ചതിനാണ്
വില കൂടുതലെന്ന്.

കൊളുത്തും വിജാഗിരിയുമില്ലാത്ത ഒരു ജീവിതമായിരുന്നു.
കൊളുത്തിവെച്ചതൊക്കെ പണ്ടേ മോഷ്ടിക്കപ്പെട്ടു.
പൂട്ടും താക്കോലും ഇല്ല, വാതിലും ജാലകവുമില്ല.
മാന്തേണ്ടതൊക്കെ മാന്തി കുഴിക്കേണ്ടതൊക്കെ
കുഴിച്ചപ്പോൾ വെള്ളം കണ്ടു.
വെള്ളം കോരാനാണത്രെ നാട്ടുകാരി വന്നത്.
ഇപ്പോൾ നാനാഭാഗത്തുനിന്നും വില പറയുന്നു.
കൂട്ടത്തിൽ അന്യസംസ്ഥാനക്കാരും.
സ്വത്വവും വരൾച്ചയും അവർക്കും പ്രശ്നമാണല്ലോ. ■

തബല

രാത്രി പുഴക്കരയിൽ
ഒരാൾ തബല വായിക്കുന്നു.
കൂട്ടിന് ഏകാന്തതയും നക്ഷത്രങ്ങളും.
തബല കേൾക്കാൻ
പൂത്ത നിലാവ് ഇറങ്ങി വരുന്നു.

"മദ്യപിക്കാൻ പോരുന്നോ?"
പുഴ ചോദിച്ചു.
നോക്കിയപ്പോൾ മീൻ പിടിക്കുന്നവൻ.
'പുഴമീനും കള്ളും കേരനാട്ടിന്നുത്സവം'
അപ്പോൾ തബലയിൽ
പുതിയൊരു ശബ്ദം.

'അറബികളും മീൻ പിടിക്കുന്നവരായിരുന്നു.
ചുട്ട മീനും ഈത്തപ്പഴവും.
പെട്രോൾ കുഴിച്ചെടുത്തിട്ടും
അവർക്കിപ്പോഴും അതുതന്നെയാണ് സ്വാദ്'.
പെട്ടെന്ന് തബല കരഞ്ഞു;
'പെട്രോളിനും ചോരക്കും വിലയിടരുത്'.
തബലയിൽ വിരലുകൾ നൃത്തംവെച്ചു,
വാഹനങ്ങൾ കൂട്ടിയിടിക്കുന്ന ശബ്ദത്തിൽ.

മൃഗത്തോലിൽ സംഗീതം
തുന്നിപ്പിടിപ്പിക്കുന്നു.
എന്നിട്ടും തേഞ്ഞുപോകുന്നു തബലയുടെ ഹൃദയം.
നിങ്ങൾ ആരാണ് ?
ഈ പുഴയ്ക്ക് എന്തോ പറയാനുണ്ട്.

'ഏകാന്തതയുടെ പാട്ടുകാരൻ,
കായലും കരിമീനും ആസ്വദിക്കുന്നവൻ....'

അപ്പോൾ മീൻപിടിക്കുന്നവന്റെ കയ്യിൽനിന്നും
പിടയ്ക്കുന്ന ഒരെണ്ണം കൈവിട്ടുപോയി.
പുഴയിൽ വളർന്നത്,
പുഴയുടെ ആഴത്തിലേക്ക്
വീണ്ടും എടുത്തു ചാടുന്നു.
എല്ലാ ചാട്ടത്തിനും തബലയിൽ സ്ഥാനമുണ്ട്,
മുറുക്കമുണ്ട്.
വിരലുകളുടെ അകലത്തിൽ. ■

ഒരിക്കലും വളരാൻ കൊതിക്കാത്ത കവിത

എവിടെയോ കണ്ടിട്ടുണ്ട്
എവിടെയോ വായിച്ചിട്ടുണ്ട്.
വഴിയിലോ, ഉത്സവത്തിലോ,
കളിമൈതാനത്തോ, കുളപ്പടവിലോ,
കുന്നിൻ ചെരിവിലോ, പുസ്തകത്തിലോ?

ഓർമ്മയിൽ ഒരു ചെമ്പകമുണ്ട്
വള്ളിനിക്കറും പട്ടുപാവാടയുമുണ്ട്
കണ്ണിമാങ്ങയും ചവർപ്പുമുണ്ട്
പൊട്ടിയ സ്ലേറ്റും വെള്ളംകുടിയനുമുണ്ട്.
എഴുതിയതൊക്കെ മായിച്ചു
എഴുതിത്തന്നതൊക്കെ വായിച്ചു
എളുപ്പം വളർന്നുപോയവർ.

പ്രണയം പൂക്കുന്ന കാറ്റാടി മരത്തിൽ
പൂക്കളം വരച്ചപ്പോൾ
തണലുകൾ ഒട്ടിപ്പിടിച്ചു കറുപ്പായി.
തൊട്ടടുത്തുണ്ട് കുപ്പിച്ചില്ലുകളും ലേഡീസ് ഹോസ്റ്റലും.
രാത്രി പല ഗായികമാർ ഒന്നിച്ചിരുന്നു പാടുന്നു.
അതിലാർക്കാണ് അപ്പോൾ മാർക്ക് കൊടുത്തത്?

എത്ര ഒതുക്കം
എത്ര മധുരം
എത്ര നയന മഹാസാഗരം.

ലൈബ്രറിയിലെ പ്രണയ പുസ്തകത്തിൽ
നിറയെ സന്ധ്യകൾ.
അതിൽ കാലാട്ടിയിരിക്കുന്നത് ആരാണ്?
പണ്ടുവായിച്ച
ഒരിക്കലും വളരാൻ കൊതിക്കാത്ത ആ കവിതയോ? ■

പ

'പ' ഒരക്ഷരമല്ല.
പണിതീരാത്ത വീടിനും
പ വിരിക്കാനും പനിച്ചു കിടക്കാനും,
പരമനും പാണനാർക്കും പ പ പ...
പല താളം, പല മേളം, പധനിസ.

പാറു പന്തളത്തുപോയത്
പകവീട്ടാനല്ല, പന്തം കെടുത്താനുമല്ല,
പറയാൻ പറ്റാത്ത പലതിനുമാണ്.
എന്നിട്ടും പണികൊടുത്ത്
അവൾ പണിക്കൂലി വാങ്ങി.

പ, മരിച്ചവരെ പരേതരാക്കും
പന്തയം വെപ്പിക്കും
പതനം ഏറ്റുവാങ്ങും
പണത്തൂക്കം പിന്നിലാക്കും.

പ, പുസ്തകത്തിലുണ്ട്, പാട്ടുകാരിലുണ്ട്,
പൂക്കളിലുണ്ട്, പണിശാലയിലുണ്ട്,
പലിശയിലും പള്ളിയിലുമുണ്ട്.

പ, പത്രാധിപരും പണക്കാരുമാണ്
പരിചമുട്ടും പല്ലക്കുമാണ്.
പന്തീരാണ്ടുകാലം പാടിപ്പതിഞ്ഞാലും
പടിപ്പുരയിൽത്തന്നെ കാത്തുനിൽക്കും.

പ, പരിക്കുപറ്റിയ പ്രദേശമാണ്
പല്ലില്ലാത്ത ചിരിയാണ്.
പ, പിന്നെയും പാപം ചെയ്യും,
'പോ പോ' ആട്ടിപ്പായിക്കും. ■

കാവ്യാഞ്ജലി

അദ്ധ്യക്ഷൻ പറഞ്ഞതും
ഉദ്ഘാടകൻ പറഞ്ഞതും
സംഘാടകൻ പറഞ്ഞതും
ഒന്നായിരുന്നു.
അവരെല്ലാം ഒന്നാണ്.
കേൾവിക്കാരൻ ഇറങ്ങിപ്പോയി.
കവിത എഴുതിയവനല്ല,
ചൊല്ലിയവനാണ് കവി.
കവിത ചൊല്ലിയവന് ടി എ,
ബാക്കിയുള്ളവർക്ക് ടി.
പുതിയ കാവ്യാഞ്ജലി.

*

വണ്ടിനോട് പൂവ് പറഞ്ഞത്
ആരും കേട്ടില്ല.
എന്നാൽ കവി കേട്ടു.
തേൻ നുകരാൻ ജി എസ് ടി.
സഹികെട്ടപ്പോൾ വണ്ട് പറഞ്ഞു;
ഏതുനിറത്തിൽ വിരിഞ്ഞാലും
ഏതുമണത്തിൽ കൊഴിഞ്ഞാലും
ഇലയുടെ പച്ച മാറുന്നില്ലല്ലോ.
അപ്പോൾ കവിവാക്യം;
ഭൂമിയുടെ ഞരമ്പുകൾ
പച്ചപ്പുകളാണ്.
പറവകൾക്കും ഇതര ജീവികൾക്കും
അവകാശപ്പെട്ടത്.

*

രാവിലെ എഴുതിത്തുടങ്ങിയ കവിക്ക്
ഉച്ചയാകുമ്പോഴേക്കും
ജ്ഞാനപീഠം വേണം.
എഴുത്തുനിർത്തിയ ഞാൻ
എവിടുന്നു കൊടുക്കാനാണ്?
ആരോട് പറയാനാണ്?
അങ്ങനെ ഒരാൾകൂടി ശത്രുവായി.
എഴുതിയതൊന്നും
പ്രസിദ്ധീകരിച്ചു വരുന്നില്ല.
അങ്ങനെയാണ് പേരുമാറ്റാൻ
തീരുമാനമായത്.
കവി ഇപ്പോൾ നിഘണ്ടുവിലാണ്.
പുതിയ കവിത നാമങ്ങളാണ്. ■

കളിപ്പാട്ടം

യാത്രയിലാണ്, തെക്കോട്ടെത്തുംമുമ്പ്
വടക്കോട്ടൊക്കെ ഒന്നുപോണം
പലതും കാണണം.

ജീവിതം ഉരുണ്ടതോ പരന്നതോ?
ആരും അതു പറയില്ല,
ഭൂമി ഉരുണ്ടതായതിനാൽ.

പാലിൽ വെള്ളം ചേർത്തതിലേറെ
മോരിൽ വെള്ളം ചേർത്തു.
പാല് കുടിച്ചാൽ ദാഹം തീരില്ല.

ഇതുവരെ കളരിയിലായിരുന്നു
എറിഞ്ഞുവീഴ്ത്തിയതൊക്കെ
ജീവിതമായിരുന്നു.

തടുക്കാൻ മറന്നില്ല, എന്നിട്ടും ഉള്ളുക്കി
എന്തെല്ലാം കണ്ടു, എന്തെല്ലാം കേട്ടു,
എന്തെല്ലാം കണ്ടില്ല, എന്തെല്ലാം കേട്ടില്ല.

പലരെയും കാണണം, പലതും പറയണം,
മുറുക്കിക്കെട്ടുന്നു, മൂവന്തിച്ചോപ്പിനാൽ.
മറന്നില്ല കുഞ്ഞേ, കർമ്മവും മർമ്മവും.

നാട്ടുപച്ചകൊണ്ടെന്റെ ദേഹത്തെഴുതുന്നു
നാടുനീളെ കുലുക്കിയെറിഞ്ഞ
കളിപ്പാട്ടങ്ങളും കളിവിളക്കുകളും. ■

വായനശാല

ലോണിന് അപേക്ഷിച്ചപ്പോൾ
പുസ്തകം എടുത്തുതന്നു.
അതെ, അയാളൊരു കവിയാണ്.

പിറ്റേന്ന് പുസ്തകം വായിച്ചു
ഇതിൽ കവിതയൊന്നുമില്ലല്ലോ
എന്നറിയിച്ചപ്പോൾ അയാൾ ലോൺ പാസാക്കി.
ലോണെടുത്തവരൊക്കെ മുടിഞ്ഞവരാണ്.
തിരിച്ചടക്കാനാവാതെ മുടിഞ്ഞവർ.

അടുത്ത ലോൺ അയാൾ തരുമോ?
അതിനു അയാൾ പുതിയ പുസ്തകം എഴുതിയോ? ■

പഠനം

കവിത, ചവച്ചു തിന്നണമെന്നു കവി.
വിഴുങ്ങിയാൽ എളുപ്പം ദഹിക്കില്ലത്രെ.
പത്രാധിപരും പറഞ്ഞു;
ആസ്വാദനത്തിന് ചവയ്ക്കുന്നതാണ് ഉത്തമം.
ദൈവമേ, ചവയ്ക്കുമ്പോൾ അസാദ്ധ്യകയ്പാണല്ലോ.
തുപ്പിക്കളഞ്ഞാൽ വല്ല ദോഷവും ഉണ്ടാകുമോ?
വെള്ളം ഇഷ്ടംപോലെ കുടിക്കുന്നുണ്ട്
അതൊക്കെ പുറത്തേക്കു പോകുന്നുമുണ്ട്.
എന്നാലും ഒരു ഏനക്കേട്.
എവിടെയാണ് അതൊക്കെ തടഞ്ഞു നിൽക്കുന്നത്? ■

അച്ഛൻവാച്ച്

അച്ഛന് ചാവികൊടുക്കുന്ന വാച്ചുണ്ടായിരുന്നു.
ദിവസവും കൃത്യസമയത്തുതന്നെ ചാവി കൊടുക്കും.
ഒരിക്കലും കയ്യിൽകെട്ടിയതായി കണ്ടില്ല.
കീശയിൽനിന്നെടുത്ത്, തുടച്ച്, സമയം നോക്കി,
വീണ്ടും കീശയിൽത്തന്നെ വെക്കുന്ന 'അച്ഛൻവാച്ച്'.

ചാവിയിൽനിന്നു ഓട്ടോമാറ്റിക്കിലേക്കെത്തിയ മകന്
ഒരു ബോധവുമില്ല, സമയത്തിന്റെ വിലയും അറിയില്ല.
അല്ലെങ്കിൽ ജീവനില്ലാത്ത സമയത്തിനു എന്താണ് വില?
അങ്ങനെ പറഞ്ഞാണ് മകൻ വാച്ച് ഉപേക്ഷിച്ചത്.

കല്യാണത്തിനുശേഷമാണ് അവൻ കുറച്ചൊക്കെ നന്നായത്
അതിനുപിന്നിൽ ഒരു കഥയുണ്ട്.
അവൻ കെട്ടിയ താലിമാലയിൽ
ഒരു നടക്കുന്ന വാച്ചുണ്ടായിരുന്നു.
അവനറിയാതെ അച്ഛൻ പണികഴിപ്പിച്ചത്.

ഇന്നലെ വഴിയിൽവെച്ചു ഒരു വാച്ചു വീണുകിട്ടി.
അതവൻ പണ്ട് ഉപേക്ഷിച്ചതായിരുന്നോ?
പഴകിപ്പോയെങ്കിലും അതിനു കേടുപാടൊന്നും ഇല്ല.
എങ്കിലും ഭാര്യയുടെ ഹൃദയതാളമാണ് കൃത്യസമയം.

വീണുകിട്ടിയ വാച്ചിൽ ഇതെന്താണ് സമയം ഇങ്ങനെ?
അച്ഛൻ ജീവിച്ചിരിപ്പില്ല.
ഉണ്ടായിരുന്നെങ്കിൽ വീണുകിട്ടിയ വാച്ചും
ഉപയോഗിക്കുന്ന വാച്ചും
അമ്മയോട് ഉപമിക്കുമായിരുന്നു.
ഒന്നിനും സമയം തികയാതെ, ഒരിക്കലും തുരുമ്പിക്കാതെ,
ഓടിയോടി നിലച്ച വീട്ടിലെ ആ വലിയ ക്ലോക്കിനോട്. ■

അകം

സന്ദർശനസമയം കഴിഞ്ഞിട്ടും
മഴ പുറത്തെ കമ്പിയിൽ തലയിട്ടടിക്കുന്നു.
ആരോ മരിച്ചിരിക്കണം.
കാർമേഘങ്ങൾക്കുള്ളിൽ
സൂര്യനും മറക്കപ്പെട്ടിരിക്കുന്നു.

തടവ് കാലാവധി കഴിഞ്ഞിട്ടും
ആരും ഇങ്ങോട്ട് വരുന്നില്ലല്ലോ.
മഴ നേരത്തേ വന്നത് എന്തിനാണ്?
മഴ വരുമ്പോൾ പനിയും വരുന്നു.
മഴക്കാലം തൊഴിലാളികളെ തടവിലിടുന്നു.
പൂമ്പാറ്റകളെയും പുഷ്പങ്ങളെയും ഉണർത്തുന്നു.

അലമാര നിറയെ ചങ്ങലകൾ.
ഞാനിപ്പോൾ അത് തുറക്കാറില്ല.
വസ്ത്രം, മരുന്ന്, ബിരുദങ്ങൾ, പ്രമാണങ്ങൾ
എല്ലാം ചങ്ങലയായിത്തീർന്നിരിക്കുന്നു.
തുരുമ്പുപിടിച്ച ചങ്ങലയും പ്രണയവും.
ഒരു മഴയത്തും നനയാത്ത പ്രണയം.
ഞാനിപ്പോൾ ഒന്നും തുറന്നു നോക്കാറില്ല.
എന്നെത്തന്നെ അലമാരയിൽവെച്ചു പൂട്ടിയിരുന്നു.

സന്ദർശനം കഴിഞ്ഞു മടങ്ങിപ്പോകുമ്പോൾ
അറിഞ്ഞിരുന്നില്ല,
മഴയല്ല, അമ്മയായിരുന്നു
പുറത്ത് കരഞ്ഞു പെയ്തതെന്ന്. ■

ഇരുളാകും നേരം

വാക്കിന്റെ ചൂട്ടും വടക്കിന്റെ കണ്ണും
അമ്മേ, വരുന്നുണ്ട് പെരുവഴി താണ്ടി.

വീടു ചോദിക്കുന്നു ഞാനാരാണെന്ന്,
പറയാനെനിക്കു എന്തുണ്ട് വേഷം?

അമ്മച്ചിക്കുന്നിൽ കിളി മുട്ടയിട്ടു
നേരവും കാലവും കണ്ടു ചിരിച്ചു.

നാളെപ്പറക്കും കിളിപ്പാട്ടുമായി
കാവിൽ ചിലയ്ക്കും തുടി മദ്ദളങ്ങൾ.

പേരാലിൻമേലെ തീവെളിച്ചങ്ങൾ
ഊഞ്ഞാലു കെട്ടി ഭൂതകാലങ്ങൾ.

അമ്പമ്പോ, പാണാ, അന്തിക്കുമുമ്പേ
അമ്പായി, വില്ലായി അക്കഥ ചൊല്ലൂ.

യുദ്ധം ജയിക്കും കുങ്കുമ സന്ധ്യ
കാഴ്ച്ചയിൽ മാത്രം ഇരുളാകും നേരം.

തീവണ്ടി പോയി തിരിനാളം മാറി
പച്ചയും ചോപ്പും മഞ്ഞയായി കത്തി.

യാത്രക്കാരെല്ലാം പോയി മടങ്ങി,
എങ്ങോട്ടു പോകും ഇനിയുള്ള വാസം?

അകത്താരുമില്ലേ? പുറത്താണ് ലോകം,
വാളും ചിലമ്പും തുള്ളൽപ്പനിയും. ■

വാതിലുകളില്ലാത്ത വീട്

പിറകുവശത്തെ വാതിലിന്
നല്ല ഉറപ്പുവേണം.
ഇല്ലെങ്കിൽ വീട് ഇറങ്ങിപ്പോകും.

എല്ലാവീടും പിൻവിളി മുഴക്കും.
എഴുന്നള്ളിക്കേണ്ടതും
എടുത്തുയർത്തേണ്ടതുമായ കാഹളം.

മുൻവശത്തെ വയസ്സൻ കസേര
ആടിക്കൊണ്ടേയിരിക്കും.
കയ്യിലൊരു വിശറിയും കോളാമ്പിയും
കുറേ പണയപ്പെട്ടുപോയ
ആവലാതികളും തുപ്പും.

സന്ധ്യാനാമം കഴിഞ്ഞാൽ
തുളസിത്തറ കെട്ടുപോകും.
ഇലകളിൽ ബാക്കിവെച്ച
തലേന്നു പെയ്ത മഴയും
പെയ്യാത്ത കാലത്തിലെ കാറ്റും
അതിനായി മത്സരിക്കും.

എല്ലാവീടും ചങ്ങലയ്ക്കിട്ടിരിക്കുകയാണ്.
പലവീടും തറവാടുകളിൽനിന്നും
ഇറങ്ങിവന്നത്.
ഓരോ മുറിയിലും തുമ്മലും ചീറ്റലും.
മുൻവശം ചാരി പിറകിലൂടെ
ഇറങ്ങിപ്പോകുമ്പോൾ
നാലുമൂലയോടും നാലുദിക്കിലേക്ക്
അപ്പോൾ നോക്കും.

പിറകുവശത്തെ രാത്രി
ജാരനെപ്പോലെ ഒളിഞ്ഞു നോക്കും.
മുൻവശത്തെ പകൽ
വായിൽപ്പല്ലില്ലാത്ത അപ്പൂപ്പനാകും.
വാതിലുകളില്ലാത്ത വീടിന്റെ
പഴങ്കഥകൾ പറയും. ■

രണ്ട് വായനകൾ

എഴുത്ത്

അപ്പുറത്ത് വീടുപണി തുടങ്ങി.
എത്ര വേഗത്തിലാണ്
ഓരോന്ന് എടുത്തുവെക്കുന്നത്,
പണി തീർക്കുന്നത്.

ഞാനൊരു കവിത എഴുതാൻ തുടങ്ങിയിട്ട്
കാലമെത്രയായി?
അതിനൊരു ജാലകം പണിയാൻ
കഴിഞ്ഞില്ലിന്നുവരെ.
അതിനിടയിൽ
കിളിവന്നു കൂട് കെട്ടി.
മുട്ടയിട്ടു, കുഞ്ഞുങ്ങൾ വിരിഞ്ഞു
കളകളാരവം മുഴക്കി
മദിച്ചു മതിവരുവോളം.

കവിത എഴുതിയും പൂച്ചെടി നട്ടും
പരാജിതം,
വിരിഞ്ഞില്ല, വീണപൂവിനു തുല്യം.

ഹാ! കവിതേ,
*അധിക തുംഗപദത്തിലെത്ര
ശോഭിച്ചിരുന്നു, നിന്നോളം.

മരണക്കരച്ചിൽ

മനുഷ്യൻ ഒരു ചരിത്രപുസ്തകം.
ജീവിക്കുമ്പോൾ ചിതലരിക്കാത്തത്.

---

* മഹാകവി കുമാരനാശാന്റെ വീണപൂവ്.

എല്ലാവായനയും കഴിഞ്ഞ്
ഒടുവിൽ മടക്കിവെക്കുമ്പോൾ
ചുറ്റും മരണക്കരച്ചിൽ.
*ജനിക്കുമ്പോൾ കരയുന്നു
മരിക്കുമ്പോൾ കരയിപ്പിക്കുന്നു.
ഇതിനിടയിൽ,
എല്ലാവരും ഓരോരോ കടങ്കഥകൾ.
ജീവിക്കാനറിയാത്ത
അറിഞ്ഞിട്ടും ജീവിക്കാത്ത താരാട്ട്.
അങ്ങോട്ടാട്ടുമ്പോൾ
മയക്കത്തിനുമുമ്പൊരു പുഞ്ചിരി.
ഇങ്ങോട്ടാടുമ്പോൾ
തൊട്ടിലും കട്ടിലും കരച്ചിലും. ■

---

* കടപ്പാട്: കവിയും ഗാനരചയിതാവുമായ ശ്രീകുമാരൻ തമ്പി.

വൃദ്ധയൗവ്വനം

മറവി പൂത്തുലയുന്ന
വർത്തമാനത്തിലാണ് ഞാൻ
വെയിൽ ചാഞ്ഞിറങ്ങുമ്പോൾ
പീടികത്തിണ്ണ, തീവണ്ടിയാപ്പീസ്
അമ്പലപ്പറമ്പ്, സ്കൂൾമൈതാനം
ഒത്തുകൂടും പഴമയോടെ.

പഴങ്കഥകൾക്ക് പഞ്ഞമില്ല
രാകിമിനുക്കും വൃദ്ധയൗവ്വനം.
കൂട്ടുകുടുംബം, ത്യാഗപരിഭവം
ആർക്കുവേണം,
സ്നേഹബന്ധങ്ങൾ?

സായാഹ്നങ്ങൾ ചുട്ടുപൊള്ളുന്നു.
നടക്കുമ്പോൾ പാറുവേട്ടി മുന്നിൽ,
മടിയിൽ [1]തുമ്മാനുണ്ട്, വെറ്റിലയിൽ
[2]നൂറു തേക്കുന്നതെന്തൊരു ചേലിൽ.
അതിശയിപ്പിക്കും, ഞെട്ട് നുള്ളി
നൂറുകൊണ്ടുള്ള വരയൽ.
ചിത്രകാരന്മാർ തോറ്റുപോകും
വെറ്റിലയിലെ ചിത്രകല കണ്ട്.

കുടുംബത്തിൽ തുമ്മാൻ കുറവ്
ബീഡിപ്പണിയാണേറെയും.
പെണ്ണുങ്ങൾവരെ ബീഡിവലിക്കും,
അങ്ങനെയുമൊരു കാലം.

---

1. മുറുക്കാൻ
2. ചുണ്ണാമ്പ്

പുഴയോരത്തിരിക്കുന്നു.
അപ്പോൾ, കുപ്പായമിടാത്ത അമ്പാടി വരും
യക്ഷഗാനം പാടും.
വസൂരിക്കണ്ണനും കടത്തുകാരനും വരും
പച്ചക്കുപ്പിയും ഉപ്പിലിട്ടതുമായി.
പാളത്തൊപ്പിയുണ്ട് കുട്ടുമ്മന്
പാതിരാമറിയത്തിന്റെ
വളകിലുക്കം മുറിയും.

എന്തെല്ലാം കഴിവ്, കോഴിമുട്ടയിൽ
ലോകം വിരിയിക്കുന്ന മന്ത്രവാദിക്ക്.
പുഴയിൽ അസ്തമനം.
പട്ടുടുത്ത് ഓളങ്ങൾ തുള്ളുന്നു
തെയ്യത്തിന്റെ നാട്ടിൽ.
ചെത്തുകാരൻ മണ്ണിലിറങ്ങി
പറവകൾക്കും രാത്രിയായി.
ഒരു ദിവസംകൂടി കൊഴിയുന്നു
ഓർമ്മകളുടെ ഏകാദശിയിൽ. ■

മടങ്ങിവന്ന കവിതകൾ

കവിത, ഹിന്ദു
കവിത, മുസ്ലിം
കവിത, ക്രിസ്ത്യൻ.

ഏത് പ്രസിദ്ധീകരിക്കും?
പത്രാധിപർ സംശയിച്ചു.
പത്രാധിപർ തിരിച്ചയച്ചു.

കവിത, ഭാഷ
കവിത, സംസ്ക്കാരം
കവിത, ഭൂമി.

പത്രാധിപർ തിരുത്തി.
അങ്ങനെ തിരുത്തേണ്ടെന്ന്
കവികൾ.
മടങ്ങിവന്ന കവിതകൾ
തണുത്തുവിറയ്ക്കുന്നു,
തീ കായുന്നു.

പത്രാധിപരെപ്പോലെ
കവികൾക്കുമുണ്ട് ചവറ്റുകൊട്ടകൾ.
തീ കാഞ്ഞ കവിതകൾ
അതിലേക്ക് എടുത്തുചാടി.

പിറ്റേന്നു കവികൾ ഒത്തുകൂടി.
ഒത്തുകൂടലുമാണ് കവിത എന്ന്
അപ്പോൾ അവർ തിരിച്ചറിഞ്ഞു. ■

കഥാപാത്രം

പത്താംക്ലാസുവരെ കൂടെ പഠിച്ചവൾ
പത്തുസെന്റും പുരയുമുള്ളവൾ
എങ്ങുനിന്നോ വന്നവന്റെ
കൂടെ പൊറുത്തവൾ
നാലു പെറ്റവൾ
മക്കൾ ഉപേക്ഷിച്ചവൾ
അരകല്ലും ആട്ടുകല്ലുമായവൾ
ആർക്കും വേണ്ടാത്തവൾ
ഇടവഴിയില്ലാത്തവൾ
പെരുവഴിയായവൾ
ഭ്രാന്തിവിളി കേട്ടവൾ
കൂടെപ്പഠിച്ചിട്ടും
ഒരുപാഠവും ഓർക്കാത്തവൾ
പരസഹായം തീണ്ടാത്തവൾ
നാടും നടനവുമറിയാത്തവൾ
വാലും തലയുമില്ലാത്തവൾ
ഇന്നലെ അന്തിക്ക്
സ്ഥിരം കാണുന്നിടത്ത്
മരിച്ചു കിടക്കുന്നതായി
ആരോ പറഞ്ഞു.

ഞാൻ പോയില്ല.
എന്നെ നിങ്ങൾ
ക്രൂരനെന്നോ ക്രൂശിതനെന്നോ വിളിച്ചോളൂ.
ആരു പോയില്ലെങ്കിലും
അവളെ ഞാൻ
കേന്ദ്രകഥാപാത്രമാക്കി
പൊതുശ്മശാനത്തിൽ
കൊണ്ടിട്ടല്ലോ
റീത്ത് വെച്ചല്ലോ
കത്തിത്തീരട്ടെ, ശവം. ■

മേടപ്പൂക്കൾ

പൂട്ടിയിട്ട നാളിൽ
സന്ദർശകരില്ല
പുതിയ കാഴ്ച്ചകളുമില്ല.

പുര കത്തുന്നു,
പുലരിയുടെ
തീപ്പടക്കത്തിൽ.

പശുവിനെ മേയ്ച്ചും
പറമ്പിൽ നടന്നും
മേടക്കാറ്റും കുന്നിറങ്ങി.

വിരുന്നുകാരില്ല
കദളിവാഴത്തോപ്പിൽ
കാക്കയും വന്നില്ല.

മോരും ചോറും
മുതിരയും തവരയും
അഷ്ടിക്കു മാറി മാറി.

കാർഷിക വിളവും
കരിമ്പിൻ പൂവും
പുസ്തകത്തിൽ മാത്രം.

ഇടയ്ക്കൊന്നു ചാഞ്ഞും
ഇടയ്ക്കൊന്നു ചെരിഞ്ഞും
വേനൽമഴയും മുടന്തിപ്പോയി.

പനങ്കള്ള്, പരിപ്പുവട,
വാട്ടിയ പച്ചിലയിൽ
തീ കാഞ്ഞ ചക്കരച്ചോറ്.

ചട്ടിക്കറിയും ചെമ്മീനും,
ചന്തത്തിൽ തുള്ളുന്നു
മുട്ടോളം.

ചെരിപ്പിട്ടു നടന്നാലും
കാലു കഴുകണം,
പടിപ്പുരയിൽ കിണ്ടിയുണ്ട്.

കയറിവരുമ്പോൾ
ഇലയിട്ടു വെയ്ക്കണം
പത്തായപ്പുറത്തു പാ വിരിക്കണം.

മയങ്ങുംമുമ്പ് വെളിച്ചം പോകാൻ
വടക്കിനിയിലെ
വാതിലൊന്നു ചാരണം.

ഇനിയൊരു
മുത്തശ്ശിക്കഥയായാലോ?
ആരുകെട്ടും ആ പെൺവേഷം?

വേദിയിൽ ഒറ്റയ്ക്കായതിൽ
വേദനിക്കുന്നുവോ?
ചോദിപ്പൂ, ജീവിതമെന്നോട്. ■

ഏകാന്തം

നീ, മരിച്ചു കിടക്കുന്നു.
കാണാൻ എങ്ങനെ വരും?
കാറ്റ് എത്ര പെട്ടെന്നു
കണ്ടു മടങ്ങി,
പൂവ് കണ്ണീര് തൂകി.

വിളിക്കുമ്പോഴൊക്കെ
തിരക്കിലായിരുന്നു.
ഇപ്പോൾ മറവു ചെയ്യാനും
തിരക്കു കൂട്ടുന്നു, കാലം.

ചാരിനിന്നവരെല്ലാം
അകലത്തിലായി,
അഹങ്കാരവും തടവിലായി.

സമയം ചോദിക്കരുത്,
എല്ലാ വാച്ചിലും
നടക്കാത്ത സമയമാണിപ്പോൾ. ■

നബീസ

നബീസ അടുക്കളയിലുണ്ട്
അടുപ്പായി കത്തുന്നുണ്ട്.
ചോറ് വെന്തു.
ഇറക്കിവെക്കുമ്പോൾ
ചുമരിലൂടെ ഇറങ്ങിവന്ന പല്ലി
അവളോടു പറഞ്ഞു,
'എന്തൊരു ചൂട്, ഞാൻ പോണു,
ഈ വീട്ടിൽ എനിക്കു വയ്യ...'
ക്ഷണം വാല് മുറിച്ചിട്ട്
പല്ലി എങ്ങോട്ടോ പോയി.
പിടയ്ക്കുന്ന വാലിനും വെന്ത ചോറിനും
ഇടയിൽ നബീസ.
അന്നുരാത്രി അവൾക്കു പനി വന്നു.
ഫാനും ലൈറ്റും കിടത്തി അവൾ കിടന്നു.
ഇതുപോലെ പനിവന്ന രാത്രിയിലായിരുന്നു
വെള്ളപ്പൊക്കമുണ്ടായത്,
പല്ലിയും പഴുതാരയും വീട്ടിൽ കയറിയത്.

പിറ്റേന്നും അരി കഴുകി അടുപ്പത്തുവെച്ചു.
വേവുംമുമ്പേ മറ്റൊരു പല്ലി
വാല് മുറിച്ചിട്ട് അപ്രത്യക്ഷമായി.
പിടയ്ക്കുന്ന വാൽ അവൾ കയ്യിലെടുത്തു.
ഇതുകണ്ട് താഴോട്ടിറങ്ങിവന്ന
വലിയൊരു പല്ലി അവളോടു പറഞ്ഞു,
'ഗൗളി കുടുംബത്തിൽ വാലിനാണ് പ്രാധാന്യം.
തലകൊണ്ടു ഭക്ഷിക്കുമ്പോൾ
വാല് മുറിച്ചിട്ട് രക്ഷപ്പെടും...'

ഇപ്പോൾ അവളും ഒരു പല്ലിയാണ്.
രക്ഷപ്പെടാൻ വാലില്ലാത്തതുകൊണ്ടാണ്
അവൾ തല മറയ്ക്കാൻ തുടങ്ങിയത്. ■

www.ingramcontent.com/pod-product-compliance
Lightning Source LLC
LaVergne TN
LVHW090255051026
849518LV00005B/1527

* 9 7 8 8 1 9 4 6 8 2 0 4 2 *